கோட்டைப்புரத்து வீடு

முதற்பதிப்பு: 2023

First Edition: 2023

Kottaipurathu Veedu

கோட்டைப்புரத்து வீடு

Indira Soundarajan

இந்திரா சௌந்தர்ராஜன்

ISBN: 978-93-5695-636-0

Pustaka
EBooks | Audiobooks | Paperback

Pustaka Digital Media Pvt. Ltd.
#7-002, Mantri Residency,
Bannerghatta Main Road, Bengaluru - 560 076
Karnataka, India
+91 7418555884

கோட்டைப்புரத்து வீடு

இந்திரா சௌந்தர்ராஜன்

Pustaka
EBooks | Audiobooks | Paperback

அணிந்துரை

மாசில் வீணைக்கும் மாலை மதிக்கும் வீசிடும் தென்றலுக்கும் அறிமுகமா தேவை?

'கோட்டைப்புரத்து வீடு' என்னும் இந்த நாவலும் அந்த வகையைச் சேர்ந்ததுதான். 'ஆனந்த விகட'னில் 31 வாரங்கள் தொடராக வெளிவந்த பொழுது, இந்தப் புதினத்தை ஆவல் பொங்க, ஆர்வம் மிக்குற, நெஞ்சம் துடிக்க பல்லாயிரக்கணக்கான வாசகர்கள் படித்து மகிழ்ந்தார்கள். இது உபசாரத்துக்குச் சொல்கிற வார்த்தை அல்ல, அப்படிப் படித்த பலரை நான் அறிவேன். இன்னும் சொல்லப்போனால், எந்த ஒரு நாவலையும் அது தொடராகப் பிரசுரமாகும் பொழுது படிக்கிற பழக்கமே இல்லாத (படுசோம்பேறியான) என்னையே இது படிக்க வைத்துவிட்டது என்பது நிஜம்.

ஒரு காலத்தில் மன்னன் ஆட்சியே சிறந்ததென்ற கோட்பாடு உலகெங்கும் நிலவியிருந்தது. 'மன்னன் உயர்த்தே மலர் தலை உலகு', என்றார்கள். நாளாக ஆக, மன்னர் ஆட்சியின் கட்டுக்கோப்பில் விரிசல் விழுந்தபோது, குறுநில மன்னர்களென்றும் ஜமீன்தார்களென்றும் மிட்டாதாரர்களென்றும் தலையெடுத்தார்கள். நிலப்பிரபுத்துவத்தின் கொடுங்கோன்மைகளைக் காட்டி, ஏதுமறியாக் குடிமக்களின் ராஜவிசுவாசத்தையும் எளிமையையும் பாமரத் தன்மையையும், தங்கள் சுயநலத்துக்கும் வெறிக்கும் பலியாக்கும் கயமையாக ஆட்சி மாறியது. அந்தக் காலக்கட்டத்தைத்தான் இந்த நாவல் வெளிச்சமிட்டுக் காட்டுகிறது.

நமக்கு எதிரே விண்ணை முட்டுகிற மலை ஒருபுறம். மண்ணைக் குடைந்துகொண்டு அகன்று கிடக்கிற கடல் மறுபுறம். மலை மேல் ஏறுகிறபொழுது, எத்தனை சவால்கள்! இதோ, இதோ பாறையில் மோதிக்கொள்ளவே போகிறோம் என்று துணுக்குறும்பொழுது, மயிரிழையில் வளைந்து, பாதை மடிந்து, நம்மை மேலேற்றிச்

செல்கிற அழகை என்ன சொல்ல! சமதரையில் ஆழ்கடலில் இருக்கிற பாதுகாப்பு, மலையில் இல்லை என்றே தோன்றினாலும், மலை ஏறுவதிலுள்ள சுகத்தையும் கவர்ச்சியையும் நம்மால் இழக்க முடியுமா?

'கோட்டைப்புரத்து வீடு' நாவலைப் படிக்கிற பொழுது இப்படி மலையேற்றப் பயணமே தெரிகிறது.

ஆசிரியரின் நடையில் ஆச்சரியமான வேகம், தெளிவான கட்டுப்கோப்பு, ஆங்காங்கே இலக்கிய நயமான வர்ணனைகள் பளிச்சிடுகின்றன. பூர்வகதையைக்கூட கண்முன்னே நடக்கிற மாதிரி சொல்கிற சாமர்த்தியம் பாராட்டுக்குரியது. பெண்டிருக்கு இழைக்கப்பட்ட அநீதியை, அதன் விளைவான சதித்திட்டங்களை, ஒரு பெண்ணைக்கொண்டே விடுவித்திருப்பது அருமை.

எத்தனை வகையான பாத்திரங்கள்? சமஸ்தானமல்லவா, பட்டியல் நீளத்தானே செய்யும்? ஆனால் அதிகப்படியான மூக்கை நீட்டுகிற மாதிரி எந்தப் பாத்திரமும் திணிக்கப்படவில்லை. ஒவ்வொருவருக்கும் ஒரு தனித்தன்மை, ஒரு காரணகாரியம், ஒரு வரையறை! ஒரு சர்க்கஸில் நடக்கிற காட்சிகளைப்போல, இவ்வளவு பாத்திரங்களையும் கையாண்டு, ஓர் அழகான கதையை ஆசிரியர் நமக்குத் தந்திருக்கிறார்.

எழுத்தாளர்கள் அனைவரும் ஒரு குலம்தாம் என்றாலும் ஆசிரியர் இந்திரா சௌந்தர்ராஜன் 'எங்க வீட்டுப்பிள்ளை' என்று சொல்லிக் கொள்வதில் எனக்குத் தனித்த பெருமிதம் உண்டாயிற்று. ஆம். அவர் எங்க வீட்டுப்பிள்ளை.

ஆசிரியரின் கதைத்திறனும் கலைத்திறனும் ஓங்குவதாக!

ஏ.எஸ். ராகவன்

திருவரங்கம்

என்னுரை

கோட்டைப்புரத்து வீடு நாவலின் இந்தத் தலைப்பை விளம்பரப்படுத்தும்போது என்ன இது சரித்திரத் தொடரா? என்று கேட்டவர்கள் பலர். ஏதாவது பேய்க் கதையாக இருக்கும் என்று யூகித்தவர்களும் பலர். ஆக மொத்தத்தில் தலைப்பே வித்தியாசமாகப் பல மாதிரி சிந்திக்க வைத்தது.

பின்னர் அது மர்மத்தொடராக ஆனந்த விகடனில் தன்னை முகங்காட்டிக்கொண்டபோது எல்லோரையுமே ஆச்சரியம் பிடுங்கித் தின்றது.

மர்மத்தொடருக்கு ஒரு பொதுவான வடிவம் உண்டு. அந்த வடிவமைப்பில் ஒரு மாறுதலைக் கொடுத்து இந்தத் தொடரை நான் வடிவமைத்தேன்.

இன்றைய நாவல் சாம்ராஜ்யத்தில் என் நாவலுக்குத் தனி நிறம் வேண்டும் என்று நான் விரும்புவதாலும், அதுவே வளர்ச்சிக்கு உத்தரவாதமான விஷயம் என்று நான் கருதுவதாலும் எவர் போலுமல்லாத சிந்தனைகளை என் படைப்பில் நான் காட்டி வருவதுண்டு.

ஒவ்வொரு எழுத்தாளனுக்கும் ஒரு சாமர்த்தியம் கைவரப் பெற்றிருக்கும். அதிலே அவர்தான் புலி. ஆனால் சிலரே எல்லாவிதமாகவும் ஆற்றல்களைக் கைவரப் பெற்றிருப்பர். எழுத்தாளன் என்பவன் அளக்க இயலாத வடிவம் கொண்டிருக்க வேண்டும். அப்பொழுதே அவன் காலங்களைக் கடந்து வாழ்ந்து மறையாது நிற்க இயலும் என்பது என் கருத்து.

ஆதலால் இதுபோன்ற சிந்தனைகளுக்குள் என்னை உட்படுத்தி, என்னையும் நான் பலவாறு பட்டை தீட்டிக்கொண்டு, சமூகம், சரித்திரம், மர்மம், ஹாஸ்யம், மாந்திரீகம், ஆவியுலகம் என்று சகல நிலைகளிலும் எழுதி, அதில் குறிப்பிடும்படியாக வெற்றியும் கண்டு வருகிறேன்.

இந்த 'கோட்டைப்புரத்து வீடு' அன்றைய சரித்திரமும் இன்றைய சமூகமும் கைகோத்து நடந்த ஒரு கற்பனை. அதனூடே மர்மத்தைப் புதைத்து, கடைசி அத்தியாயத்தின் கடைசி வரி வரை அந்த மர்மம் கலையாமல் நான் செயல்பட மிகுந்த சிரத்தை எடுத்தேன்.

என் ஒவ்வொரு கட்ட உழைப்பிலும் துணை நின்ற விகடன் ஆசிரியர் திரு. எஸ். பாலசுப்ரமணியனுக்கும் இந்த நாவலின் வெற்றியில் பெரிய பங்கு உண்டு.

தானிய மேட்டில் தனக்குரிய தானியங்களை மட்டும் கூர்ந்து கவனித்து, அலகில் கொத்தி விழுங்கும் பறவையைப்போல், நல்ல தொடருக்குண்டான விஷயங்களை உரியவர்களிடம் இருந்து பெறுவதில் இவரது கவனத்தை நான் எவரிடமும் கண்டதில்லை.

அசுர உழைப்பாளி. என் படைப்பைத் தன் படைப்பாகக் கருதி விகடனில் அத்தனை அழகாக வெளியிட்டார். எனக்கும் அளக்க இயலாத பெருமை சேர்த்தார். இது தொடராக வந்த காலம் என் வசந்த காலம். ஒவ்வொரு விகடன் வாசகனும் என்னைப் பார்க்கும் சமயம் இதன் மர்மத்தைத் தெரிந்துகொள்ள என்னைத் துளைத்தெடுத்த சுகமான அனுபவங்களை நான் அசைபோடும் போதெல்லாம் உணர்ந்தேன்.

பெண்ணைப் போதைப் பொருளாகவே கருதும் காலம் இன்னும் மலையேறவில்லை. சுருட்டு விளம்பரத்தில்கூட சம்பந்தமேயில்லாத அவர்களின் திறந்த மார்பு கவர்ச்சிப் படங்களாய். நம் தேசம் இன்னமும் அம்மட்டில் தலைநிமிரவும் இல்லை.

ஆகையால் என் படைப்புகளில் அவர்களைப் பிரதான பாத்திரங்களாக்கி, ஆணுக்குச் சமமாக சந்தர்ப்பம் கிடைத்தால் அதற்கும் மேலாகவே கொண்டு சென்று விடுவதுண்டு.

இந்தத் தொடரின் நாயகி அர்ச்சனாவும் அப்படிப்பட்ட ஒரு பெண்ணே! அதனாலேயே கல்லூரி மாணவிகளின் தனிப்பார்வை இத்தொடர் மேல் இருந்தது.

பலர் இது நிஜ சம்பவமா? என்று கேட்டனர். அந்த அளவு இது மற்றவர்களை நினைக்க வைத்தபோது என் நெஞ்சு தானாக நிமிர்ந்தது. பரவாயில்லை, ஒரு கற்பனையைக்கூட நமக்கு நிஜம்போல் சொல்லத் தெரிகிறது என்று செருமாந்தேன்.

மொத்தத்தில் என் எழுத்துலக வாழ்வில் மிக உயர்ந்த அனுபவங்களை எனக்கு ஏற்படுத்தித் தந்த தொடர் இது. இதற்காக விகடன் ஆசிரியருக்கு நான் என் நன்றிகளைக் காணிக்கை ஆக்கிக் கொள்கிறேன்.

இத்தொடர் நூலுக்கு என் பெரியப்பாவே (திரு. ஏ.எஸ். ராகவன்) அணிந்துரை தந்திருப்பது தங்கத்தில் வைரம் சேர்ந்த மாதிரியான ஓர் இணைப்பாகும்.

அவர் ஓர் அற்புத எழுத்தாளர். ஆனந்த விகடனின் வெற்றி விழா ஆண்டில் 'மனிதன்' என்ற நாவலுக்கு முதல் பரிசு பெற்று 'மனிதன்' ராகவன் என்கிற சிறப்புப் பெயர் பெற்றவர். நானெல்லாம் அவரது வாரிசு. அவர் சம்பாதித்த நற்பெயருக்குக் களங்கம் வராதபடி நானும் செயல்பட்டுப் புகழ் சேர்க்க வேண்டும்.

அன்புடன்
இந்திரா சௌந்தர்ராஜன்

அத்தியாயம் 1

ஓர் இரும்புப் பறவைபோல் தரை இறங்கத் தொடங்கியிருந்தது அந்த விமானம். பார்க்க பரவசமூட்டும் அற்புதமான லேண்டிங்! கூரிய அலகைப் போன்ற முகத்தோடு சரிவாக இறங்கி ரன்-வேயில் சீறிப்பாய்ந்து ஐந்து மீட்டர் ரேடியஸ் அளவில் முக அலகை வளைத்துத் திருப்பி, சிறிய மதுரை விமானநிலைய கண்ட்ரோல் ரூமுக்கு ஐம்பது, அறுபது மீட்டர் முன்னால் அது நின்றபோது, அலுக்காத ஒருவகை பிரமிப்பு அவதானித்தது.

ஃபுட் ஸ்டெப் வழியாக வரிசையாகக் கீழே இறங்கும் பலருக்கு நடுவே விசு என்னும் 'விஸ்வநாத ரூபசேகர கோட்டைப்புரத்தான்' மட்டும் பார்க்க வித்தியாசமாகத் தென்பட்டான்.

கோட்டைப்புரத்து அரச வம்சத்தின் ராஜபரம்பரைக்கே உரிய மிடுக்கும் பளபளப்பும் அவன் உடையிலும் நடையிலும் போட்டி போட, கையில் ஒரு கிரே கலர் ப்ரீஃப்கேஸுடன் அவன் நடந்துவரும் தோரணை ரிசப்ஷனில் காருடன் வந்து காத்திருக்கும் கார்வார் (கணக்குப் பிள்ளை போன்றவர்) கருணாகரமூர்த்திக்குப் பெருமிதத்தை உண்டு பண்ணியது.

ரிசப்ஷனில் பிரவேசித்த விசுவை “வணக்கம் இளைய மகாராஜா!” என்ற நைச்சியமான வரவேற்போடு நெருங்கினார்.

பதில் வணக்கத்தை அலட்சியமாகச் சொன்ன விசு, யாரையோ தேடும் பாவனையில்... சூழ்நிலையில் பார்வையைச் செலுத்தினான். பிறகு ஏமாற்றத்தோடு கருணாகரன் பக்கம் திரும்பினான்.

"யாரைத் தேடறீங்க இளைய மகாராஜா...?" கருணாகரன் இதமாக விசாரிக்கத் தொடங்கினார். விசுவுக்கு அவர் பயன்படுத்தும் 'இளைய மகாராஜா' என்கிற சொல் சற்று எரிச்சலை மூட்டியது.

"கருணாகரன், என் பேர் விசு... என்னைப்போல இரண்டு மடங்கு வயசு உங்களுக்கு... இந்த மகாராஜா, இளவரசேங்கற பந்தாவான அழைப்பெல்லாம் இன்னும் எதுக்கு? தாராளமா என்னை நீங்க பேர் சொல்லியே கூப்பிடலாம்..." என்றான் சற்று காரமாக.

"அது முறை இல்லீங்க... கோட்டைப்புரத்து சமஸ்தான மாண்பே, பரம்பரைப் பெருமையைக் காப்பாற்றிப் போற்றுவதில்தான் இருக்கு. பரம்பரை பரம்பரையா சமஸ்தான பணியாட்கள் தானே நாங்க... எனக்கு என்னதான் வயசாயிட்டாலும் நான் உங்க சமஸ்தானத்துச் சாதாரண கார்வார்தான். உங்களை சமஸ்தானத்து வயதான திருமேனித்தேவரே, இளைய மகாராஜானு கூப்பிடும்போது... சாதாரண கார்வார், நான் எம்மாத்திரம்..."

காரை நோக்கி நடந்தபடியே பேசினார் கருணாகரன். டிரைவர் மல்லையா ஓடி வந்து விசுவிடம் இருந்து ப்ரீஃஃப் கேஸை வாங்கிக்கொண்டு பணிவாகக் குனிந்து நிமிர்ந்தான்.

பல மாருதிகளுக்கும் அம்பாஸடர்களுக்கும் நடுவில் சமஸ்தானத்து மஞ்சள்நிறக் கொடியைக் கட்டிக்கொண்டு நின்றிருந்தது கம்பீரமான வாக்ஸஹால். அந்தக் காரின் கதவைத் திறந்துகொண்டு டிரைவிங் ஸீட்டில் போய் அமர்ந்தான் விசு.

"வேண்டாம் இளைய மகாராஜா! நீங்க கார் ஓட்டினது மகாராணிக்குத் தெரிஞ்சா என் வேலையே போயிடும். 'எவ்வளவு சொல்லியனுப்பியும் உனக்குப் புத்தி இல்லையா!'னு என்னை விளாசித் தள்ளிடுவாங்க..." என்று கெஞ்சாத குறையாக வழியத் தொடங்கினார் கருணாகரன்.

"கருணாகரன்! நீங்க என்கூட இருக்கறப்போ இனி எதுவும் பேசக்கூடாது... நீங்க பேசினாத்தான் உங்க வேலை போகும்.

அம்மாகிட்ட நான் பேசிக்கிறேன்... நீங்க பேசாம வாங்க. அதோட 'விசு'ன்னு என்னைக் கூப்பிட முயற்சிக்கணும் நீங்க. இல்லேன்னா தம்பின்னு கூப்பிட்டாக்கூடப் போதும்" என்று வேகமாகவும் கோபமாகவும் பேச, அவர்களும் மறுபேச்சின்றி காரில் ஏறிக்கொள்ள, ஒரு வழியாகக் காரைக் கிளப்பினான். சாலை மையத்துக்குக் கார் வந்தபோது முன்னால் பம்பரில், காத்திருந்ததுபோல் லேசாக வந்து இடித்தபடி நின்றது ஒரு மொபெட்!

மொபட்டின் மேல்... ஜீன்ஸ் பாண்ட் வித் டீ ஷர்ட்டில் சந்தனத்தில் கடைந்த சிற்பம் மாதிரி... போனிடைல் சிகை அலங்காரத்தில்... கழுத்தில் ஒற்றை வடம் தங்கச் செயின் ஒரு லாக்கெட்டுடன் மின்ன... இருபது வயதில் இளமின்னலாய் பெண் ஒருத்தி!

அவளைப் பார்த்த மாத்திரத்தில் "ஹாய் அர்ச்சனா!" என்று உற்சாகமாகவும் பரபரப்பாகவும் கத்தியபடி இன்ஜினை உடனடியாக ஆஃப் செய்தான் விசு.

"ஸாரி விசு... வழியில் என் மொபட் கொஞ்சம் சண்டித்தனம் பண்ணிடிச்சு. அதான் லேட்!" என்றபடி துள்ளலாய் மொபட்டைவிட்டு இறங்கினாள் அர்ச்சனா.

விசுவும்கூட... காரைவிட்டு இறங்க ஆரம்பித்தான்.

இறங்கும்போதே, ஃப்ளைட்டை விட்டு இறங்கின செகண்டுல இருந்தே உன்னைத்தான் எதிர்பார்த்துக்கிட்டிருந்தேன்." என்றான்.

அவள் உற்சாகமாய் அதைக் கேட்டு சிரித்தாள். வானில் மிதக்கும் பாவனை காட்டினாள். ரசம் பூசிய உதடுகளும், சீரான பல்வரிசையும் அவள் சிரிக்கும் சமயம் ஜொலிப்பாய் விசுவை ஈர்த்தன.

ஒரு வகை பணக்காரத்தனம் படுபவித்திரமாக அதில் வெளிப்பட்டது.

கார்வார் கருணாகரமூர்த்திக்கு லேசாகப் பதறத் தொடங்கியது. டிரைவர் மல்லையா கொஞ்சம் அதிகமாகவே விதிர்க்கத் தொடங்கியிருந்தான்.

“ஐயா, என்னங்கய்யா இது... இவர் பெண்களோடெல்லாம் சகவாசம் வெச்சுக்கிட்டிருக்காரு...?” என்று கார்வாரின் காதோரமாய்க் கிசுகிசுக்க, ‘சற்றுப் பொறு’ என்பதுபோல டிரைவருக்கு ஜாடை காட்டிவிட்டு, காருக்குள் இருந்தபடியே இருவரையும் கவனிக்கத் தொடங்கினார் கார்வார்.

மதர்த்த தனது மார்பு குலுங்க சிரித்தவள், சட்டென்று சிரிப்பை ஒடித்துக்கொண்டு, “பெங்களூர் ட்ரிப் எப்படி இருந்தது? போன உங்க வியாபார காரியம் சக்சஸ்தானே?” என்று கேட்டபடியே வாஞ்சையோடு விசுவின் தோளில் கைபோட்டுத் தனது அந்நியோன்யத்தைக் கார்வார் எதிரிலும், டிரைவர் எதிரிலும் கூச்சமின்றி வெளிப்படுத்திக் கொண்டாள் அர்ச்சனா.

அவன் சக்ஸஸ் என்பதுபோல் ஆர்ப்பாட்டமாகத் தலையசைத்தான்.

கார்வாருக்குப் புரிந்துபோயிற்று... ‘இது பாம்புகள் புணரும்போது பின்னிக்கொண்ட மாதிரியான நெருக்கமான காதல்’ என்று.

விசுவின் மேல் கண்கொத்திப் பாம்புபோல் கவனமாக இருந்தும்கூட அவன் இப்படி ஒரு பெண்ணிடம் காதல் வயப்பட்டதில் முதலில் ஆச்சரியமும், முடிவில் பயமும் அவருக்குள் மூண்டது.

போன மாதம்தான் விசு தன் இன்ஜினீயரிங் படிப்பை முடித்திருந்தான். இன்னமும் ரிசல்ட்கூட வந்திருக்கவில்லை. அதற்குள் சும்மா இருக்கப் பிடிக்கவில்லை என்று தொழிற்சாலைகளுக்கான டூல் மேக்கிங் பிஸினஸ் துவக்கியிருந்தான். அது சம்பந்தமான மெஷின்களை வாங்க பெங்களூர் வரைபோய் வர வேண்டியிருந்தது.

பிஸினஸ் நடத்தத் தோதான இடமாக அவன் தேர்ந்தெடுத்தது மதுரையைத்தான்.

மதுரைக்கு நாற்பது மைல் தெற்கில் கோட்டைப்புரம் சமஸ்தானம் அவனது ராஜ்யம். சமஸ்தானத்து ஆறாவது

பட்ட நாயகரான ராமநாத ரூபசேகர கோட்டைப்புரத்தானின் இளைய வாரிசுதான், விசு என்னும் விஸ்வநாத ரூபசேகர கோட்டைப்புரத்தான். மூத்த அண்ணன் கஜேந்திர ரூபசேகர கோட்டைப்புரத்தான், சமஸ்தானத்தின் ஏழாவது பட்டத்துக்குத் தன்னைப் பதவி வரித்துக்கொண்டு சமஸ்தான சொத்துக்களையும் நிலபுலன்களையும் பரிபாலித்து வருகிறான்.

கோட்டைப்புரத்தை தாண்டியிராத அவனுக்கும் ஊர் ஊராகச் சுற்றும் விசுவுக்கும் நிறைய வித்தியாசம் இருக்கிறது. விசுவுக்கு எதிலுமே விஞ்ஞானப் பார்வை. கஜேந்திரனுக்குப் பரம்பரை சிந்தனை ஒன்று மட்டும்தான்.

"விசு, ஒரு கிளாட் நியூஸ்!" என்றாள் அர்ச்சனா.

"என்ன?"

"அப்பா உங்க சமஸ்தானத்துக்கே நேர்ல வந்து நம்ப காதல் விஷயத்தைப் பேசப் போறாங்க... நம்ம நாலு வருஷக் காதல் பெருமையை உங்க அம்மாவுக்கும், பாட்டிக்கும் எடுத்துச் சொல்லப் போறாங்க!" என்றாள். ஏனோ விசுவின் முகம் உடனடியாக அதைக் கேட்டு வெளிறத் தொடங்கியது.

"ஆமா... இப்படி நின்னு பேசிக்கிட்டேயிருந்தா எப்படி? 'ஏதோ முக்கியமான விஷயம்... ஏர்போர்ட்டுக்கு வா'ன்னு சொன்னீங்களே... என்ன விசு அந்த முக்கியமான விஷயம்?" அர்ச்சனா முக்கியமான அந்தக் கேள்வியைக் கேட்ட மறுவிநாடியே விசுவின் முகம் லேசாக இருளத் தொடங்கியது. தொண்டை மெள்ள வறண்டுபோனது.

"என்ன விசு?" அர்ச்சனா ஆர்வம் தாளாமல் திரும்பவும் நிமிண்டினாள். விசு தயக்கத்தோடு உதட்டைப் பிரித்தான்.

"அர்ச்சனா, நீ என்னை எந்த அளவு காதலிக்கிறே?" என்று மெலிதாகக் கேட்டான்.

அவள் உடனேயே "வானளவு?" என்றாள்.

"நம்ப கல்யாணத்துக்குப் பிறகு கொஞ்ச நாள்லயே... அதாவது, கொஞ்ச நாள்லயே நான் செத்துப் போயிடுவேன்னு உனக்கு இப்பவே தெரிய வருதுன்னு வெச்சுக்கோ... அப்ப நீ...?"

விசு கேட்கவந்த கேள்வி அதற்குள் அர்ச்சனாவின் காதில் ஊசிகளைச் செருகிவிட்ட மாதிரி அவள் உடனேயே உணர்ச்சிவசப்பட்டுப் போனாள்.

"வாட் யூ ஆர் டாக்கிங்?" அழாத குறையாக விசுவை வெறிக்கத் தொடங்கினாள்.

"ஸாரி அர்ச்சனா... எனக்கு நம்ம காதலோட ஆழம் தெரியணும். அதுக்காகத்தான் கேட்டேன்..." என்று விசு தன் பேச்சில் மெள்ள சுதாரிக்கவும், அதற்குள், ஈரமாகிவிட்ட விழிகளுடன் அர்ச்சனா முகம் தூக்கினாள்.

"விசு! நீங்க என்னைக் கல்யாணமே பண்ணிக்கலைன்னாலும் நீங்கதான் என் ஹஸ்பண்ட்.... அது தெரியுமா உங்களுக்கு?" என்றாள் சற்று அழுத்தமாக.

"தாங்க்ஸ் எ லாட் அர்ச்...!" என்றபடி அவள் கைகளைப் பற்றித் தனது உதட்டை நோக்கி இழுத்துச் சென்று இச்சிட்டான் விசு.

சுற்றிலும் ஒரு பார்வை பார்த்த அர்ச்சனா, "விசு, டைம் ஆகிட்டே இருக்கு... ஆனா, நீங்க இன்னும் அந்த முக்கியமான விஷயத்தைச் சொல்லலை." என்றாள்.

"நாளைக்கு சொல்றேன் அர்ச்சனா" என்று தற்காலிகமாக நழுவப் பார்த்தான். கெஞ்சிக் கெஞ்சிக் கேட்டுப் பார்த்த அர்ச்சனாவும் சலித்துப்போய் 'சரி' என்று அரைமனத்தோடு திரும்பவும் மொபட்டில் ஏறிக் கிளம்ப, வாக்ஸ் ஹால் அவளைப் பின் தொடர்ந்தது.

நெடுந்தூரம் திரும்பி திரும்பி டாட்டா காட்டியபடி வந்த அவள், பெருங்குடி மெயின் ரோட்டில் மதுரையை நோக்கிப் பறக்கவும், அருப்புக்கோட்டை மார்க்கத்துக்குக் காரை வளைத்தான் விசு.

காருக்குள் கார்வாரும் மல்லையாவும் அதீத கவலையில் தென்பட்டனர்.

கார்வார் சலனத்தோடு விசுவைப் பார்த்துக் கேட்டார்.

“தம்பி... தப்பா எடுத்துக்காதீங்க! இது உங்களுக்கே நல்லா இருக்கா?”

“எது கார்வார்?”

“இப்படி ஒரு பெண்ணை லவ் பண்றது?”

“காதலிக்கறது தப்புன்னு யார் சொன்னது? அர்ச்சனா ஒண்ணும் அன்றாடம் காய்ச்சியில்ல கார்வார். அவ ஒரு கோடீஸ்வரன் பொண்ணு.”

“இருக்கலாம். பூத்த பூ மாதிரி இருக்கற அந்தப் பொண்ணு காலத்துக்கும் பூவோடும் பொட்டோடும் வாழ வேண்டாமா?”

கார்வாரின் அந்தக் கேள்வி முன்னால் நச்சென்று காருக்கும் சேர்த்து பிரேக் பிடித்தவன், கழுத்தை பின் பக்கமாகத் திருப்பி கார்வாரிடம் சொன்னான்:

“கார்வார்... அப்படீன்னா சமஸ்தான நம்பிக்கைப்படி நானும் கட்டாயம் முப்பதாவது வயசுல செத்துடுவேன்னு சொல்றீங்களா?” அழுத்தமாகக் கேட்டான்.

“நம்பிக்கைக்குக் காரணமே இதற்கு முன்னால் நடந்த சம்பவங்கள் தானே? உங்களுக்கு முந்திய தலைமுறையில் எவர் ஒருத்தராவது முப்பது வயசுக்கு மேல உயிர் வாழ்ந்திருக்காங்களா?”

கார்வாரின் கேள்வி விசுவைப் பயம் கலந்த மௌனத்தில் பிடித்துத் தள்ளியது. கார்வார் மௌனத்தை வெட்டியபடி திரும்பப் பேசினார்.

“உங்க காதலுக்கு எதிரியா நான் இதைச் சொல்லலை... உங்க நல்லதுக்கும், அந்தப் பெண்ணோட நல்லதுக்காகவும் தான் இதைச் சொன்னேன்.”

கார்வாரின் கருத்து நியாயத்தில் துளி மனத்தைக் கரைத்த விசு சட்டென்று ஏறிட்டான்.

"கார்வார்... இந்தச் சாபம் பாபம் எல்லாம் நிஜமா? என்னால இதைத் துளிகூடப் புரிஞ்சுக்கவோ ஒப்புக்கவோ முடியலை. மனுஷன் மனசுவெச்சா சாதிக்க முடியாததே இல்லைங்கற காலகட்டம் இது... சாபமெல்லாம் பலிக்க இது என்ன துவாபர யுகமா? இல்லை திரேதா யுகமா?"

கேள்வியோடு கியர் மாற்றி, திரும்பக் காரை கிளப்ப எத்தனித்தவனை விசாரமாகப் பார்த்தார் கருணாகரன்.

"எந்தக் காலக்கட்டத்துலயும் மனுஷ சக்திகளுக்கும் சவால் விடற சக்திகள் இல்லாம இல்லை தம்பி... இதுவும் அப்படித்தான்! சாபத்துக்கும் பாபத்துக்கும் அர்த்தமில்லேன்னா உலகமே சுடுகாடாயிடும். ஆனா... உங்க முன்னோர்கள் செஞ்ச தப்புக்கு நீங்க பலன் அனுபவிக்கறதை நினைச்சாத்தான் ரொம்ப வருத்தமா இருக்கு."

"அந்தத் தப்பு என்னன்னு யாரும் விவரமா சொல்லவே மாட்டேங்கறீங்களே...?"

"நேரம் வரும்போது விவரமா தெரிஞ்சுப்பீங்க... இது ஒரு தாயோட சாபம் தம்பி. முப்பது வயசுக்குள்ற சாகற கொடுமையோட, உங்க தலைமுறைக்கே ஒரு பெண் குழந்தைகூடப் பிறக்காதுங்கற இன்னொரு விஷயமும் இருக்கே, அப்புறம்... ஒரு முக்கியமான விஷயம் தம்பி!"

"என்ன கார்வார்!"

"நம்ப சமஸ்தான பரம்பரை சாபத்துக்கு அநேகமா இன்னிக்கு ஒரு விடிவு ஏற்படலாம், ஏற்பட்டுட்டா நீங்களும் பயமில்லாம அந்த அர்ச்சனாவையே கல்யாணம் செய்துக்கலாம்!"

"நிஜமாவா! எப்படி கார்வார்?"

"உங்க அண்ணனும் சமஸ்தான மூத்தவாரிசுமான கஜேந்திர ரூபசேகர கோட்டைப்புரத்தாருக்கு இன்னியோட முப்பது வயசு முடியுது. அவருடைய இருபத்தொன்பதாவது வயசுலேருந்தே அவரைக் கண்ணும் கருத்துமா நாம பார்த்துகிட்டு வர்றது உங்களுக்கு தெரிஞ்சிருக்கும்."

எல்லாம் பெரியவர் திருமேனித்தேவர் ஏற்பாடு... அவராலதான் மூத்தவர் இவ்வளவு நாள் உயிர் வாழந்திருக்கார். இன்னிக்கு ஒரே ஒரு நாள் மட்டும் கடந்துட்டா போதும்...

செய்த தானத்துக்கும் பூஜைக்கும் பலன் கிடைச்ச மாதிரிதான். பெரிய ராணியிலேருந்து உங்க அண்ணி வளையாம்பிகை வரை இப்ப எல்லோரும், சமஸ்தானத்துக் குலதெய்வமான வேங்கைப் பொன்னி கோயில்லதான் இருக்காங்க.

கஷ்டமான கடைசி மணி நேரங்களைத் தெய்வ சந்நிதியில் கழிச்சு மரண விடுதலையடைய எல்லாரும் முடிவு செஞ்சிருக்காங்க. சக்தி வாய்ந்தவ வேங்கை பொன்னி! அவ சந்நிதிக்குள் சாபம் வேலை செய்யாதுங்கறது நம்பிக்கை...

சீரான காரோட்டத்துக்கு நடுவில் கார்வார் கருணாகரனின் பேச்சில் உணர்ச்சிவயப்பட்டு லயித்துப்போன விசு, நெற்றி நரம்புகள் புடைப்பேற சற்று வெளி உலகைப் பார்த்தான்.

சாலையோரப் புளியமரங்கள் நழுவிக் கொண்டிருந்தன. அப்பால் உள்ள வயல்வெளிகளில் சில சில செழித்திருந்தன. சில வறண்டு ஆடு மாடுகளை மேய்க்கவிட்டிருந்தன.

"உங்களை நேரா வேங்கைப் பொன்னி கோயிலுக்கே அழைச்சுக்கிட்டு வரத்தான் பெரியராணி என்னையும் டிரைவர் மல்லையாவோட அனுப்பினாங்க. இல்லேன்னா அவன் மட்டும்தான் வந்திருப்பான்!"

திரும்பவும் பேசின கருணாகரனை யோசனையோடு பார்த்தான் விசு. மணிக்கட்டில் கடிகாரம் ஐந்தரை காட்டியது.

ஆமோதிக்கற மாதிரி மேற்கு பக்கம் சூரியன் சரிந்திருந்தான்.

அடர்ந்த மரக்கூட்டத்துக்கு நடுவே நிமிண்டிக்கொண்டு நிற்கும் அந்தப் பழங்காலக் கோபுரம்தான் பறவைகளுக்குப் பிடித்தமான இடம் என்பது அவை கூட்டம் கூட்டமாக இறங்கி, கோபுரச் சுருக்கங்களில் ஒளிவதில் தெரிந்து போயிற்று.

சற்றே பழுப்பேறிய அந்தக் கோபுரக் கலசத்தின் மேல் சூரியனின் ஆரஞ்சு வண்ண நிறம் ரசவாதம் செய்து கொண்டிருந்தது.

கீழே புங்கைமர நிழலில் சமஸ்தானத்துக்கு நூறுகுடிக் கூட்டம்! வயலில் களைத்துப்போன சமஸ்தானத்துக்குப் பாட்டாளி ஜனங்கள் அவர்கள் என்பது அவர்களின் ஆடை அணியிலேயே தெரிந்து போயிற்று. கோயிலைச் சுற்றி நூற்றுக்கணக்கான ஏக்கர் விளைநிலங்களில் ஆங்காங்கே முளைவிட்டு விருட்சமாகிவிட்ட மாமர நிழல்களில் குடிசைபோட்டு, வயலுக்கும் கோயிலுக்கும் காவலாக அவர்கள் காலங்காலமாக ராஜ விசுவாசம் காட்டி வருவது, அவர்கள் கைகட்டி நிற்கும் தோரணையிலேயே புலப்பட்டது. சமஸ்தான வரலாற்றோடு தங்கள் வாழ்க்கையும் இரண்டற கலந்து கிடக்கிறது என்கிற பாவனை அவர்கள் முகத்தில் தேங்கிக்கிடந்தது.

சிறிய சந்நிதிக்கு வெளியே நூறுகால் மண்டபம்.

மையத்தில் தர்பார் வளாகம். அங்கே பட்டு ஜமுக்காளம் விரிக்கப்பட்டிருந்தது. அதில் பெரிய ராணி பாண்டியம்மாளும், இளையராணி திவ்யமங்களமும், எட்டுமாதக் கர்ப்ப வயிற்றோடு விசுவின் அண்ணி வளையாம்பிகையும் அமர்ந்திருந்தனர். கழுத்து வலிக்கும்படியான தங்க நகைகளோடு சோக நபியாகத் தென்பட்டனர். ஒரு நாற்காலியில் விசுவின் அண்ணன் கஜேந்திரன் அமர்ந்து கொண்டிருந்தான்.

சுமாரான மரண பயத்தில் விழி மணிகளை வெளிர்க்கவிட்டிருந்தான். பட்டு வேட்டியும், பட்டுச் சட்டையும் உடுத்திப் புலிநக செயின் அணிந்திருந்தான். அந்த செயினின் கழுத்துப் பரப்பெல்லாம் வியர்வையின் சொதசொதப்பு...

சற்றுத் தள்ளி, அவனைவிட்டு ஒரு விநாடிகூட விலகியிராத டாக்டர் சம்பத்குமார்! வியாதிக்குத்தான் அவர் காவல், வினைக்கு?

நூறுகுடிக் கூட்டத்து வல்லாளன் 'பாண்டிக்குட்டி' நின்று கொண்டிருந்தான். வார்ப்பு இரும்பை உருக்கி, விருப்பத்துக்குப்

பிசைந்து வைத்துக்கொண்ட மாதிரி தோளும் மார்பும் தென்பட, சுண்டு விரலால் மட்டுமே ஒரு சுட்ட செங்கல்லைத் தூக்கி வீச முடிந்த திடம் கொண்டவன் என்பது பார்த்த மாத்திரத்தில் தெரிந்து போயிற்று.

“திருமேனி... என் கஜேந்திரன் என்னைவிட்டுப் போகக்கூடாது! எப்படியாவது நீங்க அவனைக் காப்பாத்தியாகணும்... எதைச் செய்தாவது நீங்க இதைச் சாதிக்கணும், என் சந்ததிகள் நூறுநூறு வருஷம் வாழ்ந்து என் தலைமுறைகள் செழிக்கணும். அந்தச் சாபத்தை நாம் என்னன்னு கேட்டாகணும், நான் அனுதினமும் வணங்கற வேங்கைப் பொன்னி என்னைக் கைவிட மாட்டாள்னு நம்பறேன். பெரிய ஞானியான நீங்கதான் இதைச் சாதிச்சுக் காட்டணும். உங்களால் முடியாததா?”

கஜேந்திரனின் முப்பதாவது பிறந்த நாளின் துவக்கத்தில் பெரியவர் திருமேனித் தேவரை அணுகி, அவனது தாய் திவ்யமங்களம் பேசியதன் எதிரொலிதான் பாண்டிக்குட்டியும், சம்பத்குமாரும் கஜேந்திரனுக்குப் பக்கத் துணையாகிப் போனார்கள். கண் கொத்திப் பாம்புபோல கஜேந்திரனைப் பார்த்துக் கொண்டார்கள். அரண்மனையைவிட்டு எதற்கும் வெளியேறாதபடியும் பார்த்துக் கொண்டார்கள். வெளியேறும் கட்டாயங்களில் துணை போனார்கள்.

உல்லாசங்களுக்காக டி.வி, வீடியோ என்று சகலமும் கஜேந்திரனின் அறைக்குள்ளேயே நுழைந்து சப்தித்தன. அவனுக்கான உணவைக்கூட ஒருவர் சாப்பிட்டுவிட்டுப் பரிசோதித்த பிறகே அவனுக்கு வழங்கப்பட்டது.

அங்கீகரிக்கப்படாத ஒரு ஜனாதிபதிபோல் ஆனான் கஜேந்திரன். வெறுப்பாகத்தான் இருந்தது. இருந்தும் சகித்துக்கொண்டான் உயிர்வாழ விரும்பி.

முப்பது வயதில் மரணமடைந்த தன் முன்னோர்களை ஒரு விநாடி நினைத்துப் பார்த்துக்கொண்டான்.

'ஒருவர் படிகளில் சறுக்கி விழுந்து தலையில் அடிபட்டு உயிர்விட்டார். இன்னொருவர் சாரட்டில் போகும்போது குதிரைக்குத் திமிர் எடுத்ததால் அசுர வேகத்தில் சென்று ஒரு மலைச்சரிவில் விழுந்து சிதைந்து போனார். இதற்கு அடுத்தவர் காரணமில்லாமல் தூக்கு மாட்டிக்கொண்டு தொங்கினார்.

ஒருவர் தலையில் எதிர்பாராமல் மரக்கிளையே முறிந்து விழுந்து மூச்சுக் காற்றுக்கு முற்றுப்புள்ளி வைத்தது. அவருக்கு அடுத்தவருக்கோ எதிர்பாராத மாரடைப்பு!'

எவரும் முப்பது வயசின் கடைசி முந்நூற்று அறுபத்தைந்தாவது நாள் வரை நீடித்து நிற்கவில்லை!

'இதோ...

நான் நீடித்து நின்றுவிட்டேன். இன்னும் சில மணிகள் மட்டுமே! கடந்துவிட்டால் சாப விமோசனம் பெற்ற முதல் வாரிசு நான் மட்டுமே! நாற்காலியில் அமர்ந்து கொண்டிருந்த கஜேந்திரனின் மனத்துக்குள் எண்ணங்கள் பாம்பாய் நெளிந்த அதே துல்லியமான விநாடிகளில் வேங்கைப் பொன்னியின் கருவறை அபிஷேக நீர் வெளியேறும் துவாரம் வழியாக ஒரு முதிர்ந்த கோதுமை நாகம் வெளியே இருந்து உள் நுழைந்து கொண்டிருந்தது.'

❖❖❖

அத்தியாயம் 2

உள்ளே நுழைந்த அந்த நாகம் ஏறத்தாழ ஆறு அடி நீளமிருந்தது. கருவறையின் இருண்ட பின்பரப்பில் நுழைந்து பார்த்துவிட்டு ஒரு அடிக்கு குறையாமல் படத்தை உயர்த்தியபோது வேங்கைப் பொன்னியின் முன் இரண்டு குத்துவிளக்குகள் பத்துச் சுடர்களோடு ஜொலித்துக் கொண்டிருந்தன.

வாய்ப்பிளந்து நிற்கும் ஒரு வேங்கை மேல் அலங்கார பூஷிதையாகச் சம்மணமிட்டு அமர்ந்திருந்தாள் வேங்கைப்பொன்னி.

அவள் முன்பாக வெள்ளித்தட்டில் வெற்றிலை பாக்கு, பூ, பழத்தில் தொடங்கி பட்டுப் பாவாடையில் இருந்து மனோரஞ்சிதமாலை வரை சகலமும் வைக்கப்பட்டிருந்தன. அந்த நாகம் அனைத்தையும் மிரட்சியோடு பார்த்துவிட்டு, அங்கேயே அப்படியே சுருண்டு கொண்டது.

சமஸ்தான மரபுப்படி பச்சைப்பட்டு தலைப்பாகை கட்டி, இடுப்பில் சிவப்புப் பட்டுத் துண்டைச் சுற்றிக் கொண்டுதான் பூஜிக்க வேண்டும்.

தோதான அந்த உடுப்போடு சந்நிதிக்கு வெளியே ஓர் ஓரமாக நின்று கொண்டிருந்தார் பூசாரி பொன்னம்பலம்.

பக்கத்தில் பெரியவர் திருமேனித்தேவர் ஒரு நாற்காலியில் அமர்ந்திருந்தார்.

வயதில், கூடிய விரைவில் சதமடிக்கப் போகிறார். ஆனால் பார்த்தால் எழுபது வயதுதான் மதிக்கலாம்.

சேவற்கோழியின் சிவந்த கொண்டைபோல் தாடைச் சதை மட்டும் சற்று தொங்கிப் போய் அவர் முதுமைக்குக் கட்டியம் பாடிக்கொண்டிருந்தது.

கண்களிலோ எப்போதும் ரத்தகளரிக்குண்டான சிவப்பு, கூர்மையான நாசி.

நெற்றியில் குங்கும வட்டம். ஒரு முற்றுப்புள்ளி அளவு புருவ மையத்தில் மை. திறந்து கிடக்கும் மார்பு. வித்தியாசமாகச் சிவப்பு பட்டு வேட்டியையே கட்டி, ஒரு ராஜ குருவைப்போல தன் இமேஜை நிலைநிறுத்திக் கொண்டிருப்பவர்.

பார்த்தவுடன் கையெடுத்துக் கும்பிடும்படியான மந்திரத் தோற்றம். உற்றுப்பார்த்தால் துளி மிரட்டும் முகமாகவும் அது தென்படும் அதிசயம் வேறு.

வழுக்கை விழுந்த தலையை வருடியபடிதான் அவரால் பேசவே இயலும். கடந்த ஆண்டு வரை தடி ஊன்றாமல் நடந்து திரிந்தவர், சமீபகாலமாக ஒரு கறுத்த வாக்கிங் ஸ்டிக் சகிதம் திரிகிறார்.

தந்தக் கைப்பிடியோடும் வெள்ளிப் பூணோடும் ஜொலிக்கும் அதைப் பெரிய ராணி பாண்டியம்மாள்தான் பரிசாகத் தந்திருந்தாள். அந்த கைப்பிடி தேவர் கைகளில் முன்னும் பின்னும் உருண்டு கொண்டிருந்தது.

அவர் ஆழமாக எதையோ யோசித்துக் கொண்டிருப்பதைச் சொல்லாமல் சொன்னது.

பாண்டியம்மாள் இதைக் கவனித்தாள். மெள்ள எழுந்து தேவர் அருகில் சென்றாள்.

அவள் அருகில் வரவும் கண்ணியமாக எல்லாரும் ஒதுங்கி நின்று கொண்டார்கள்.

"தேவர் எதுபற்றி இவ்வளவு ஆழமா யோசிக்கிறீங்க? நான் தெரிஞ்சுக்கலாமா?" மெல்லிசாகக் கேட்டாள்.

தேவரின் சிரம் வெடுக்கென்று நிமிர்ந்தது. துளி கோபத்தைக் கணிசமான அளவில் காட்டியது. புரிந்துகொண்டாள் பாண்டியம்மாள். நரைத்த தன் கொண்டை முடியைக் கோதியபடி, சரசரக்கும் பட்டை இழுத்து இடுப்போடு இறுக்கியபடி...

"பெரியவங்க நீங்க இப்படிக் கோவமா இருக்கறது நல்லதில்லை. இந்த சமஸ்தானமே உங்க சமஸ்தானம் மாதிரி. ஏதாவது தப்பு நடந்துபோச்சா?"

பாண்டியம்மாளின் நைச்சியமான வினாவின் முன் உலர்ந்த தன் உதடுகளைப் பிரித்தார் தேவர்.

"ஆமா... எங்க இளைய மகாராஜா?"

"யார்... விசுவா?"

உம் கொட்டினார் தேவர்.

"பெங்களூர் வரை போயிருந்தான். இந்நேரம் வந்துகிட்டிருப்பான். ஏர்போர்ட்டுக்கு கார்வாரை அனுப்பியிருக்கேன்."

"யாரைக் கேட்டு இந்த மாதிரி நேரத்துல அவரை வெளியூருக்கெல்லாம் அனுப்பறீங்க.... இங்க நடக்கற பூஜை முக்கியமா... வெளியூர் முக்கியமா?"

"பூஜை பற்றி அவனுக்கு ஒண்ணும் தெரியாது. அதுபற்றி இன்னிக்குத்தானே நீங்க சொன்னீங்க. முன்னயே தெரிஞ்சிருந்தா அவனை நான் அனுப்பியிருக்க மாட்டேன். இப்ப அதனால என்ன? அவன் வந்துடுவான் தேவர்."

தேவர் அரைகுறையாக அமைதி அடைந்தார். மார்பில் லேசான வியர்வைப் பந்தம். துண்டால் துடைத்தபடி ஆசுவாசித்தார்.

"ராணிம்மா... சமஸ்தானத்துல எனக்கு எண்பது வருஷ பரிச்சயம். உங்க நாலு தலைமுறையை நான் பார்த்துட்டேன். எவ்வளவோ நல்லது கெட்டதுகள். ஆனா, எப்பவுமே நான் ரொம்ப உணர்ச்சிவசப்பட்டதில்லை.

ஆனா, இன்னிக்கு அப்படியில்லை. பெரிய ராஜா கஜேந்திர ரூபசேகர கோட்டைப்புரத்தாரைக் கட்டிக் காக்கணுமேங்கிற கவலையும், அந்த சனி பிடிச்ச சாபமும் என்னைப் பாடாபடுத்திக்கிட்டிருக்கு.

ஆத்தா வேங்கைப் பொன்னிதான் ஒரே துணை! அவதான் பெரிய ராஜாவை இவ்வளவு நாள் காப்பாத்தி வந்திருக்கா. இனியும் அவளே காப்பாத்துவா.

ரொம்பவும் முக்கியமான கட்டம் இது. இந்த நேரத்துலகூட இளைய மகாராஜா இல்லேன்னா எப்படி? அதான் கோபம் வந்துடிச்சி. தப்பா எடுக்காதீங்க.

அவர் வந்த பிறகு கூட்டா வழிபடுவோம்.

இந்த அர்த்தராத்திரி கடந்துட்டா பெரிய ராஜாவுக்கு ஒரு குறையும் இல்லை" தள்ளாடியபடி எழுந்து தூண்களுக்கு நடுவே தடியை ஊன்றியபடி நடந்த தேவர், வேங்கைப் பொன்னியின் நேர் எதிரே தொங்கும் மிகப்பெரிய வெண்கலமணி கட்டப்பட்டிருக்கும் இடத்தை எட்டினார்.

அண்ணாந்து மணிச்சங்கிலியைப் பார்த்தார்.

கண்களில் மளமளவென்று ஈரம் தேங்கியது. அது கன்னக்கதுப்பில் அவிழ்ந்த மாலைமணிகளாய் உருண்டது.

"தேவரய்யாகூட அழுவாரா என்ன? கூடியிருந்த நூறுகுடி கூட்டம் சிலாகித்தது. ஆச்சரியத்தில் மோவாயில் கைவைத்து விகசித்தது. கூடவே பெரியவங்க அழுதா அது நல்லதில்லை..." என்று அபிப்பிராயம் சொல்லிக்கொண்டது.

அதுவரை கூட்டத்தில் எங்கோ இருந்த தேவரின் சீடர் தில்லைநாயகம் உடனேயே இதைப் பார்த்து ஓடி வந்தார்.

நாற்காலியில் அமர்ந்த நிலையில் கஜேந்திரன்கூட மருட்சியோடு நிமிர்ந்தான்.

"ஏன் தேவர் அழுவறாரு?" கஜேந்திரன் சற்றுத் தள்ளி நின்று கொண்டிருந்த அக்கௌண்டண்ட் வேணுகோபாலை அழைத்துக் கேட்டான்.

"தெரியலை தம்பி..." என்று பணிவாக உதடு பிதுக்கினார் வேணுகோபால்.

பதிலைத் தேவரே சொல்லத் தொடங்கினார்.

"ராணியம்மா, இதே மணிச்சங்கிலியில்தான் அன்னிக்கு வஞ்சியம்மா பொணமா தொங்கினா!"

"விடிஞ்சா இந்த வேங்கைப் பொன்னிக்கு வருஷாந்திர மாசி பாகத்திருவிழா."

"தொலைவுல இருக்கிற திருச்செந்தூர் முருகனை நடந்தே போய்த் தரிசிச்சுட்டுத் திரும்பற பக்தர்களுக்கு இந்த வேங்கைப் பொன்னியும் ரொம்ப விருப்பமான இஷ்ட தெய்வம். செந்தூர் கடல்ல இருந்து தண்ணியைச் சுமந்துகிட்டு வந்து இவமேல அபிஷேகம் பண்ணிப் பூப்போட்டுத்தான் போவாங்க."

"அப்படி வந்தவங்க முதல்ல பார்த்தது ஆத்தா வேங்கைப் பொன்னியை இல்ல... இங்க பொணமாத் தொங்கின பத்தினி வஞ்சியம்மாவைத்தான்!"

"அவ விட்ட சாபம்தான் இந்த இளமை மரணம்."

"குழந்தை பெத்து முழுசா ஒரு மாசம்கூட ஆகியிராத பச்சை உடம்புக்காரி சாபம்னா சும்மாவா?"

"அவளை இந்த மண்டபத்தில் துரத்தி துரத்தி கற்பழிச்ச இந்த சமஸ்தான ராஜாக்களோட கொழுப்பை நெனைச்சா எனக்கு இப்பக்கூடக் குலை நடுங்குது ராணிம்மா."

"இந்த இடத்துல விழுந்து கும்பிடுங்க."

'அம்மா தாயே... எங்க முன்னோர்க்கள்ல ஒரு சிலர் செய்த தப்புக்கு எங்களைப் பழிவாங்காதே'ன்னு வேண்டிகிட்டு விழுங்க.

"எங்க உங்க மருமக? அவங்களையும் கூப்பிட்டு விழச் சொல்லுங்க. அவங்க வேண்டுதல்லதான் இருக்கு எல்லாமே..."

தேவர் மூலமாகப் பல தடவை இந்த சாபத்தைப் பற்றிக் கேள்விப்பட்டிருந்தும், தேவரின் அன்றைய நீண்ட விளக்கம் பெரிய ராணி பாண்டியம்மாளை ஒரு கலக்குக் கலக்கிவிட்டிருந்தது. பதில் பேசாமல் திரும்பினாள். ஜமுக்காளத்தில் அமர்ந்திருந்த திவ்யமங்களமும், வளையாம்பிகையும் எழுந்திருந்து பாண்டியம்மாளை நோக்கி வர ஆரம்பித்தனர்.

கர்ப்பச் சுமையோடு பெருமூச்சுடன் நடந்து வந்த வளையாம்பிகையின் கண்களில் நீர் திரண்டிருந்தது. அவள் முதலில் தேவர் கால்களில் சிரமப்பட்டு விழுந்தாள்.

"அம்மாம்மா... அந்த மணிக்கிட்ட விழு தாயி" தேவர் ஒதுங்கிக்கொண்டு நகரவும், அவள் அந்த மணி தொங்கும் இடத்தில் கீழே மண்டியிட்டாள்.

திவ்யமங்களமும் பாண்டியம்மாளும்கூட மண்டியிட்டுக் கும்பிட்டார்கள். சுற்றி நிற்கும் கூட்டத்திலிருந்த கிழவன் ஒருவன் இதை வெறியோடு பார்த்தான்.

"நல்லா விழுங்க... நல்லா விழுங்க... ஆயிரம் தடவை விழுந்தாலும் உங்க பாவம் தொலையாது. எங்க சமஸ்தானப் பெண்கள் தலை இந்த வேங்கைப் பொன்னிக்குக்கூட வணங்காதுன்னு வீரம் பேசின ராஜாவோட வாரிசுகளே நல்லா விழுங்க... நல்லா விழுங்க"

மனதுக்குள் உற்சாகமாகக் கொக்கரித்துக் கொண்டான். அப்படியே ஈரம் சொட்டத் தொடங்கிய விழி நனைசலோடு கூட்டத்தைவிட்டு ஒதுங்கி ஒரு மரத்தடியருகே போய் நின்றுகொண்டான்.

"இருசா... நீ ஏன் அழுவறே?" பக்கமாய் ஒரு குரல். திரும்பியபோது சமஸ்தானக் காவலாளி மருது தெரிந்தான்.

"ஜாதியில் ஒசந்தவங்க அந்தக் காலத்துல எது வேணா செய்வாங்க மருது. அப்ப செஞ்சதுக்கு இப்ப அறுக்கறாங்க. அதை நினைச்சேன். கூடவே இதே மண்டப வாசல்ல கொடிமரத்துல கட்டிப்போட்டு என் ஆசை மகனைக் கொன்னாங்களே... அதுவும் ஞாபகத்துல வந்துடிச்சு. அதான் அழுகை தாங்கலே."

இருசனின் விளக்கத்தில் மருதுவின் நெற்றிப்பொட்டில் உஷ்ணம் அலையடித்தது. ஆதரவாகக் கட்டிக்கொண்டான்.

"கவலைப்படாதே... அதான் சாமி கூலி கொடுத்துகிட்டு வருதே... ஆயிரம் சொத்து சுகம் இருந்தும் ஆண்டு அனுபவிக்க

விதி இல்லாம முப்பது வயசுலேயே செத்து விழுந்த இந்த சமஸ்தான வாரிசுங்க. இதை விடவா இவங்களுக்குத் தண்டனை வேணும்?"

மருது கேள்வி கேட்டு முடித்த மறுவிநாடியே குபீரென்று அவர்கள் மேல் வெளிச்ச வெள்ளம் பாய்ந்தது. இருவரும் ஒரு விநாடி நடுங்கி போனார்கள். அதற்குக் காரணமாக விசு ஓட்டிவந்த சமஸ்தானத்து வாக்ஸ்ஹால் அங்கே நுழைந்திருந்தது.

ஹெட்லைட்டை அணைத்துவிட்டு வேகமாக கீழே இறங்கினான் விசு. அவனைப் பார்த்துவிட்டு எல்லாரும் கையெடுத்துக் கும்பிட்டார்கள். சிலர் அளவுக்கதிகமாகவே குழைந்து வளைந்தார்கள்.

ஐம்பதடி தொலைவில் நேர் எதிரில் கருவறைக்குள் மெல்லிய தீப வெளிச்சத்தில் தென்பட்ட வேங்கை பொன்னியைப் பார்த்து மெள்ள தயக்கத்தோடு கன்னத்தில் கைகளை ஒத்தி எடுத்தான் விசு.

"வாடா... ஃப்ளைட் இன்னிக்கு லேட்டா?" கேட்டபடி முன்வந்தாள் திவ்யமங்களம். பதில் பேசாமல் 'உம்' கொட்டியவனைத் தேவர் முறைத்துப் பார்த்தார். விசு அதையும் கவனித்தான்.

"டேய்... தேவர் ரொம்ப கோபமா இருக்காரு. முதல்ல அவர் கால்ல விழுந்து கும்பிடு!" என்றாள் நெருங்கி வந்த பாண்டியம்மாள்.

"அவர் கால்ல நான் எதுக்கு விழணும் பாட்டி?"

விசு இப்படிக் கேட்டது இது முதல் தடவையல்ல... அவனது கல்லூரி வாழ்வின் போக்குதான் அவனை இப்படிக் கேள்வி கேட்க வைப்பதாகப் பாண்டியம்மாளும் பல கட்டங்களில் நினைத்ததுண்டு.

"டேய்... நம்ம சமஸ்தானத்துக்கே அவர் தெய்வம் மாதிரி. உன் வாலிபத் திமிரை இங்கே காட்டாதே. போய் கால்ல விழு.

உங்க அண்ணன் உசுரை, உன் உசுரைக் காப்பாத்தப் போறவரே அவர்தான். அவராலதான் உன் அண்ணன் இந்த நிமிஷம் வரையில் உயிரோட இருக்கான். போடா...”

அண்ணனைப் பற்றித் திவ்யமங்களம் பேசவும், சட்டென்று விசுவின் பார்வை கஜேந்திரன் பக்கம் திரும்பியது. கசங்கின காகிதம்போல் முகத்தை வைத்துக்கொண்டு மரண பந்தயத்தை முற்றிலும் விலக்கியிராதபடி தென்பட்ட கஜேந்திரன், விசுவைப் பார்த்து செயற்கையாகச் சிரித்தான்.

உடனே கஜேந்திரனை நெருங்கினான் விசு. கைகளை வாஞ்சையோடு பிடித்துக்கொண்டான்.

“அண்ணே கவலைப்படாதே... எல்லாம் நல்லபடி நடக்கும். சாபம் பாவம் எல்லாம் கப்ஸா! நீ தைரியமா இரு. உன் உயிர் உன் கையிலதான் இருக்கு...”

விசுவின் பேச்சு டாக்டர் சம்பத்குமாரின் காதுகளிலும் விழுந்தது. அர்த்தபுஷ்டியோடு சிரித்துக்கொண்டார். “என் அபிப்பிராயமும் அதுதான் இளைய மகாராஜா” என்றார்.

திடுமென்று ஊடுருவியது உடுக்கைச் சத்தம். டும்... டும்... டும்... என்று சில விரல்களின் மோதலில் உடுக்கைத் தோல் உக்கிர சத்தம் போட்டது. சத்தத்துக்கு நடுவே பூசாரி பொன்னம்பலம் உடல் நடுங்க வேங்கைப் பொன்னியைப் பார்க்க ஆரம்பித்திருந்தார்.

சந்நிதி வாயிலில் கம்பீரமாகக் கைத்தடி ஊன்றியபடி அங்கே போய் முதல் ஆளாக நின்று கொண்டிருந்தார் திருமேனித்தேவர், தன் காலில் வந்து விசு விழாததில் மனசு பிறாண்டப்பட்ட ஒரு வேதனை கண்களில் ஊஞ்சலாடிக் கொண்டிருந்தது. எதிர் காலத்தில் தனக்கிருக்கும் மகத்துவம் இந்த சமஸ்தானத்தில் போய்விடுமோ என்கிற பயம் நெஞ்சில் விளைய, உடுக்கை சத்தம் அதைக் கலைத்தது.

பூஜை தொடங்கப்போவது எல்லாருக்கும் புரிந்தது.

எல்லாருடைய கவனமும் சந்நிதி வாயிலில் குவிய திவ்யமங்களம், விசுவையும் கஜேந்திரனையும் அழைத்துக்கொண்டு சந்நிதி முன் தேவர் எதிரே போய் நின்றாள்.

சமஸ்தானத்துப் பெரிய தலைக்கட்டுகள் சுற்றி நின்றுகொள்ள... உடுக்கை அடிப்பதை ஒரு கட்டத்தில் நிறுத்திவிட்டுப் பொன்னம்பலம், மனோரஞ்சித மாலை உள்ள வெள்ளித் தட்டைக் கைகளில் எடுத்தபடி தேவர் எதிரே போய் நிற்க... தேவர் அதைக் கைகளில் தொட்டு கண்களில் ஒற்றிக்கொண்டார்.

தேவருக்குப் பின்னால் பக்தியோடும் அவருக்குப் பாதுகாப்பாகவும் நின்று கொண்டிருந்த தில்லைநாயகமும் கண்களில் ஒற்றிக்கொள்ள, தட்டு ஒவ்வொருவரிடமும் சென்றுவிட்டு இறுதியாகக் கஜேந்திரனிடம் வந்தது.

“ராசா, இந்த மாலையைக் கையில் எடுத்து கருவறைக்குள்ளாற ஆத்தாளை வலம் வந்து மாலையை ஆத்தா கழுத்துல போடணும். பிற்பாடு பரிவட்டம் கட்டி மரியாதை செய்து பூசையைத் தொடங்குவோம்.”

பொன்னம்பலம் பேசியதைத் தொடர்ந்து, மாலையைக் கையில் எடுத்தான். கண்களில் ஒற்றியபடி இருண்ட கருவறைக்குள் நுழைந்தான். வேங்கைப் பொன்னியின் திருவுருவச் சிலைக்கு பின்புறம் கருங்கும்மிருட்டு. ஒரே ஒரு நபர் சுற்றிவர தோதாகத் துளி இடம்.

மாலையோடு இந்த இருட்டுக்குள் காலெடுத்து வைத்தான் கஜேந்திர ரூபசேகர கோட்டைப்புரத்தான். அடுத்த அடியில் வழவழப்பாக அங்கே வந்து சுருண்டிருந்த கோதுமை நாகத்தை மிதிக்க... அது சீறிக்கொண்டு நிமிர்ந்தது.

கஜேந்திரனும் மிதிக்கக்கூடாத ஒன்றை மிதித்து விட்டதாகக் கருதி கால்களைப் பரபரப்போடு அசைக்க, சீறிய நாகம் தற்காப்பு உணர்வோடு பற்களை அவன் கால்பரப்பில் மாறி மாறி இறக்கியது.

கஜேந்திரன் ஒன்றும் புரியாமல், வலி தாளாமல் மாலையைக் கீழே போட்டுவிட்டு வெளியே வர முயல, இருட்டில் சுவரில்

மோதியபடி கீழே விழுந்தான். வேங்கைப் பொன்னி திருவுருவமே லேசாய் அதிர்ந்தது.

வெளியே பார்த்துக் கொண்டிருந்தவர்களில் விசு, சிலையின் அதிர்வைப் பார்த்து விதிர்க்க... பூசாரி பொன்னம்பலம் வேகமாகக் கருவறைக்குள் நுழைந்து குத்துவிளக்கை எடுத்துக்கொண்டு பின்பக்கமாய்ச் சென்று பார்த்தார்.

கீழே விழுந்து கிடந்த கஜேந்திரனின் வயிற்றின் மேல் அமர்ந்தபடி விளக்கு வெளிச்சத்தைப் பார்த்து தனது படத்தைத் திருப்பியது அந்தக் கோதுமை நாகம்!

❖❖❖

அத்தியாயம் 3

பாம்பைப் பார்த்த பூசாரி பொன்னம்பலம் குத்து விளக்கை அப்படியே கீழே போட்டுவிட்டுத் திரும்பி ஓடி வந்தார். எல்லாரும் விதிர்க்க, "என்னாச்சு பூசாரி?" திவ்யமங்களம் மூச்சுத்திணறக் கேட்டாள்.

"பாம்பு... பாம்பு... ராசாவைப் பாம்பு கடிச்சிடுச்சு. பாம்பு... பாம்பு..." பொன்னம்பலத்தின் உதடுகளில் தந்திக் கட்டையின் தவிப்பு.

விசு உடனேயே உள்ளே பாய்ந்தான். மீதமிருந்த இன்னொரு குத்துவிளக்கைக் கையிலெடுத்தபடி பின்பக்கம் செல்ல, வெளிச்சத்தில் நாகம் அவனையும் வெறித்தது.

கஜேந்திரனோ வாயில் நுரை தள்ள விறைத்துக் கொண்டிருந்தான். இதற்குள் கருவறைக்குள் தேவரும் நுழைய, தேவரின் கைத்தடி உடனேயே விசுவின் கைக்குச் சென்றது. மங்கலான வெளிச்சத்தில் கைத்தடியை நாகத்தை நோக்கி வீச, மோதவரும் கைத்தடியின் அடிப்பரப்பைச் சீறியவாறு உடம்பால் வளைத்துக்கொண்டு கொத்திக் கடித்தது நாகம்.

வெளியே எல்லாரும் நடுங்கியபடி நிற்க, கஜேந்திரனின் பாதுகாப்புக்காக வந்திருந்த பாண்டிக்குட்டி அனைவரையும் தள்ளியபடி உள்ளே நுழைந்து லாவகமாகப் பாம்பைப் பிடிக்க முயற்சித்தான்.

"ஐயையோ... என் மகனைப் பாம்பு கடிச்சிடுச்சாமே. அம்மா தாயே வேங்கைப் பொன்னி! உனக்கு இரக்கமே கிடையாதா? உன் சந்நிதிக்கு வந்தா மரண பயமில்லாம இருக்கலாம்கற

நம்பிக்கையோட வந்த எங்களை இப்படி ஏமாத்திட்டியே...." அலறத் தொடங்கினாள் திவ்யமங்களம். வளையாம்பிகையோ மயக்கத்துக்குள் வழுக்கத் தொடங்கியிருந்தாள்.

பதட்டத்தில் விசுவின் உடம்பெல்லாம் நடுங்கத் தொடங்கிவிட்டது. இதற்குள் பாண்டிக்குட்டி, பாம்பின் கழுத்தை வளைத்துப் பிடிக்க, அது தன் உடலை அவன் வலக்கரத்தில் வளைத்துக்கொண்டு அவனைப் பார்த்து வெறுப்புடன் சீறியது.

அப்படியே வெளியே வந்தவனைத் தேவர் உட்பட சகலரும் பார்த்து திகைத்தனர்.

ஒரு வழியாகக் கஜேந்திரனைத் தூக்கித் தோளில் போட்டபடி வெளியே வந்தான் விசு. கஜேந்திரன் நீலம் பாரிக்கத் தொடங்கியிருந்தான்.

"டாக்டர்..." அலறினாள் திவ்யமங்களம்.

ஓடி வந்தார் டாக்டர் சம்பத்குமார். குனிந்து கஜேந்திரனின் நாடியைப் பார்த்துவிட்டு, "உடனே அரண்மனைக்குப் போகணும். அங்கதான் என் 'பேக்' இருக்கு." என்றார்.

"கையோட கொண்டு வர்றதுக்கு என்ன?" கத்தினாள் திவ்யமங்களம்.

"கோயிலுக்குப் போகும்போதெல்லாம் எதுக்குன்னு எடுத்திட்டு வரலை ராணி..." நடுங்கும் குரலில் பதில் கூறினார் டாக்டர்.

"டாக்டர், பேசற நேரமா இது? கமான் க்விக்! கார் இருக்கு. கிளம்புவோம் அரண்மனைக்கு..." கத்திவிட்டு ஓடிப்போய் வாக்ஸ்ஹாலைக் கிளப்பினான் விசு.

புழுதிச் சுருட்டலோடு இடவலமாகப் பின்னடைந்து சரியான பாதைக்கு பானட் குலுங்க வந்து நின்ற காருக்குள் வேகவேகமாக உள் ஏறியது கஜேந்திரன் உடல். இதற்குள் ஒருவர் ஓடிவந்து, "ஐயா பாண்டிக்குட்டியையும் அந்தப் பாம்பு கடிச்சிடிச்சு. அவனும் மயக்கமாயிட்டான். அவனையும் கார்ல ஏத்துங்க," என்று சொன்னார் பரபரப்புடன். அது விசுவின் காதில் விழவில்லை.

கியரை மாற்றி ஆக்ஸிலேட்டரை மிதிக்க தொற்றிக்கொண்டார் டாக்டர் சம்பத்குமார்.

சீறியது அந்த வாகனம். அம்பாரமாகப் புழுதி வானம் ஏறியது. வயல்வெளியின் குளிர்ந்த காற்றை மீறி விசுவின் கிருதாவில் வியர்வை நதிமூலமாய்ச் சுரந்து வழிந்தது.

திக்திக்கென்று இதயம் துடிக்க, கஜேந்திரனைப் பார்த்தார் சம்பத்குமார்.

"டாக்டர், நீங்க ஒரு ஃபூல்... உங்களை எங்க அண்ணனுக்குப் பாதுகாப்புக்காகப் போட்டதே முட்டாள்தனம்கற மாதிரி பண்ணிட்டீங்களே..."

காரின் எண்பது கிலோ மீட்டர் வேகத்திலும் குரலில் ரௌத்திரம் காட்டினான் விசு.

"தம்பி, நான் என்ன பண்ணுவேன். பேக்கை எடுத்துக்கிட்டுக் கிளம்பின என்னைத் தில்லைநாயகம்தான் தடுத்தார். ஆத்தாளை விடவா நீங்க பெரிய காவல்? அவ சந்நிதியில் ஒரு பயமும் கிடையாது சும்மா வாங்க'ன்னார்..."

"யாரு... தேவரோட கைத்தடியான தில்லைநாயகமா?"

"அவரேதான்!"

"ஸ்டுப்பிட்... இந்த ஆள் யாரு இதையெல்லாம் சொல்ல... வர வர சமஸ்தானத்துல தடி எடுத்தவன் எல்லாம் தண்டல்காரன் ஆயிட்டான். எல்லாம் எங்க பாட்டி செய்யற வேலை..."

"அப்படிச் சொல்லாதீங்க... அவர் யதார்த்தமாகத்தான் சொன்னார்..."

"எப்படிச் சொன்னாரோ... இப்ப பார்த்தீங்கல்ல... எங்க அண்ணனுக்கு இப்படி ஆகும்னு கண்டோமா?"

"எல்லாம் அந்த சாபத்தோட வேலை தம்பி, விதியை யாரால மாத்த முடியும்?"

சம்பத்குமாரின் கருத்தைக் கேட்ட மாத்திரத்தில் காரை 'ப்ரேக்' அடித்து உலுக்கிக் குலுக்கியபடி நிறுத்தினான் விசு. வேகமாய்ப் பின்பக்கம் திரும்பினான்.

"டாக்டர்... இதையெல்லாம் நீங்களுமா நம்பறீங்க...?" கத்தினான்.

"ஸாரி, இந்தச் சம்பவத்துக்குப் பிறகு என்னால நம்பாம இருக்க முடியலை..."

இறுக்கமாய்ப் பதில் சொன்னவர் கஜேந்திரனை உற்றுப்பார்க்க, சரியாக அந்த விநாடியில் அவன் தலை சட்டென்று வெட்டிக்கொண்டு துவண்டது. உடனேயே நாடியைப் பிடித்து பார்த்த சம்பத்குமார் சோகமாய் நிமிர்ந்தார்.

"தம்பி... ராஜா நம்மளையெல்லாம் விட்டுட்டுப் போயிட்டார்!" என்றார்.

அப்படியே ஸ்டியரிங் மேல் விழுந்தான் விசு.

அது அவனது மனசைப்போலவே அலறத் தொடங்கியது. அந்தச் சத்தம் முன்னும் பின்னும் முந்நூற்று அறுபது கோணத்திலும் முடிந்த மட்டும் பாய்ந்து சென்றது.

அரண்மனை தர்பார் மண்டபத்தில் பட்டு மஞ்சத்தில் நீல ரூபியாக, சடலமாகக் கிடந்தான் கஜேந்திர ரூபசேகர கோட்டைப்புரத்தான்.

சொல்ல முடியாத துயரத்தில் சுற்றிலும் திவ்யமங்களமும், பாண்டியம்மாளும் சரிந்து கிடக்க, வளையாம்பிகையை ஒரு சாதாரண வயதான பெண் கட்டி அணைத்து ஆறுதல் சொல்லிக் கொண்டிருந்தாள். விசு சற்றுத் தள்ளி பளபளப்பான ஒரு தூண் அருகில் நின்று கொண்டிருந்தான். வளையாம்பிகைக்குள் ஒரு பிரளயமே உருவாகி, அவள் உணர்வு நரம்புகளில் அணிவகுப்புச் செய்து கொண்டிருந்தது.

"சித்தி... நான் அப்பவே சொன்னேன்! நமக்கு இந்த அரண்மனை வாழ்க்கையெல்லாம் வேண்டாம். காசு பணம் இன்னிக்கு வரும், நாளைக்குப் போகும். ஆனா ஒரு பெண்ணுக்குத் தாலி அப்படியில்லைன்னுப் படிச்சுச் சொன்னேனே... அப்படி ஆகாதுன்னு நம்பி மோசம் போயிட்டேனே சித்தி... மோசம் போயிட்டேனே..."

வளையாம்பிகையின் அலறல் விசுவின் காதுகளையும் எட்டியது. அப்படியே அதைக் கேட்டு நிலை மரமாகிப் போனான். ஒரு விநாடி வளையாம்பிகை இடத்தில் தன் காதலி அர்ச்சனாவைக் கற்பனை செய்து பார்த்தான்.

"பூத்த பூ மாதிரி இருக்கற அந்தப் பொண்ணு காலத்துக்கும் பொட்டோடும் பூவோடும் வாழவேண்டாமா?" காரில் வரும் சமயம் கார்வார் கருணாகரன் கேட்ட கேள்வி காதோரம் அலைபாய்ந்தது.

இதற்குள் அந்த சித்திக்காரப் பெண் வளையாம்பிகையைச் சமாதானப்படுத்தத் தொடங்கினாள்.

"தேவரய்யா நமக்குத் தெய்வம் மாதிரி... சாபமெல்லாம் சும்மா! இந்த ராசா எப்படியும் சாபத்தை ஜெயிச்சு உசுர் வாழுவாரு! நீங்க கவலைப்படாம பெண் கொடுங்க. யாருக்குக் கிடைக்கும் இந்த சந்தர்ப்பம்'னு சொன்னதுனாலதான் நான் சம்மதிச்சேன். இப்படி ஆகும்னு கண்டேனா? உன்னை இந்த சமஸ்தானத்து ராணியாக்கப் பார்த்து... கடைசியில்... நம்ம கூட்டத்து மனுஷரான வீரநாட்டார்கூட இதை எதிர்பார்த்திருக்க மாட்டாரே... பாவி நான்..." அவளது ஒப்பாரியின் வித்தியாசமான ஆலாபனை விசுவை நெக்கித் தள்ளியது.

தர்பார் மண்டபம் முழுக்க சோகமுகம் தூக்கிய வி.ஐ.பிக்கள். மிகப்பெரிய மிட்டா மிராசுகளிலிருந்து அரசாங்க அதிகாரிகள் வரை குழுமியிருந்தனர்.

கலெக்டர் வந்திருப்பது அவரது டவாலியின் மார்பில் குறுக்காக விழுந்து கிடக்கும் சிவப்புநிற பட்டியிலும் அவரது சிரத்தில் உள்ள டர்பனிலும் தெளிவாகத் தெரிந்தது.

யாரும் எதிர்பாராதபடி சில பத்திரிக்கையாளர்களும் வந்திருந்தனர். தில்லைநாயகம் அவர்களைப் பார்த்துச் சற்று மிரண்டு போனார்.

ஓடிப்போய் சோகமாக அமர்ந்திருக்கும் தேவர் காதுகளில் குசுகுசுத்தார். தேவர் சிரம், வால் மிதிக்கப்பட்ட கருநாகம்போல நிமிர்ந்தது.

அந்தப் பத்திரிகையாளர்களைத் தன் அருகில் அழைத்துவர சொன்னார். வந்தவர்கள் கும்பிட்டார்கள்.

“இவர்தான் தேவர். இந்த சமஸ்தானத்தோட காட் ஃபாதர், ஃபிலாசபர், கைட் எல்லாம்...” தில்லைநாயகம் அறிமுகம் செய்து வைத்தார்.

“தெரியும். கேள்விப்பட்டிருக்கோம்...” என்றார் ஒரு பத்திரிக்கையாளர். ஆச்சரியமாக அவரைப் பார்த்தார் தேவர்.

“என்னைப் பற்றி உங்களுக்கு எப்படித் தெரியும்? எனக்கு விளம்பரம்னாலே பிடிக்காதே...” தேவரின் கேள்விக்கு ஒரு பத்திரிகை நிருபர் கர்வச்சிரிப்போடு பதில் சொன்னார். “இந்த தேசத்து ஜனாதிபதி, பிரதமர், முதல் மந்திரி இவங்களோட அந்தரங்க வாழ்க்கையே எங்களுக்கு அத்துப்படி. இந்த சமஸ்தானம் என்ன, அதை விடவா பெரிய ரகசிய உலகம்?”

அவரது கேள்வியின் அழுத்தம் தில்லைநாயகத்தைப் பிறாண்டியது.

“லுக் மிஸ்டர்! அவங்க பொதுவாழ்க்கைல ஈடுபட்டவங்க. அவங்களைப் பத்தி உங்களுக்குத் தெரிஞ்சிருக்கிறது ஆச்சரியம் இல்லை. ஆனா இந்த சமஸ்தானம் ஒரு தனியார் பிரிவு. நிறைய கட்டுப்பாடுகளும், கலாசார சிறப்புகளும், ஒழுக்கமும் உள்ள இடம். அதனால இதைப் பற்றி உங்களுக்குத் தெரிஞ்சிருக்க நியாயமில்லை...”

பத்திரிகையாளர்கள் ரோஷத்தோடு நிமிர்ந்தார்கள்.

“சார்... இன்வெஸ்டிகேடிவ் ஜர்னலிசம் சக்கைப்போடு போடற காலம் இது. சில அதிசய விஷயங்களை நீங்க என்னதான் மூடி மூடி வெச்சாலும் வெளியத் தெரியாமப் போகாது. இந்த சமஸ்தான வாரிசுகள் முப்பது வயசு வந்துட்டா செத்துடுவாங்கன்னும், அதை யாராலும் தடுக்க முடியாதுன்னும் கேள்விப்பட்டோம். அதேபோல இந்த சமஸ்தான வாரிசுகளுக்குப் பெண் குழந்தையே பிறக்காது. பிறந்தாலும் உடனே இறந்துடும்னும் கேள்விப்பட்டோம்.”

"சந்திரனுக்கு மனுஷன் வர்ற இந்த நாள்லேயும் இந்த மாதிரி நடக்குதுன்னா அதுதான் எங்களுக்குத் தேவையான செய்தி..."

"நீங்க ஒத்துழைச்சா இந்த விஷயத்தைப் பற்றி விரிவா ஆராய்ஞ்சு பெரிய கட்டுரை எழுத நாங்க தயார்."

தில்லைநாயகம் உடனேயே அதைக் கேட்டுச் சிரித்தார்.

"ஸாரி ஜென்டில்மேன். இந்தச் சோகமான நேரத்திலேயும் நான் சிரிக்கிறேனேன்னு நீங்க நினைக்கலாம். இது மனசு நொந்த விரக்திச் சிரிப்பு. உங்களுக்கு ஒத்துழைப்புத் தரமுடியாத நிலையில் நாங்க இருக்கோம். சமஸ்தான விஷயங்கள் எதைப் பற்றியும் யாரும் விவாதிக்கிறதை இந்த சமஸ்தானம் விரும்பலை."

"சமஸ்தானத்து அடுத்த வாரிசா மிஸ்டர் விஸ்வநாத ரூபசேகர கோட்டைப்புரத்தார் இருக்கார். அவருக்கு இப்பத்தான் வயது இருபத்து நாலு ஆகுது. அவருக்குக் கல்யாணமெல்லாம் நடக்கணும். இந்த சேதி வெளியே பரவினா அவருக்கு யாரும் பெண் கொடுக்க முன்வர மாட்டாங்க. அவர் வாழ்க்கை வீணாயிடும்."

"எக்ஸ்கியூஸ் மீ!" நடுவே புகுந்து கத்தரித்தார் ஒரு நிருபர்.

"சொல்லுங்க..." அவர் பக்கம் திரும்பினார் தில்லைநாயகம்.

"எல்லாக் கேள்விகளுக்கும் நீங்களே பதில் சொல்றீங்களே... தேவர் பதில் சொல்லமாட்டாரா? நீங்க யாரு? இந்த சமஸ்தானத்துல உங்க பங்கு என்ன?"

சங்கடமான கேள்வியைக் கேட்டுவிட்ட அந்த நிருபரை வழிசலான புன்னகையோடு வெறித்த தில்லைநாயகம் "நான் தேவருக்கு பி.ஏ. மாதிரி... சமஸ்தானம் வாடகைக்கு விட்டிருக்கிற சொத்துகளோட வாடகைப் பணத்தை வசூல் பண்றதும், வரி கட்றதும் என்னோட இன்னொரு வேலை அறுபது வருஷ பரிச்சயம் எனக்கு!"

தில்லைநாயகத்தின் பதிலைத் தொடர்ந்து தேவர் அவரைப் பின்னுக்கு இழுத்தபடி முன்னுக்கு வந்தார்.

"உங்களுக்கு நான் ஒத்துழைப்பு தரேன்... உங்களுக்கு என்ன தெரியணும்?" கேட்டார்.

"இந்த முப்பது வயசு மரணத்துக்கும், பெண் குழந்தை பிறக்காததுக்கும் எது காரணம்?"

"ஒரு தாயோட சாபம்!"

"சாபமா?" ஒரு நிருபர் கேட்டுவிட்டு இடக்காகச் சிரித்தார்.

"இதைவிட அதிகமாக மத்தவங்க சிரிச்சுட்டாங்க. ஆனா உண்மை அதுதான்..." தேவரிடமிருந்து அழுத்தமான பதில் வந்தது.

"அந்த சாபத்தோட கதையை சொல்லமுடியுமா?" ஒரு நிருபர் குறுக்கே இடைவெட்டினார்.

"அதைச் சொல்ற நேரமா தம்பி இது?" திருப்பிக் கேட்டார்

"சுருக்கமா சொன்னாக்கூடப் போதும். நாங்க செய்தி போட வசதியா இருக்கும்."

"சுருக்கமா இல்லை, விரிவாவே இருக்கு. இதே சமஸ்தான அரண்மனையோட பூஜையறையில் ஒரு மூங்கில் பெட்டிக்குள்ளே ஓலைச்சுவடிகள் இருக்கு...!"

"அதை வெளிய எடுக்கறதுல ஏதாவது சிக்கலுங்களா?"

"ஆமா... இந்த சமஸ்தானத்துல பிறக்கற பெண் வாரிசுதான் அதைத் திறந்து பார்த்து அந்தச் சுவடியை எடுக்கணும். அதுல பரிகாரமும் குறிப்பிடப்பட்டிருக்கும். அந்தப் பரிகாரத்தைச் செய்திட்டா இந்த மரணங்கள் நின்றுவிடும்!"

"மத்தவங்க திறந்து பார்த்து வெளியே எடுத்தா...?"

"திறந்து பார்த்த அன்னிக்கே இறந்து போவாங்க..."

"என்னங்க நீங்க பயங்கர 'பீலா' விடறீங்க?"

கிண்டலாகக் கேள்வி கேட்ட நிருபரை வெறித்தார் தேவர். பின், "அந்த மாதிரி இதுவரையில் நாலு பேர் செத்திருக்காங்க.

உனக்குத் துணிச்சல் இருந்தா நீ திறந்து பார்த்துப் பரிகாரம் என்னன்னு சொல்லு, ரொம்ப உதவியா இருக்கும்" என்றார்.

கேள்வி கேட்ட நிருபரின் தொண்டை வறண்டுபோனது. மெள்ள வாய் திறந்தார்:

"அந்த மூங்கில் பெட்டியை ஒரு போட்டோ எடுத்துக்கலாமா?"

❖❖❖

அத்தியாயம் 4

"அந்த மூங்கில் பெட்டியை கண்ணால் பார்க்கறதுக்கு எங்களுக்கு நாள், கிழமை இருக்கிறப்ப, போட்டோ எடுக்கறேன்'னு சொல்றியேப்பா... உனக்கே நல்லா இருக்கா? கருவறையில் இருக்கிற சுவாமி மாதிரி அந்த மூங்கில் பெட்டி!"

தேவர் பெருமூச்சோடு சொன்னார்.

"இந்த சமஸ்தானத்துக்குப் பெண் வாரிசுதான் அதைத் திறந்து பார்க்கணும்னு சொன்னீங்க... ஆனா, பெண்ணே பிறக்காதுன்னும் சொல்றீங்க... அப்புறம் எப்படிங்க பிரச்சினை தீரும்?"

நிருபர்கள் விடாமல் வளைத்தனர்.

அதுதான் எங்களுக்கும் புரியலை. எப்படீன்னும் தெரியலை. இப்ப நீங்க கொஞ்சம் சும்மா இருக்கீங்களா?" எரிச்சலுடனும் சோக மிகுதியுடனும் பதில் வந்தது தேவரிடம்.

"ஒரே ஒரு கேள்வி..."

"என்ன?"

"இந்த சமஸ்தானத்து அடுத்த வாரிசு அவர்தானா?" விசுவைக் காட்டி ஒருவர் கேட்டார்.

"ஆமா!"

"அவருக்கும் முப்பது வயசுல மரணம் வந்துடுமா?"

தேவர் பதில் சொல்லாமல் தலைகுனிந்தபடி மிகுந்த சோகமானார். தர்பார் மண்டபத்தில் சித்தியின் மேல் சரிந்தபடி எட்டுமாதக் கர்ப்ப வயிற்றோடு அழுது கொண்டிருக்கும் அண்ணி

வளையாம்பிகையை விசு பார்த்தான். நொந்துபோய் நெஞ்சை கையில் பிடித்துக்கொண்டான்.

"எக்ஸ்க்யூஸ் மீ சார்... நீங்கதான் இளைய மகாராஜா விசுவநாத ரூபசேகர கோட்டைப்புரத்தாரா?" துக்கத்தில் நெளிந்தவனை தன் பக்கம் திருப்பினார் ஒரு நிருபர். மௌனமாய் ஆமோதித்தபடி தலையசைத்தவன், "சார்... இது ரொம்ப துக்கமான வேளை. நீங்க செய்தி சேகரிக்கவோ, பேட்டி காணவோ இது நேரமில்லை... சவ அடக்கத்துக்குப் பிறகு, ஒருநாள் வாங்க... மனம்விட்டுப் பேசலாம்..." என்றான்.

அவரும் மறுபேச்சின்றி நகர்ந்து கொண்டார். தொடர்ந்து வந்த தேவருக்கும் அந்தக் கருத்தில் உடன்பாடுபோல் தோன்றியது.

"எல்லோரும் அப்புறமா வாங்க. இப்ப சவ அடக்கம் பற்றி யோசிக்க வேண்டியிருக்கு. சமஸ்தான மரபுப்படி, அது ஒரு பெரிய விஷயம். நிறைய காரியங்கள் இருக்கு" என்றவர் கார்வாரை அழைத்து வரச்சொன்னார்.

பணிவாக வந்து நின்றார் கார்வார்.

"என்ன கருணாகரன்... அடக்கத்துக்கு ஏற்பாடு பண்ணியாச்சா?"

"பண்ணியாச்சு ஐயா... அரண்மனைத் தோட்டத்து முந்தைய அரசு ராஜா ராஜமகேந்திர ரூபசேகர கோட்டைப்புரத்தார் சமாதிக்குப் பக்கத்திலேயே குழிக்கு சொல்லியிருக்கேன். வேலை நடந்துகிட்டிருக்கு. அக்கௌண்டண்ட் ஐயா பத்தாயிரம் ரூபாய்க்குச் சில்லறைக் காசு ஏற்பாடு பண்ணிட்டார். படிக்காசா வீசியெறிய ஒரு பிரச்சனையும் இல்லை. நூறு கூடை உதிரி ரோஜா மதுரை பூ மார்க்கெட்ல இருந்து வந்துகிட்டிருக்கு."

வெட்டியானுக்கு வெள்ளி முறமும், காசு மாலையும்கூடத் தயார். ஆனால் நூத்தியெட்டுப் பிராமணர்களை ஒண்ணாத் திரட்டி அவங்களுக்கு நூத்தியெட்டு பசுக்களைத் தானம் கொடுக்கிற விஷயம் மட்டும் தாமதமாகும்போலத் தெரியுது. தானம் வாங்கிக்கிற பிராமணர்களின் எண்ணிக்கை ரொம்பக் குறைவா இருக்கு..."

கருணாகரனின் பேச்சில் தேவரும் விசுவும் கவனமாய் இருக்க, ஒரு நிருபர் அதைத் தனது நோட்டில் குறிப்பெடுத்துக் கொண்டார்.

விசு அவரை முறைத்தான். அந்த நிருபருக்கு அது புரிந்தது.

"தப்பா எடுத்துக்காதீங்க சார்... ராஜாவோட மரணம் பற்றிய செய்தியைப் போடும்போது, வித்தியாசமான இந்த சவ அடக்கம் பற்றியும் எழுதினா செய்திக்கு நல்ல எஃபெக்ட் இருக்கும். வாசகர்களுக்கும் இது ஒரு புதிய செய்தியாச்சே! இந்த மாதிரி சாங்கியம் சடங்குகள் எல்லாம் பப்ளிக்குக்கு மறந்துகூட போயிருக்கும், படிக்கும்போது பெரிசாவும் புதுசாவும் தெரியும்."

பதிலைச் சொன்னதோடு நில்லாமல் பல கோணங்களில் சடலத்தை போட்டோ எடுத்துக்கொண்டு நகர்ந்தார் நிருபர்.

அன்று மாலை பத்திரிக்கையிலேயே செய்தி வெளியாகியிருந்தது.

'கோட்டைப்புரத்து வீட்டின் மர்மங்கள்!' என்ற தலைப்பில், கேள்விப்பட்ட விஷயங்கள் அனைத்தையும் எழுதி இருந்தார்கள்.

முப்பது வயதுக்குள் மரணமடைந்த சமஸ்தானத்து வாரிசுகளின் படங்களை வரிசையாகப் பிரசுரித்திருந்தார்கள்.

இறுதியாக விசுவின் படத்தை வெளியிட்டு சமஸ்தான சாபத்தின்படி இவருக்கு ஆயுள் இன்னும் ஐந்தரை வருடங்களே! இவராவது சாபத்தை வெல்வாரா? என்று கேள்வி எழுப்பியிருந்தார்கள்.

அந்த மாலைத் தினசரியில் ஒன்று அர்ச்சனா பங்களாவின் ரிசப்ஷன் ஹால் மேஜை மேல் விழுந்தபோது மணி சரியாக ஐந்து.

நடந்தவை எதுவுமே அறியாத அர்ச்சனா அவளது அறைக்குள் விசுவின் டெலிபோன் அழைப்புக்குக் காத்திருந்தாள்.

அவனைச் சந்தித்து இருபத்து நான்கு மணி நேரத்துக்கும் மேலாகிவிட்டது. பல யுகம் ஆனமாதிரி அவள் உணர்வில் சோகம் புரண்டது.

'இதுதான் காதலின் மகத்துவமா?' கேள்வியைக் கேட்டுக்கொண்டு ரசனையோடு சிரித்துக்கொண்டாள்.

விசு, காலேஜில் சேர்ந்த புதிதில் தன்னை ஒரு ராஜ பரம்பரையின் பிரதிநிதியாகக் காட்டிக்கொள்ளாமல் ஒரு சாதாரண மனிதனாக நெடுநாட்கள் வரை நடந்துகொண்டதை அவளையும் அறியாமல் எண்ணிப் பார்த்தாள்.

கல்லூரி விழா ஒன்றில் அவனை முன்னிலை வகிக்கச் செய்து அவனது நீளமான பட்டப்பெயரை பிரின்ஸிபால் சொல்லி அழைத்தபோதுதான் எல்லோருக்குமே தெரிய வந்தது அவன் ஒரு ராஜபரம்பரைப் பிரதிநிதி என்பது!

அன்றைக்கு காதுவரை வாய் பிளந்தவர்கள் பலர்.

"ஹேய் விசு... கோட்டைப்புரம் பேலஸோட இளைய மகாராஜாவா நீ... ஸாரி... நீங்க?"

"உங்க அரண்மனை ரொம்பப் பெரிசாமே... கட்டபொம்மன் வந்து தங்கிப் போயிருக்காராமே...?! ஈஸ் இட்?"

"சுதந்திர போராட்ட காலத்துல தெற்குப் பக்கம் கேம்ப் அடிக்கப்போற வெள்ளைக்கார கலெக்டர்களுக்கும் துரைமார்களுக்கும் கோட்டைப்புரம் பேலஸ்தான் ஃபைவ் ஸ்டார் ஓட்டலாமே!"

சூழ்ந்துகொண்ட நண்பர்கள் தங்களுக்குத் தெரிந்த புரிந்த அளவுக்குக் கேள்விகளைக் கேட்டு விசுவைத் திணறடித்துக் கொண்டிருந்தார்கள்.

இத்தனைக்குமாக விசு சொன்ன பதில் நச்சென்றிருந்தது.

"டியர் ஃப்ரெண்ட்ஸ்! ப்ளீஸ்... என்னை ராஜவம்சம் பிரதிநிதியாகவோ, ஒரு பணக்காரனாகவோ யாரும் பார்க்காதீங்க, நினைக்காதீங்க! நான் உங்களைப்போல ஒருத்தன். அரண்மனை வாழ்க்கைங்கறது ஒரு அலங்காரமான ஜெயில் வாழ்க்கை. நான் அதை நினைச்சுக்கூடப் பார்க்க விரும்பலை!"

தனது காதுகளில் விழுந்த அவன் பதிலில் ஓர் ஆத்மார்த்தமான உண்மையை அர்ச்சனாவால் உணர முடிந்தது. அவள் மனத்தின் ஓர் ஓரத்தில் அவன் நிற்பதற்கு அந்தப் பதிலே முதல் காரணமானது.

அதன்பின் ஓரத்தில் நின்றவனை உள்ளே அழைத்து மையத்தில் அமர்த்தி மதிமயங்கி...

அர்ச்சனாவை அவனுக்கும் மிகப்பிடித்திருந்தது.

கண்ணியமாகப் பழகினார்கள். பல சமயம் இளமை நெருப்பு கன்னத்தில் முத்தச்சூடு போட்டது. அதுவே குளிராக மாறி ஒருவருக்கொருவரைப் போர்வையாக்கியது.

“விசு... இந்தக் காதலைப் பத்தியே ஒரு ஆராய்ச்சி பண்ணலாம். அவ்வளவு சரக்கு இருக்கு இதுக்குள்ளே...”

“அஃப்கோர்ஸ்! அப்படி இல்லேன்னா இந்த விஷயம் என்னிக்கோ பணால் ஆகியிருக்கும். அள்ள அள்ள குறையாத சமுத்திரம் மாதிரி இந்தக் காதல்!”

“ஆனா, அது ஒரு மாதிரி உப்புக்கரிக்காத சர்க்கரைக் கடல், சரிதானே?”

“ஆதாம் ஏவாளில் தொடங்கி அம்பிகாபதி - அமராவதி, ரோமியோ - ஜூலியட்னு சாகாவரம் பெற்ற காரெக்டர்கள்லே நுழைஞ்சு இன்றைய தமிழ் சினிமாகிட்டேயும், எழுத்தாளர்கள்கிட்டேயும் மாட்டிக்கிட்டுத் திருதிருன்னு முழிச்சும் இதுக்கு மவுஸ் குறையலேன்னா சம்திங் இட் ஈஸ் கிரேட் அர்ச்சனா...”

“ஆமாம் விசு... காதல் மனசுக்குள்ள நுழையற ஒரு வசந்தம். மனசுக்குள்ள ஜொலிக்குற வைரம். மனசுக்குள்ள உதிக்கிற பௌர்ணமி.”

‘அப்படி ஆனந்தமாகப் பேசி எத்தனை நாட்கள் ஆகிவிட்டன!’

‘இன்று எப்படியாவது விசுவைச் சந்தித்து அந்தப் பழைய சந்தோஷத்தை அடைந்தாக வேண்டும். நீளமான அவன் சட்டை காலரைக் கடிக்க வேண்டும்... வாரிவிட்ட அவன் சுருட்டைத்

தலைமுடியைக் கலைக்க வேண்டும்... அவனது ஃபுல் ஹேண்ட் ஷர்ட்டை ரயில் இன்ஜின் டிரைவர் சட்டைபோல் சுருட்டி மடித்துவிட வேண்டும்... மீசையை முறுக்கிவிட வேண்டும்! ஐயனார் சாமிபோல் அவன் கழுத்தில் ஏறி உட்கார்ந்துகொள்ள வேண்டும். மேலும் நிறைய நிறைய்ய... டும்... டும்...'

நினைப்போடு ஆஃப் ஸ்கர்ட்டில், ஆலிவ் கலர் ஃபுல் ஸ்லாக்கோடு, ஸ்போர்ட்ஸ்மேன் கான்வாஸோடு, மார்பில் ஊடு பள்ளத்தில் கிச்சு கிச்சு மூட்டும் ஹார்ட்டின் வடிவ லாக்கெட்டோடு ஒரு பந்தயக் குதிரைபோல் படியிறங்கியவள் டெலிபோனை நோக்கி நடந்தாள்.

ஹாலில் டீபாய்மேல் கிடந்த தினசரியைப் படித்துவிட்டு சிலுவையில் அறைபட்ட மாதிரி அமர்ந்திருக்கும் அப்பா காசிநாத்தைக்கூடக் கண்டுகொள்ள முடியாதபடி மனம் விசுவின் நினைப்பால் குதூகல ராஜ்யமாகிவிட்டிருந்தது.

சமஸ்தானத்து டெலிபோன் நம்பரை டைரியில் பிரித்துத் தேடி, ஒரு எஸ்.டீ.டி-க்கான முயற்சியில் மருதாணி மேவிய ஆள்காட்டி விரலை டெலிபோன் எண் வளையத்தில் நுழைந்தபோது காசிநாத்தின் குரல் அதைத் தடுத்தது.

"அர்ச்... யாருக்கு போன் பண்றே?"

"ஹாய் டாட், எப்ப வந்தீங்க? விசுவுக்குதான் பண்றேன்..." உற்சாகமாய் விசாரிப்போடு முகத்தைக்கூட திருப்பாதபடி பதில் வந்தது அர்ச்சனாவிடம்.

"வேண்டாம் வெச்சுடு. இப்ப விசு அங்கே இல்லை..."

சட்டென்று திரும்பினாள் அர்ச்சனா...

"என்ன டாட் சொல்றீங்க... விசு அங்கே இல்லைன்னு உங்களுக்கு எப்படித் தெரியும்?"

"இப்ப அவன் அரண்மனைச் சுடுகாட்டுல இருப்பான். அதுமட்டுமில்ல... கூடிய சீக்கிரம் அதே சுடுகாட்டுல பர்மனெண்ட்டா ஒரு சமாதியாகவும் அவன் இருப்பான்!"

முகத்தை இறுக்கிக்கொண்டு காசிநாத் பேசிய பேச்சில் ஒரு கடூரத்தை உணர்ந்த அர்ச்சனா, டெலிபோனை அப்படியே வைத்துவிட்டுக் காசிநாத்தை நெருங்கவும், அவர் மாலைத் தினசரியைத் தூக்கி அவள் எதிரே விரிக்க... ஒரு பத்து நிமிட வாசிப்புக்குப் பிறகு தன் கண்களில் ஒரு புதிய குற்றாலத்துக்கு இடம் கொடுத்தவளாய் அப்படியே சோபாவில் சரிந்தாள்.

"ஐ ஆம் வெரி ஸாரி டியர்... ஏற்கனவே அந்த சமஸ்தானம் பற்றி நான் இந்த மாதிரி கேள்விப்பட்டிருக்கேன். இப்போ ஆதாரப்பூர்வமா தெரிஞ்சுபோச்சு..."

"இனியும் உன் காதலுக்கு கிரீன் சிக்னல் கொடுக்க என்னால முடியாது. அவனை நீ மறந்துடு!"

அர்ச்சனாவின் காதுகளில் அவர் பேச்சு விழவேயில்லை. செய்தியின் பரிமாணத்தில் நீந்தத் தொடங்கியிருந்தது, அவள் மனசு. 'ஒரு தாயின் சாபமாம்... அதனால் நூல் பிடித்த மாதிரி முப்பது வயதில் இளமை மரணமாம்!' இதெல்லாம் சாத்தியமா?

பெண்களின் கண்ணீருக்கும் வயிற்றெரிச்சலுக்கும் இவ்வளவு சக்தியா?

'பத்தினி சொன்னால் மழை பெய்யும்' என்று வள்ளுவர்கூடச் சொல்லியிருக்கிறார்தான். ஆனால் இன்று எங்கே மழை பெய்கிறது? அப்படியென்றால் நாட்டில் பத்தினிகளே இல்லை என்று பொருளா? இல்லை பாடிய பாட்டுத்தான் பொய்யா?

எதை நம்ப? எதை ஒதுக்க?

குழம்பினவளைச் சோகமாகப் பார்த்துவிட்டு நகர்ந்து கொண்டார் காசிநாத்.

நெடுநேரம் வரை மௌனமாய் உள்ளுக்குள் போராடியவள் மெள்ள நிமிர்ந்தாள். எதிரே வேலைக்காரி வசந்தி தென்பட்டாள்.

"அம்மா..."

"என்ன வசந்தி...?"

"நீங்க கோட்டைப்புரத்து சமஸ்தான சாபத்தைப் பற்றித்தானே நினைச்சுக்கிட்டு இருக்கீங்க...?"

"உனக்கும் தெரியுமா அந்த வீட்டைப் பற்றி..."

"ஓரளவுக்கு... முன்னையெல்லாம் அழுத்தமில்லாமப் பேசிக்குவாங்க... இன்னிக்கு எல்லாரும் வாய்விட்டே பேசிக்கிட்டாங்க... அதுமட்டுமில்லம்மா... நீங்க அந்த சமஸ்தான இளைய மகாராஜாவைக் காதலிக்கறதும் எங்களுக்குத் தெரியும்!"

"யாருடீ சொன்னா?"

"இதை இன்னொருத்தர் வந்து சொல்லணுமா? நீங்க போன் பண்றது, அவரைப் பத்திப் பினாத்தறது எல்லாத்தையும்தான் கேக்கறோமே."

"அதுசரி... நீ இந்த சாபத்தைப் பற்றி என்ன நினைக்கிறே?"

"தீர்மானமா சொல்றேம்மா... எனக்கு இந்த மாதிரி விஷயத்துல எல்லாம் நம்பிக்கையே இல்லை. அதுக்காகப் பத்தினி சாபத்துக்கு சக்தி இல்லேன்னு எல்லாம் சொல்லமாட்டேன். அந்த சக்தி இப்படி நறுக்குன்னு மாயாஜாலப் படத்துல வர்ற மாதிரியெல்லாம் வேலை செய்யாது..."

"வியாதி, வெக்கை, வறுமை, தரித்திரம்னு கொஞ்சம் கொஞ்சமா வேணும்னா போட்டுப் பார்க்கும். இப்படி முப்பது வயசு வரும்னு காத்திருந்து எமனை இழுத்துக்கிட்டு வராது..."

"அப்படி எமனை இழுத்துக்கிட்டு வர்றது சாத்தியம்னா இன்னிக்கு நாட்டுல முக்காவாசிப் பேர் உசுரோட இருக்கமுடியாது..."

"எல்லோருமே ஏதோ ஒரு சந்தர்ப்பத்துல அடுத்தவங்க வயித்தெரிச்சலுக்கும் சாபத்துக்கும் உள்ளாகாம இருக்க முடியாது..."

"இதுதாம்மா என் அபிப்பிராயம்."

அர்ச்சனா உடனே வசந்தியின் கையை எட்டிப் பிடித்தாள்.

"வசந்தி என் மனசுல பால் வார்த்தேடீ..." என்றபடி குதூகலித்துப் போனாள். மறுவிநாடி அப்படியே ஒடிந்து, 'எப்படி நிகழ்கிறது இந்த மரணம்? எதன் பொருட்டு நிகழ்ந்தன இந்த மரணங்கள்?' என கேள்வி முன்மண்டியிட்டாள்.

குழப்பத்தோடு டெலிபோனை நெருங்கியவள் முதலில் விசுவுக்கு ஆறுதலும் தைரியமும் சொல்லவேண்டும் என்கிற முடிவோடு எண்களைச் சுழற்றினாள்.

ஏறத்தாழ நான்கு முறை வளையங்களை விடாமல் சுழற்றி ஆபரேட்டரிடம் சொல்லி... கண்ட சத்தங்களைக் காதுக்குள் வாங்கிக்கொண்ட பின்னால் மறுமுனையில் குரல் கேட்டது.

"திஸ் ஈஸ் ஃப்ரம் கோட்டைப்புரம் சமஸ்தானம் அக்கௌண்டண்ட் ஸ்பீக்கிங்?"

"நீங்க யார் பேசறது?"

"அர்ச்சனா!"

"ப்ளீஸ் வெயிட் சம் டைம். கண்டெலன்ஸ் பாஸ் பண்ணனும்னா நீங்க என்கிட்டயே சொல்லலாம். இளைய மகாராஜா இப்ப ரூம்ல இல்லை..."

"ஸாரி? வெரி பர்சனல்!"

மறுமுனையில் குழலை வைத்துவிட்டு, பேசியவர் விசுவை அழைத்துவரச் சென்றதை இங்கிருந்தே அர்ச்சனாவால் உணர முடிந்தது.

பெருமூச்சோடு அவள் காத்திருந்த அதே விநாடிகளில் திடீரென்று அருகாமையில் சிலர் பேசிக்கொள்வது ரிஸீவர் வழியாகச் சற்று சத்தமாகவே காதில் விழத் தொடங்கியது?

"எதுக்கு என்னை இங்கே இழுத்துக்கிட்டு வந்தே...! இது இளைய மகாராஜா பிரைவேட் ரூம்! பெரிய ராஜாவோட இறுதி சடங்கு இன்னும் சரியா முடியலை. முடிஞ்ச பிறகு வா... நடுவுல வந்து தொந்தரவு பண்ணாதே!"

“இறுதிச் சடங்குக்கும் எனக்குப் பணம் தர்றதுக்கும் என்ன சம்பந்தம்? பிசாத்து ஐம்பதாயிரத்தை எனக்கு விட்டெறியத் தயக்கமா? இதுக்குத்தானா சிலோன்லேருந்து என்னைக் கள்ளத்தோணியில கூட்டிக்கிட்டு வந்தீங்க...”

“நான் விடியும் முன்னே தலைமன்னார் போயாகணும். பேசினபடி சிலோன் ரூபாயா கொடுங்க.”

“சல்லிப்பய மாதிரி நடந்துக்காதய்யா. சாயங்காலமா வா. ஏற்பாடு பண்ணித் தரேன்.”

“மறந்துராதீங்க... பணத்தோட தயாரா இருங்க. புதுப்பாம்பு அது... அதோட நான் பட்டபாடு எனக்குத்தான் தெரியும்...”

“உஸ்ஸ்... இதையெல்லாம் இங்கே பேசாதய்யா. அப்புறம் உயிரோட தலைமன்னார் போகமாட்டே. நீ போயிட்டு பிறகு வா... எனக்கு தர்பார் மண்டபத்துல வேலை இருக்கு” குரல் மெள்ளத் தேய்ந்து முடிந்தது. பேசியவர்கள் டெலிபோன் இருக்குமிடத்தைவிட்டு அதைக் கவனிக்காமலே அகன்றுவிட்டதையும் அர்ச்சனாவால் யூகிக்க முடிந்தது.

அப்படியே விதிர்த்துப்போய் மரம்போல் நின்றாள். மறுமுனையில் இப்போது விசு டெலிபோனை எடுத்திருந்தான்.

“ஹலோ அர்ச்சனா...” கம்மிய அவன் குரலின் அழைப்பில் விருட்டென்று நிமிர்ந்தவள் “யாரு விசுவா?” தீனமாகக் கேட்டாள்.

“ஆமா... என்ன அர்ச்சனா...?”

“பேப்பர் பார்த்தேன் விசு. உங்க அண்ணன் பாம்பு கடிச்சு இறந்துட்டாராமே? என் ஆழ்ந்த அனுதாபங்கள்!”

விசு பதிலேதும் கூறாமல் அவள் குரலின் சோக மிகுதியோடு கலந்தான்.

‘விசு... என்ன பதிலையே காணோம்? அது சாபத்தால் நடந்ததில்லே விசு. பெரிய சதியால நடந்தது...’ அர்ச்சனா முழுவதும் பேச வாய் எடுக்கும்முன் மறுமுனையில் விசு வாய்

திறந்தான்: “ஸாரி அர்ச்சனா... என்னை மறந்துடு... எனக்கும் முப்பது வயசுல மரணம் காத்திருக்கலாம்!” என்ற கையோடு டெலிபோனை முடக்கிவிட்டுத் தர்பார் மண்டபம் நோக்கி நடக்கத் தொடங்கினான்.

❖❖❖

அத்தியாயம் 5

ஒரு வழியாக சவ அடக்கம் முடிந்து, எல்லோரும் திரும்பியிருந்தார்கள். அரண்மனைக்கு வெளியே நுழைவு மண்டபத்தில் ஒரு பித்தளை அண்டா நிறைய சில்லறை காசுகளை நிரப்பிக்கொண்டு அதை அரிசி, பருப்பை அளப்பதுபோல் அளந்து நூறுகுடிக் கூட்டத்து ஏழை பாழைகளுக்குக் கார்வார் கருணாகரன் விநியோகித்து கொண்டிருந்தார்.

அரண்மனைத் தோட்டத்திலோ லாரிகளிலிருந்து நூற்றுக்கணக்கான பசுக்கள் இறங்கிக்கொண்டிருந்தன. அவற்றின் தலையில் நீரை விட்டும், மடியில் சந்தனத்தையும் தடவிக்கொண்டும் இருந்தார் ஒருவர்.

தொலைவில் சிலர் வேடிக்கை பார்த்தபடி நிற்க, தோட்டத்து வேலைக்காரனை கிழவன் இருசன் சோகம் கப்பிய முகத்துடன் நடப்பதைக் கவனித்துக் கொண்டிருந்தான்.

“எலே, என்னடா மசமசன்னு நின்னுக்கிட்டு... போய் வாழைத்தோட்டத்துக்குத் தண்ணி பாய்ச்சுடா” என்று ஒருவர் அதட்டவும் மெள்ளப் பம்மினான்.

“சாமி... எதுக்குங்க இத்தினி பசு மாடுங்க?” செருமியபடி கேட்டான்.

“தானம் கொடுக்கத்தான்”

“இவ்வளவு மாட்டையுமா?”

“இருக்கப்பட்டவங்க கொடுக்கறாங்க. உனக்கு எங்கடா நோவுது?” ராஜாங்க காரியம்னா சும்மாவா?”

“ஏங்க... நம்ம ராசாவைப் பாம்பு கடிச்சுச்சே... காப்பாத்தப் போனானே பாண்டிக்குட்டி... அவன் கதி என்ன ஆச்சுன்னு யாராச்சும் கேட்டீங்களா?”

“என்ன... அவனும் பரலோகம் போய்ச் சேர்ந்துட்டானா? பெரிய மகாராஜா பாரு... அவனைப் பத்தியெல்லாம் விசாரிசிக்க...”

“உசிரு எல்லாருக்கும் பொதுதானுங்களே...”

“டேய், இங்க ஒண்ணும் பட்டிமன்றம் நடக்கலை. நீ போய் வேலையைப் பாரு...”

“ஐயா... காசுத் திமிரோட பேசாதீங்க. இந்தத் திமிராலதான் இந்த சமஸ்தானம் இப்படி சீரழிஞ்சுக்கிட்டு இருக்கு...”

இருசன் முடித்த சமயம் அவன் மேல் நிழல் ஒன்று விழுந்தது. திரும்பியபோது தில்லைநாயகம் நின்று கொண்டிருந்தார்.

“என்ன இருசா தகராறு?” கேலியாகவும் சற்றுக் கோபமாகவும் விசாரிக்கத் தொடங்கினார்.

“ஒண்ணுமில்லீங்க எஜமான்... ராசாவைக் காப்பாத்தப் போனப்ப நம்ப பாண்டிக்குட்டியையும் பாம்பு தீண்டி ரொம்ப ஆபத்தான நிலையில் இருக்கானுங்க. அவன் என்ன ஆனான், ஏது ஆனான்னு யாரும் ஒரு வார்த்தைகூடக் கேக்கலீங்க. அதான் நியாயமான்னு கேட்டேன்...”

“தப்புதான் இருசா... தப்புதான்! அவன் இப்ப எப்படி இருக்கான்?”

“இன்னும் கண்ணு முழிச்சுப் பார்க்கலீங்க. மயக்கமாத்தான் இருக்கான். நாட்டு வைத்தியர் நாதமுனி போராடிக்கிட்டிருக்காங்க.”

“அப்படியா... நான் போய்க் கவனிக்கிறேன். நீ கவலைப்படாதே. நீ இந்த மாடுகளையெல்லாம் வரிசையா ஓட்டிக்கிட்டு நம்ம ராஜாவோட சமாதிக்குப் போ. ஒவ்வொரு மாடும் ராஜா சமாதியைச் சுத்தி வரணும். அதுக்குப் பிறகுதான் இந்த மாடுகளை சமஸ்தான சாங்கியப்படி பிராமணர்களுக்குத்

தானம் கொடுக்கணும். கஷ்டப்பட்டு நம்ம கார்வார் மதுரை, திண்டுக்கல்லுன்னு அலைஞ்சு நூத்தியெட்டுப் பிராமணர்களை அழைச்சிக்கிட்டு வரப்போறார். நீ போய்ச் சட்டுன்னு காரியத்தை முடிச்சுட்டு வா பார்ப்போம்..."

தில்லைநாயகத்தின் பேச்சைத் தொடர்ந்து தோட்டத்து இளைஞர்கள் சிலரின் துணையுடன் மாடுகளை ஒன்று கூட்டி அரண்மனைத் தோட்ட மயானப் பகுதிக்கு அவற்றைத் செலுத்தத் தொடங்கினான் இருசன்.

சில மாடுகளின் கழுத்தில் மணிகள் சப்தித்தன.

கூட்டம் கூட்டமாக அரண்மனையின் பின்புறத்து பொட்டல் பரத்தல் சாலையில் அவை மண் கவளங்களைக் கெல்லி எறிந்து, புழுதியைக் கிளப்பியபடி சாரிசாரியாக அணிவகுக்கத் தொடங்கின. எப்படியோ அதில் ஒரு முரட்டுக்காளை மாடும் கலந்துவிட்டிருந்தது.

ஒன்றன்பின் ஒன்றாக வரும் மாட்டுக்கூட்டத்தை அரண்மனையைச் சுற்றியுள்ள நிலங்களில் பணியாற்றும் சமஸ்தானத்து நூறு குடிக்கூட்டமும், சவ அடக்கத்தில் கலந்துகொள்ள வந்த சுற்று வட்டாரத்து மக்களும் பார்த்து செருமி நிற்க...

ஓரிடத்தில் நின்று கொண்டிருந்த ஒருவன் இதையெல்லாம் ஆச்சரியமாகப் பார்த்துவிட்டுப் பக்கத்தில் நின்று கொண்டிருந்தவனிடம் கேட்டான்: "எதுக்கு இந்த மாடுங்க சமாதியைச் சுத்தி வருது?"

"எல்லாம் சமஸ்தான சம்பிரதாயம்! யாருக்குத் தெரியும்...!"

"சமஸ்தானத்துல யார் செத்தாலும் இப்படித்தானா?"

"ஆமா..."

"அப்ப கூடிய சீக்கிரத்துல இளைய மகாராஜா செத்தாலும் இப்படித்தான் நடக்கும்... அப்படித்தானே?"

“ஏன் அவர் உயிரோட இருக்கறது உனக்குப் பிடிக்கலையா?”

“அதான் முப்பது வயசானா செத்துடுவாரே?”

“பெரியவர் மாதிரி இளையவர் பயந்த மனுஷன் கிடையாது. துணிச்சலான ஆள். காலேஜ்லாம் படிச்சவர்...”

“அதனால சாபம் அவரை விட்டுருமா என்ன? பெரியவருக்குக் கோதுமை நாகம்னா, சின்னவருக்கு ராஜநாகம்...”

“ஏய், நீ என்ன சொல்றே?”

எதிர்க் கேள்விக்குப் பதில் சொல்ல முடியாமல் எதையோ உளறிவிட்ட பாவனையில் நாக்கைச் சொடுக்கியவனைக் கேள்வி கேட்ட நபர் வித்தியாசமாகப் பார்த்தான். திடீரென்று ஒருவர் எதிர்பாராத விதமாகப் பாம்பைப் பற்றிப் பேசியவன் மேல் மோத... கடந்து கொண்டிருக்கும் மாட்டு கூட்டத்தினுள் அவன் காத்திருந்த மாதிரி விழுந்தான்.

மாடுகளின் குளம்புகள் சில அவனின் மார்பைப் பதம் பார்க்க, எப்படியோ அந்தக் கூட்டத்தில் கலந்துவிட்டிருந்த அந்த மூர்க்கமான காளை அவனைக் கடக்கும் முன் தலையை வளைத்துத் தனது கூர்மையான கொம்பை வயிற்றில் செருக, சில விநாடிகளில் எல்லாமே முடிந்துவிட்டது!

சம்பவத்தைப் பார்த்து எல்லோரும் கைகட்டி வாய் பொத்திப் பதறி விதிர் விதிர்க்க, சமஸ்தானத்துக்குள் நுழையும் பிரதான தார்சாலையில் அர்ச்சனாவின் கார் நுழைந்தது!

பிரம்மாண்டமான சமஸ்தான அரண்மனையையும் முகப்பில் திட்டுத்திட்டாகத் தென்பட்ட கூட்டத்தையும் அதில் சிலர் ஒரு குறிப்பிட்ட இடத்தில் பரபரப்பாகச் சூழ்ந்திருப்பதையும் பார்த்து ஆச்சரியப்பட்டபடியே காரை ஓர் ஓரமாக பார்க் செய்தவள், அணிந்திருந்த கூலிங்கிளாஸை ஒரு விநாடி சுழற்றிவிட்டுச் சுற்றிலும் நோட்டம் விட்டாள்.

உதட்டில் ‘பியூட்டிஃபுல்’ என்கிற முணுமுணுப்பு!

மாடமும் சாளரமுமாய் அழகிய வேலைப்பாடுகளும் கம்பீரமாய்க் காட்சிக்குத் தென்பட்டது அரண்மனை! ஓங்கலான உயரம்!

சந்தன நிறம்.

நீலக்கல்லில் நீளநீளமான வாயிற்படிகள், பால்கனிகள்!

சரித்திரக் கதைகளில் படித்த வர்ணனைக்கு இழைந்து வந்தது கோட்டைப்புரத்து சமஸ்தான அரண்மனையின் தோற்றம்.

அதை 'கோட்டைப்புரத்து வீடு' என்று நூறுகுடிக் கூட்டம் உட்பட எல்லோரும் குறிப்பிடுவதில் ஒருவகை வட்டார இயல்பு இருப்பதாகக் கருதிக்கொண்டாள்.

ஊதா கலரில் பிரிண்டட் சில்க் ஸாரி உடுத்தி முழங்கை வரை நீண்டிருக்கும் அவளது ரோஸ் ரவிக்கையில் ஒரு தேவதையின் விலாசம் ஒளிந்திருந்தது.

நறுக்கென்ற மார்பகத் தோற்றத்துக்குப் பதக்கம் சூட்டிய மாதிரி ஒரே ஒரு தங்க ஆலிலை சங்கிலி நீலக்கல்லோடு மார்பக ஊடு பள்ளத்தில் ஊஞ்சல் ஆடியது.

"அரண்மனை வாயில் எது?" விழியின் தேடலில் ஒரு மஞ்சள் உடுப்புப் பணியாள் தென்பட்டான். கலகலப்பில்லாமல், சோகத்தில் எல்லோருமே இருப்பதையும் உணர்ந்தாள்.

"ஏய் மிஸ்டர்..." வளை குலுங்கக் கைதட்டி அழைத்தாள்.

நெருங்கி வந்தான்.

"மிஸ்டர் விசுவை நான் பார்க்கணும். நான் அவரோட கிளாஸ்மேட்!" என்றாள்.

அவன் விழித்தான்.

"என்னப்பா முழிக்கறே...? இந்த அரண்மனையோட இளைய மகாராஜா மிஸ்டர் விசுவைப் பார்க்கணும்னேன்."

அவள் இளைய மகாராஜா என்று பேசவும் அவனுக்குப் புரிந்து போயிற்று. அதே சமயம் யதார்த்தமாய் அந்தப் பக்கம்

வந்த கார்வார் கருணாகரன் அர்ச்சனாவைப் பார்த்துவிட்டுச் சற்று ஆச்சரியப்பட்டு நின்றார்.

“அம்மா நீங்க.... இளைய மகாராஜாவைப் பார்க்க வந்தீங்களா?” தயங்கியபடியே கேட்டார்.

“ஆமாம். அவர் இப்ப எங்கே இருக்காரு?”

“வாங்க அழைச்சுக்கிட்டுப் போறேன்...”

இருவரும் நடந்தார்கள்.

“இது பெரிய அரண்மனையா?”

“இல்லியா பின்னே...? ஆயிரம் வருஷ சரித்திரம்மா இந்தக் கோட்டைப்புரத்துச் சரித்திரம் ஆமா, இளைய மகாராஜா இதையெல்லாம் உங்ககிட்ட சொல்லலையா?”

“அவர் இளைய மகாராஜாங்கறதே எங்களுக்கு பல மாசம் கழிச்சுத்தான் தெரியும். விசு ரொம்ப சிம்பிள்.”

இப்போது இருவரும் அரண்மனை காரிடாரில் நடந்து கொண்டிருந்தார்கள். நாயக்கர் மஹால் தூண்களைப்போல் பருமன் பருமனான தூண்கள் தங்களின் எழுபத்தைந்தடி உயர உச்சத்தில் கலை வேலைப்பாட்டோடு கூரையை தாங்கிக் கொண்டிருந்தன.

தரையில் முகம் பார்க்கும்படியான தூய்மை...!

“இளைய மகாராஜா ரொம்ப வித்தியாசமான ஆள். சமஸ்தானத்தோட இந்தத் தலைமுறையே வித்தியாசமானதுங்க. எல்லாம் திவ்யமங்களத்தம்மா வயித்து ராசி...”

“யார் திவ்யமங்களம்?”

“மகாராணியம்மா. இளைய மகாராஜாவோட அம்மா!”

“அப்பா...?”

“ராமநாத ரூபசேகர கோட்டைப்புரத்தாரைப் பற்றிக் கேக்கறீங்களா?”

“அதான் அவர் பேரா?”

"ஆமாம்மா! பெரிய ராஜா கொஞ்சம் முரட்டுத்தனமான ஆள். நாங்கல்லாம் அவரு எதுக்க நிற்கவே பயப்படுவோம்."

"அவ்வளவு மோசமா?"

"மோசமில்லம்மா. அதிகாரத் தோரணை!"

"அவரும் முப்பது வயசுலேயே இறந்துட்டாரா?"

"ஆமாம்மா! முப்பது வயசு பொறந்து மூணாம் மாசமே இறந்துட்டாரு."

"எப்படி?"

"மாரடைப்புல!"

"முப்பது வயசுல மாரடைப்பா?" அர்ச்சனா ஆச்சரியமாய் வாய் பிளந்த சமயம், கூட்டாகச் சிலர் ஒப்பாரி வைக்கும் சத்தம் காதில் விழுந்தது.

"கூச்சல் இல்லம்மா! ஒப்பாரித் தலைக்கட்டு..."

"அப்படீன்னா?"

"ராசாவோட சாவுக்கு நூறுகுடிக் கூட்டம் சார்பாகத் துக்கம் கேட்டு வந்திருக்காங்க. அவங்க சாங்கியப்படி பதினெட்டுக் கன்னிப் பெண்கள், பதினெட்டுச் சுமங்கலிகள், பதினெட்டு விதவைகள் ஒருவர் கையை ஒருவர் கோர்த்துக்கிட்டு வட்டம் கூட்டி நின்னு ஒப்பாரிச் சிந்து படிப்பாங்க."

"நூறுகுடிக் கூட்டமா?"

"ஆமாம்மா... சமஸ்தானக் கூலிங்க! ஒரு காலத்துல சமஸ்தானத்து ராஜாவால அடிமையா விலைக்கு வாங்கப்பட்டவங்களாம்... இப்ப இருக்கறவங்க அவங்க தலைமுறைங்க. எண்ணி நூறு குடும்பங்க, ஒரு குடும்பம்கூடக் குறையாது, கூடாது!"

"ஆச்சரியமா இருக்கே...!"

"அது மட்டுமில்லம்மா... இந்த சமஸ்தானத்துல மட்டும்தான் அவங்க வேலை செய்வாங்க. வெளியே எங்கேயும் போகமாட்டாங்க.

ஐம்பது வயசு ஆயிட்டா சமஸ்தான எல்லையையே அவங்க தாண்டமாட்டாங்க..."

"என்ன கார்வார்... என்னவெல்லாமோ சொல்றீங்க... நம்ப முடியலையே...?"

"சமஸ்தான விஷயங்கள் சிலதைக் கேட்டா, வாய்விட்டுச் சிரிக்கவே தோணும். ஆனா, அவ்வளவும் உண்மை...!"

"அது சரி, போய்க்கிட்டே இருக்கோமே... எங்கே விசு?"

"அவரைப் பார்வையாளர்கள் தொந்தரவு பண்ணக் கூடாதுங்கறதுக்காகப் பாதுகாப்பா ஒரு தனி இடத்துல வெச்சிருக்கோம். இனி அவரைக் கண்கொத்திப் பாம்பா கவனிச்சுக்கற பெரிய பொறுப்பு எங்களுக்கு இருக்கு. இவராவது இந்த சாபத்தை ஜெயிக்கணும்..." என்று சொல்லிவிட்டு, அர்ச்சனாவை ஏறிட்டார். அவள் முகத்தில் எந்த அதிர்ச்சி முகாந்திரங்களும் இல்லை. அது அவருக்குள் ஒரு குட்டு குட்டிய வேளை, தர்பார் மண்டபக் கூட்டத்தில் ஏக சலசலப்பு. அதைப் பார்த்துவிட்டுக் கருணாகரனும் பரபரப்படைய, எல்லோர் கவனமும் தர்பார் காரிடாரில் குச்சி ஊன்றியபடி நடந்து வரும் வயதான ஒரு மனிதரின் பக்கம் திரும்பியது.

கன்னங்கரேலென்று ஆப்பிரிக்க தேகத்தோடும், சடை பிடித்த தலைமுடியோடும் விகாரத்துக்கும் சாதாரண அழகுக்கும் இடையில் நசுங்கிப் பிதுங்கிய ரகமாய் காவிப்பற்கள் வெளித்தெரிய உள்ளே நுழைந்தவரைப் பார்த்து ஒப்பாரிப் பெண்கள் முதல் அவ்வளவு பேரும் மௌனமாய் வணங்கி நிற்க, அதுவரையில் எங்கோ இருந்த தேவர் அந்த வயதான நபரைக் கையெடுத்துக் கும்பிட்டபடி முன் வந்தார்.

"யாருங்க இவர்?" அர்ச்சனாவின் கேள்விக்கு அவள் பக்கம் திரும்பாமலே பதில் சொன்னார் கார்வார்.

"நூறுகுடிக் கூட்டத்துக் கோடாங்கி வீரநாட்டார்!"

❖ ❖ ❖

அத்தியாயம் 6

அர்ச்சனாவுக்கு நடப்பதெல்லாம் ஆச்சரியமாக இருந்தது.

நூறுகுடிக் கூட்டத்து கோடங்கி வீரநாட்டாரை நெருங்கி அவர் கால்களில் விழுந்து எழுந்திருந்தார் தேவர். விஷயம் திவ்யமங்களத்தையும் பாண்டியம்மாவையும் போய்ச் சேர்ந்திருந்தது.

தள்ளாடியபடி அவர்கள் வீரநாட்டாரை எதிர்கொள்ள வந்து கொண்டிருந்தார்கள். அவர்களும் வீரநாட்டார் காலில் விழுந்து எழுந்தார்கள்!

"என்ன கார்வார் இது அதிசயம்... எல்லோரும் இவர் கால்ல விழறாங்க. இவர் என்ன சாமியாரா இல்லை... எதுலயாவது பெரியவரா?" அர்ச்சனா நிமிண்டினாள்.

"சரியாத்தான் கேட்டீங்க... இவருக்கு என்ன வயசு இருக்கும்னு நினைக்கிறீங்க?" பூடகமாகக் கேட்டார் கார்வார்.

"என்ன, ஒரு எண்பது இருக்குமா?"

"கூட ஒரு இருபத்திநாலு வயசைச் சேர்த்துக்குங்க..."

"என்னது! நூத்திநாலு வயசா!"

"ஆமா... ஆனா உடம்புல துளிகூடத் தள்ளாட்டம் இல்லை பார்த்தீங்களா? அந்தக் காலத்துக் கட்டை! தேவருக்கும் பெரியவர் இந்த சமஸ்தானத்திலேயே இவர்தான்."

"இவர் வாய் திறந்தால் அந்த வேங்கைப் பொன்னியே வந்து பேசறதா நினைப்பாங்க... அருள்வாக்கு சொல்றதுல மனுஷர் நிகரில்லாதவர். அதான் அடிமைக் கூட்டத்தை சேர்ந்தவரா இருந்தபோதிலும் இவருக்கு சமஸ்தானத்தில் இவ்வளவு மதிப்பு..."

கார்வார் சொல்லி வாய் மூடிய சமயம் வீரநாட்டாரை காணவேண்டியதன் பொருட்டு, விசு அழைத்து வரப்பட்டான்.

தொளதொளவென்ற பைஜாமாவில் தலையை வாரக்கூடப் பிரியமில்லாத துக்கத்தோடு வீரநாட்டாரை நோக்கி வந்தவனை அர்ச்சனா பார்த்துவிட்டு உற்சாகமானாள்.

வாய்விட்டு அழைக்கவே ஆயத்தமாகி விட்டாள்.

"அம்மா அவசரப்படாதீங்க..." கார்வார் துல்லியமாக நறுக்கினார்.

"ஏன், கூப்பிட்டா என்ன?"

"அவரை யாரும் பேர் சொல்லிக் கூப்பிடக்கூடாது, நீங்க பேர் சொல்லிக் கூப்பிட்டா எல்லார் கவனமும் உங்க பக்கம் திரும்பும். எனக்குத் தெரிஞ்சவரையில் நீங்களும் அவரும் உயிருக்குயிரா காதலிக்கிற ஜோடிங்க..."

"அது இந்த சமஸ்தானத்துக்குத் தெரியாது. பிறகு தெரிய வரும். கதையே கெட்டுடும், வேணும்னா பக்கத்துல போய் அவர் கவனத்தை உங்கப் பக்கம் திருப்பப் பாருங்க..."

அர்ச்சனாவுக்கு அந்த யோசனை ஓரளவு பிடித்திருந்தது. மெள்ள விசுவையும் வீரநாட்டாரையும் நோக்கி நடந்தாள்.

துக்கத்தோடு ஒரு சிலைபோல் வந்து நிற்கும் விசுவைத் தீர்க்கமாகப் பார்த்துக் கொண்டிருந்தார் வீரநாட்டார்.

எப்படித் துக்கம் கேட்பது என்கிற உணர்வில் சிக்கல் ஏற்பட்ட மாதிரி வருத்தமாக முகம் காட்டினார். பக்கமாகப் பாண்டியம்மாளும் திவ்யமங்களமும் நின்று கொண்டிருந்தனர்.

"தம்பி கவலைப்படாதே... உனக்கு ஒண்ணும் ஆகாது!" வீரநாட்டார் பேச்சைத் துவக்கினார்.

அர்ச்சனா சரியாக அப்போது பார்த்து விசுவின் அருகில் போய் நின்றாள்.

அர்ச்சனாவைப் பார்த்துவிட்டுச் சற்று திடுக்கிட்டுப் போனான் விசு. அவன் முகத்துச் சதைக்கூட்டத்தில், நரம்புகள் வழியாகப்

பதட்டம் பல்லாங்குழி ஆடியது. சுதாரிக்க மிகுந்த சிரமமாக இருந்தது.

இதற்குள் வீரநாட்டார் அதை வேறுவிதமாகப் புரிந்து கொண்டிருந்தார்.

"ரொம்பப் பயப்படறேனு நினைக்கிறேன். ஆத்தா சந்நிதிக்குள்ளேயே நிகழ்ந்த முதல் மரணம் இதுதான். அவளுக்குச் சரியான பூஜை இல்லை, விழா இல்லை. அதான் தன் கோபத்தை இப்படிக் காட்டிட்டா..."

"கவலைப்படாதே... உன்வரையில ஒண்ணும் வராதபடி நான் பார்த்துக்கறேன். என் பூஜையும் பிரார்த்தனையும் வீண் போகாது. நீ ஒரு பெரிய தப்பு பண்ணிக்கிட்டு வர்ற... அதை மட்டும் திருத்திக்க..."

"சமஸ்தானப் பெருமைக்குக் குந்தகமாக நீ நடந்துக்கக் கூடாது. நம் சமஸ்தானத்துல இதுவரை யாரும் அப்படி நடந்துக்கலை... உனக்கு ஆத்தா பேர்ல நம்பிக்கை அவ்வளவா இல்லை... அது வரணும்!" பொடி வைத்து மிகப்பூடகமாகப் பேசினவரை வெடுக்கென்று ஏறெடுத்துப் பார்த்தான் விசு.

"எனக்கு எப்படித் தெரியும்னு பாக்கறியா? இது மட்டுமில்ல உன் நிழல்ல நின்னேன்னா நீ என்னென்ன செஞ்சே... செய்வேங்கறதை நூல்பிடிச்ச மாதிரி சொல்லிடுவேன். எல்லாம் வேங்கைப் பொன்னி அருள்"

"அது என்ன தப்பு வீரநாட்டாரே?" வேகமாகவும் பதட்டத்துடனும் கேட்டபடி முன்வந்தாள் பாண்டியம்மாள்.

வீரநாட்டார் இதழில் லேசான புன்னகை.

"வீரநாட்டாரே... என்ன தப்பு பண்ணினான் விசு?" இந்த முறை திவ்யமங்களத்தின் உதடுகளில் காட்டமாக கேள்வி விளைந்தது.

"ஒண்ணுமில்லை எல்லாம் பருவ வயசுல கடவுள் நம்பிக்கையில்லாம எல்லாரும் பண்ற தப்புதான்! அதை நான்

பெரிசுபடுத்த விரும்பலை. வர்ற பௌர்ணமிக்கு ராணியம்மாவும் தேவரும் என்னை வந்து பாருங்க. விவரமா சொல்றேன்..." என்ற வீரநாடார் உடனேயே திரும்பி நடக்கத் தொடங்கினார். எல்லோர் முகமும் உடனேயே இறுகிப்போனது ஏற்கெனவே துக்கத்திலிருந்தவர்கள் தங்கள் துக்கத்தின் மேல் மற்றொரு துக்கம் துணை சேர வந்த மாதிரி கறுத்துப் போனார்கள்.

"தேவரய்யா... வீரநாட்டார் என்ன சொல்றாரு?" பாண்டியம்மாள், தேவரை நெருங்கி முணுமுணுப்பாகக் கேட்க, தேவரின் வறண்ட உதடு ஒரு தினுசாகப் பிதுங்கி வழிந்து "எனக்குத் தெரியாது" என்று சொல்ல வர, விசு அர்ச்சனாவிடம் பேசத் தொடங்கியிருந்தான்.

"என்ன அர்ச்சனா இது... எப்படி இவ்வளவு தூரம் வந்தே? என் நிலைமை புரியாம வந்து நிக்கறியே..."

"எல்லாம் வரவேண்டிய சரியான நேரத்துக்குத்தான் வந்திருக்கேன்..."

"ஸ்டுப்பிட்... முதல்ல இடத்தைக் காலி பண்ணு?"

"நான் உங்க உயிர் மாதிரி! முதல்முதலா உங்க சமஸ்தானத்துக்கு வந்திருக்கற என்னை இப்படி விரட்டறீங்களே..."

"விரட்டலை அர்ச்சனா. நீயாவது நல்லா இருக்கணும்னு நான் விரும்பறேன். அதான்... தயவுசெய்து என்னை மறந்துடு."

"முடியாது!"

"அர்ச்சனா ப்ளீஸ், நான் ஒரு அல்பாயுசு!"

"உங்களுக்கு நூறு வயசு!"

"போறும் அர்ச்சனா! என் அண்ணனைப் பார்த்து எல்லாரும் இப்படித்தான் சொன்னாங்க. நானும் சாபமாவது பாவமாவதுன்னு விளையாட்டா நினைச்சேன். ஆனா அது எவ்வளவு பெரிய உண்மைங்கறது இப்ப தெரிஞ்சுபோச்சு..."

"எனக்கும் அந்த உண்மை தெரிஞ்சுபோச்சு விசு. அதனாலதான் உங்களுக்கு நூறுவயசுன்னு சொல்றேன்..."

அர்ச்சனா உறுதிப்படப் பேசுவதில் விசு லேசாகத் திகைத்த வேளையில், பெரியராணி பாண்டியம்மாள் விசுவை நோக்கி நெருங்கி வரத் தொடங்கியிருந்தாள். விசு அதைக் கவனித்துவிட்டுப் பதட்டப்பட்டான்.

"அர்ச்சனா... பாட்டி வர்றாங்க. உன்னைப் பத்தி கேட்டா என்ன சொல்ல?"

"கிளாஸ்மேட்டுன்னு உண்மையைச் சொல்லுங்க."

"ஊஹூம் வேண்டாம் டெகரேட்டர் கம் ஆர்க்கிடெக்டர்னு சொல்லி வைக்கிறேன். நீயும் சமாளிச்சுக்க..."

இதற்குள் பாண்டியம்மாள் நெருங்கிவிட்டாள்.

அர்ச்சனாவை ஒரு தினுசாகப் பார்த்தபடி, "விசு, இப்படி நாலுபேர் பார்க்க இனி நீ பழைய மாதிரியெல்லாம் பேசிக்கிட்டிருக்கக் கூடாது. ஆமா... யார் இந்தப் பொண்ணு?" என்று கேட்டாள்.

"எனக்குத் தெரிஞ்ச டெகரேட்டர் பாட்டி. ஜெய்ப்பூர் அரண்மனை, டெல்லி ராஷ்டிரபதிபவன், அப்புறம் பெரிய கோடீஸ்வரங்க பங்களான்னு பல இடங்கள்ல சுவர் அலங்காரமும், புதுமாதிரி ஆர்க்கிடெக்ட் வேலையெல்லாம் செஞ்சிருக்காங்க..."

"ஏன் இப்படி நிக்கவெச்சுப் பேசிக்கிட்டிருக்கே? ரிசப்ஷன் ரூம்ல போய்ப் பேசவேண்டியதுதானே... சரி இப்ப எதுக்கு வந்திருக்காங்க?"

"பேப்பர் நியூஸ் பார்த்துட்டு துக்கம் விசாரிக்க"

"விஷயம் பேப்பர்வரை போயிடுச்சா? தேவர்...?" உடனேயே அலறியபடி திரும்பினாள் பாண்டியம்மாள்.

தேவருடன் அரசாங்க உயர் அதிகாரி ஒருவர் பேசிக் கொண்டிருந்தார். சமஸ்தான நலனில் தனக்கிருக்கும் அக்கறை பற்றிப் பெரிசாகப் பிரஸ்தாபித்துக் கொண்டிருந்தார். சமஸ்தானத்து நெல்லும், கடலையும் மூட்டை மூட்டையாக அவர் வீட்டுக்கு அன்பாக அனுப்பப்படுவதன் எதிரொலியும்கூட!

அவர் சோக சமுத்திரத்தில் மூழ்கிய சமயம் பாண்டியம்மாள் அவரை நெருங்கி நின்றாள். அந்த அதிகாரியும் உடம்பை எட்டு மடிப்பாக்கி, பாண்டியம்மாள் முன் வணங்கி நிமிர, தேவர் பார்வை 'என்ன?' என்று கேட்டது.

"தேவர்... உங்ககூடக் கொஞ்சம் தனியா..." பாண்டியம்மாளின் பேச்சைத் தொடர்ந்து நாகரிகமாக அந்த அதிகாரி நகர்ந்துகொள்ள...

"ஆமா, விஷயம் பேப்பர் வரை போயிடுச்சாமே... நிஜமா?" தேவர் தலை அசைந்து ஆமோதித்தது.

"எப்படிப் போகவிட்டீங்க?"

"யாரும் போகவிடலை ராணி, எல்லாம் தானா நடந்திடுச்சு..."

"தானா எப்படி நடக்கும்?"

"காலம் அப்படிப்பட்ட காலம் பிரதம மந்திரியைப் பத்தியே பயமில்லாம எழுதறாங்க. நம்ம சமஸ்தான விஷயம் அதைவிடப் பெரிசா என்ன?"

"காசைக் கொடுத்தாவது எழுதவிடாம பண்ணியிருக்கலாமே... விசுவுக்குக் கல்யாணம் பண்ணனும்னா இனி யார் பெண் கொடுப்பாங்க...?"

"வறட்டுத்தனமான பயம் உங்க பயம். முழுக்க நனைஞ்ச மாதிரி நம்ம நிலை. முக்காடு எதுக்கு? மலையைப் போர்வை போட்டு மூட முடியாது ராணி. எழுதறவங்க எழுதட்டும். நடக்கறதுதான் நடக்கும். இதுக்கு முந்தி இதனால யாரோட கல்யாணம் நின்றுபோனது? நான் இருக்கும்போது உங்களுக்கு என்ன கவலை?"

பாண்டியம்மாள் அதைக் கேட்டு ஒப்புக்கொள்ள முடியாத குழப்பத்தில் வீழ்ந்தாள்.

விசுவோ அர்ச்சனாவோடு தனி அறையில் பேசிக் கொண்டிருந்தான்.

"அர்ச்சனா... எப்படியோ இந்த முதல் கட்டத்தை அதை இதைச் சொல்லி சமாளிச்சுட்டேன். நீயும் நானும் இனிமேலும்

பேசிக்கிட்டிருந்தா அது நல்லா இல்லை. 'சாவு விழுந்த வீட்டுல அப்படி என்ன பேச்சு? எப்படித் துக்கத்துல இவங்களால பேச முடியுது?'னு பேச்சு வளரும். நீ கிளம்பு..."

அர்ச்சனாவுக்கு நிஜமாகவே இந்த முறை கோபம் வந்தது. விழிகளில் விரிந்து வழிந்து முகமெங்கும் சிவப்பாய்ப் பரவியது.

"விசு.... நீங்க இவ்வளவு பெரிய கோழையா இருப்பீங்கன்னு நினைக்கவேயில்லை. எந்தப் பொண்ணும் கல்யாணத்துக்குப் பிறகு பூவும் பொட்டுமா வாழ்ந்து சாகத்தான் விரும்புவா. இப்படி பிரச்சினைக்குரிய நிலையை விரும்பமாட்டா. இருந்தும் பதட்டப்படாம நான் இப்படிப் பேசறேன்னா அதுக்குக் காரணமில்லாம இல்லை. நான் சொல்றதைக் கொஞ்சம் கேக்கறீங்களா?"

ஏர்பிரேக் போட்ட மாதிரி விசுவை நிலைப்படுத்தி, சுற்றும் முற்றும் பார்த்துவிட்டு முகத்தை மிக இயல்பான நிலைக்குத்திருப்பிக் கொண்டு, டெலிபோனில் தன் காதில் விழுந்த விஷயத்தை அர்ச்சனா சொல்லவும், விசு அப்படியே கல்லாகிப் போனான்.

பல விநாடிகள் அவன் உடம்பின் ரத்த ஓட்டத்திலேயே டிராஃபிக்ஜாம் ஆன மாதிரி ஒரு ஸ்தம்பிப்பு.

காலுக்குக் கீழே நிலப்பரப்பு மந்திரம் போட்ட மாதிரி மறைந்து நழுவ, அந்தரத்தில் பிடிப்பின்றி நிற்கிற மாதிரி ஒரு பரபரப்பு.

"விசு... ஏய் விசு..." அர்ச்சனா, விசுவை சகஜ நிலைக்குத் திருப்ப ரொம்ப சிரமப்பட்டாள். மெள்ள மீண்டவன் அவளையே சில விநாடி வெறித்தான்.

அவன் இதயத்தின் இறுகிய பிடிப்பு சட்டென்று தளர்ந்து ஒரு இயல்புக்குத் திரும்பின மாதிரி மூச்சுக் காற்றில் ஒரு துளி குளுமை. அதே சமயம் துளி அவ நம்பிக்கை.

"அர்ச்சனா... நீ சொல்றது நிஜமா? இதெல்லாம் மனுஷ சதியா? இல்லை என்னை சைக்காலஜிகலா சரிப்படுத்தறதுக்காக

இப்படிப் பொய் சொல்றியா? ப்ளீஸ் அர்ச்சனா, உண்மையைச் சொல்!"

"உங்க மேல சத்தியமா சொல்றேன்... நான் சொல்றது நிஜம். காதுல விழுந்த டெலிபோன் டாக் சத்தியமா உண்மை!"

"மை காட்...!" முத்துமுத்தாய் முகம் வியர்க்க, நெற்றியில் கைவைத்து ஆசுவாசித்த அதே விநாடியில் பரபரப்பாய்ச் சிலர் அங்கே நுழைந்தனர்.

யதார்த்தமாகக் கடந்து சென்ற ஒரு பணியாளை நிறுத்திய விசு, "என்னப்பா விஷயம்?" என்று கேட்க, வாயைத் திறந்தான் அவன்:

"தானம் கொடுக்க வாங்கின பசு மாடுங்கள்ல ஒண்ணு ஒருத்தரை முட்டிக் கொன்னுடுச்சுங்க. உடம்பு வெளியே கிடக்குது. அதான் இப்ப என்ன பண்றதுன்னு பேசிக்கிட்டிருக்காங்க... போலீஸுக்கும் தகவல் போயிருக்கு..."

"கொன்னுடுச்சா? செத்தது யார்?"

"சரியா தெரியலை... இறந்தவன் சட்டை பாக்கெட்ல சிலோன் ரூபா நோட்டுக்களும், சிலோன் பாஷையில் ஏதோ எழுதின ஒரு காகிதமும் இருந்ததா பேசிக்கறாங்க..."

பணியாள் நகர்ந்துகொள்ள, விசு "ப்ச்..." என்று உதடு சுழிக்க, அர்ச்சனா மட்டும் எதையோ கண்டுபிடித்துவிட்டவள்போல் விரலைச் சொடுக்கினாள்.

"விசு... ஒரு நிமிஷம்..." என்றபடி வெளியேறத் தொடங்கினாள்.

அழகான கோட்டைப்புரத்து அரண்மனைக்குத் தெற்குப் பக்கமாய் தோட்டத்துக்குச் செல்லும் நீண்ட வளைவில்லாத மண்சாலையில் நூறுகுடிக் கூட்டத்தின் திரண்ட மனித வளையத்துக்கு நடுவே ரத்த சகதியாகக் கிடந்தான் அவன்.

எட்டிப் பார்த்த அர்ச்சனா அவனை ஊன்றிப் பார்த்தபோது, வலது கையில் மணிக்கட்டுக்கு மேல் முழங்கை மூட்டு வரை

ஒரு பாம்பு நெளிகின்ற உருவம் பச்சை குத்தப்பட்டிருந்தது. தலைமாட்டில் கலவரத்தோடு மாடுகளை விரட்டிவந்த இருசன் நின்று கொண்டிருந்தான்.

“அரண்மனைக்குள்ள யார் யாரோ வர ஆரம்பிச்சுட்டாங்க. செத்தவன் யாரு, என்ன ஏதுன்னே தெரியலை. முன்னெல்லாம் புதுசா ஒரு ஆள் இந்த சமஸ்தான வேலி தாண்ட முடியாது. இப்ப பாரு... என்னவெல்லாமோ நடக்குது. நேத்து ஒரு சாவு. இன்னிக்கு ஒரு சாவு. நாளை யாரோ?” கூட்டத்தில் ஒருவர் அலுத்துக்கொள்ள, ஒரு தீர்மானத்தோடு திரும்பினாள் அர்ச்சனா.

ஆழ்ந்த யோசனையோடு மெள்ள நடந்தாள்.

தொலைவில் அரண்மனையின் தெற்கு மாடத்தில் நின்றபடி சிறிய டெலஸ்கோப் வழியாக அர்ச்சனாவையே ஒருவன் பார்க்கத் தொடங்கியிருந்தான். எல்லோரும் சாதாரணமாகப் பார்த்து உதட்டைச் சுழித்து இயல்பாக வருந்திக் கொண்டிருக்க, அர்ச்சனா மட்டும் ஆழமாகச் சிந்தித்தபடி நடப்பதில் அவளுக்குள் பூச்சி பறக்கத் தொடங்கியது!

❖ ❖ ❖

அத்தியாயம் 7

டெலஸ்கோப்பை உடனேயே முடக்கிவிட்டு அங்கிருந்து நழுவினான் அவன். அர்ச்சனா முகத்தில் சிந்தனைப் புறா சிறகு விரித்திருந்தது. கவலையோடு நகத்தைக் கடிக்கத் தொடங்கினாள்.

போன மாதத்தில் இதே தேதியில் தானும் விசுவும் முதுகோடு முதுகு உரச அமர்ந்துகொண்டு கல்யாணக் கனவு கண்டதை மூளை விவஸ்தையில்லாமல் ஞாபகப்படுத்தியது.

ஹனிமூனுக்காக வித்தியாசமாய் ரஷ்யா பக்கம் போய் வரவேண்டும் என்ற நினைப்பின்மேல் அமில மழையே பெய்யத் தொடங்கிவிட்டதாக உணர்ந்தவள், நிமிர்ந்து அரண்மனையைப் பார்த்தாள். மேல் பார்வைக்குப் பிரம்மாண்டமான அழகாக, அற்புதமாக எல்லாமுமாகத் தென்பட்ட அது, உள்மனசில் கோரமான வடிவம் காட்டி மிரட்டத் தொடங்கியது.

வாழ்க்கைப் பாதையில் தனது கல்யாண சந்தோஷம் அந்த மிரட்டலுக்குப் பின்னே போய் நின்று கொண்டுவிட்ட மாதிரிபட்டது. ஓர் அசாதாரண மர்மம் அந்த அரண்மனை முழுக்க வியாபித்துக் கிடக்கிற மாதிரி தோன்றியது.

ஆனால், அதை மர்மம் என்று முதன்முதலாக உணர்ந்த ஒரே உயிர்தான் மட்டுமே என்பதை எண்ணியபோது இறுமாப்பும் பயமும் கலந்த ஓர் உணர்வு தொண்டைக்குழியில் தடுக்கியது.

‘இது ஒதுங்கிக் கொள்கிற மாதிரியான சவாலா? இல்லை சந்தித்து மார்பைப் பிளக்க வேண்டிய சவாலா?’ நுணுக்கத்தோடு புத்தி ஆராய்ச்சி செய்தது.

'மாடு முட்டி இறந்து கிடப்பவன் டெலிபோன் வழியாகக் கேட்ட ஒரு குரலுக்குச் சொந்தக்காரன் என்பதில் சந்தேகமே இல்லை!' மூளைச் செல்லில் ஒன்று, உத்தரவாதமளித்தது. ஆழ்ந்த யோசனையோடு நடக்கும் அவள் நடையிலோ பதட்டமில்லாத நிதானம்.

"அம்மா..." அழைத்தான் ஒரு பணியாள்.

ஏறிட்டவளை, "இளைய மகாராஜா உங்களை அவர் இடத்துக்கு வரச்சொன்னார்" என்று சொல்லி நின்றான்.

அவனுடன் நடந்தாள்.

அரண்மனையின் முதல்படியே அவளைக் கேலியாகப் பார்ப்பது மாதிரி தோன்றியது.

விசுவின் முகம் உடனேயே உள்ளுக்குள் விஸ்வரூபமெடுத்தது. அவள் மனசுக்குள் உற்சாகத்தை தூண்டுபவனாகவே இது நாள்வரை திகழ்ந்தவன் முதல் தடவையாக சோகத்தோடு தென்பட்டான். யாரோ ஒருவர் அவனது முப்பது வயதை எதிர்நோக்கிக் கத்தியோடு காத்துக் கிடப்பதாகப் பிரமை தட்டியது.

'ஐயோ விசு...' மனது பதறியது.

'முப்பது வயது என்பது என்ன கணக்கு?' கேள்வி பிறாண்டியது.

இதற்குள் விசுவின் இருப்பிடம் வந்துவிட்டது. விசாலமான வட்ட வடிவ அறையில் வெல்வெட்டால் வேயப்பட்ட பெரிய சோபாவின் ஓர் ஓரத்தில் பிரமை பிடித்திருந்த மாதிரி உட்கார்ந்திருந்தான் விசு.

தரை முழுக்க விரிக்கப்பட்டிருந்த நீலநிற கார்ப்பெட்டில் அரை ஏ.ஸி.யின் சிலுசிலுப்பு காலைக் கவ்வ, சுற்றுச்சுவர் முழுக்க அற்புதமான மாடர்ன் ஆர்ட் ஓவியங்கள். அறைக்குள் பெர்ஃப்யூம் வாசம் சுற்றிக் கொண்டிருந்தது.

விசுவின் ரசனைக்கு ஒரு கண்கண்ட சாட்சியாக விளங்கிய அறையினுள் அதன் எழிலை ரசிக்க முடியாத மனநிலையோடு அவனை ஏறிட்டாள் அர்ச்சனா.

"வெளியே போனியே... எதுக்கு?" அவன் கேட்டான்.

"செத்துக் கிடக்கிறவனைப் பார்க்க..."

"அவனைப் பார்த்து என்ன பண்ண?"

"அவன்தான் மர்மத்தோட பிள்ளையார் சுழி!"

"புரியும்படி சொல் அர்ச்சனா..."

"டெலிபோன்ல கேட்ட குரல்ல ஒரு குரல் அவனோடது விசு!"

"எப்படித் தெரியும் உனக்கு?"

"பேசினபடி சிலோன் ரூபாயா கொடுங்கன்னு ஒருத்தன் பேசியதாகச் சொன்னேனே, நினைவில்லையா... செத்துக் கிடந்தவன்கிட்டேயும் சிலோன் தொடர்பான சம்பந்தங்கள். கூடவே கையில் பாம்பு உருவப் பச்சை வேறு!"

விருட்டென்று நிமிர்ந்தது விசுவின் சிரம்.

"அப்ப இவன் சாவுலேயும் மர்மம் இருக்கா?"

"மர்மம் ஒண்ணுமில்லை விசு! வெரி சிம்பிள்! உங்கள் அண்ணனைக் கொல்லப் பயன்பட்ட ஒரு கருவி அவன். சாட்சியும் அவன்தான்! உங்க அண்ணனை எப்படி யாருக்கும் சந்தேகம் வராதபடி எதிர்பாராத நிகழ்ச்சியா சித்திரிச்சுக் கொன்னாங்களோ, அதேபோல் இவன் மரணத்தையும் அமைச்சிட்டாங்க. சூப்பரான கிரிமினல் மூளைதான்!"

"என்னால நம்பவே முடியலை அர்ச்சனா. எங்களுக்கு விரோதிகளா?"

"விரோதி இல்லேன்னா, பொறாமை பிடிச்சவங்க இருக்கலாம்."

"நோ, யாரையுமே என்னால சந்தேகப்பட முடியலை. நீ சொல்றதை இன்னும் என்னால் நம்ப முடியலை. எங்களுக்காக

உயிரைக் கொடுக்க இங்கே பலர் தயாரா இருக்காங்க. நீயோ உயிரை எடுக்கத் தயாரா இருக்கறதா சொல்றே..."

"நான் சொல்றது பொய்யா நிஜமானு கோயிலுக்குப் போய்ப் பார்த்தா தெரிஞ்சிடுது. கருவறையில் அபிஷேக நீர் துவாரம் இருக்கா இல்லையான்னு பார்ப்போமா?"

"பார்க்கத்தான் வேணும். ஆனா, இப்ப முடியாது. பத்து நாட்களுக்கு என்னை எங்கேயும் வெளியே விடமாட்டாங்க."

"எப்படியாவது டபாய்ச்சுட்டு வாங்க விசு..."

"முடியாது. இங்கேயிருந்து கோயில் பத்து மைல் தூரத்துல இருக்கு. ராத்திரியில தனியா நடந்து போறதும் அசாத்தியம்."

"விசு, நீங்க உடனே சுதாரிக்கணும்... தாமதிக்கிற ஒவ்வொரு நிமிஷமும் நல்லதுக்கில்லே..."

"எனக்கும் உண்மையைத் தெரிஞ்சுக்கலேன்னா தலையே வெடிச்சுடும் போலிருக்கு அர்ச்சனா... சதியால சாகறதுக்கு இப்படிப் போராடிச் சாகறது ஒண்ணும் மோசமில்லை..."

"வாயைத் திறந்தா சாவுதானா? ஏன் இந்த மர்மங்களைக் கண்டறிஞ்சு ஜெயிக்க முடியாதா?"

"எல்லாம் உன் கையிலதான் இருக்கு. ஆனா, நீயோ மதுரையில் இருக்கே... இந்த சமஸ்தானமோ ஒரு மூலையில் இருக்கு. இந்த மர்மங்களை ஆராயணும்னா முதல்ல நீ இங்கே வரணும். அதுக்கு முதல்ல வழி பண்ணனும்."

அப்போது அறையின் காலிங் பெல் சங்கீதமான சத்தத்தோடு வெளியே யாரோ வந்திருப்பதை உணர்த்தியது.

விசு எழுந்து போய் அற்புதமான தேக்குக் கதவின் தந்தப் பிடியில் கைவைத்துக் கதவைத் திறக்க, வெளியே திவ்யமங்களம்!

"அம்மாவா...! வாங்கம்மா..." வாய் நிறைய அழைத்தான் விசு. சோகத்துக்கு நடுவிலும் துருதுருப்பான பார்வையுடன் அறைக்குள் விழிகளைச் சுழற்றி அர்ச்சனாவைப் பார்த்து

துளியளவு விதிர்த்து... "யாருடா அது?" என்ற கேள்வியோடு உள்ளே நுழைந்தாள்.

பதில் சொல்ல முடியாமல் தடுமாறினான் விசு. அர்ச்சனாவுக்குள் சமயோசிதமாய் ஓர் எண்ணம். அதை உடனேயே வெளிக்கொட்டினாள்.

"நான் ஒரு ஆர்கிடெக்டுங்க. ஆர்ட்டிஸ்ட்டும்கூட. சமஸ்தான ஓவியங்கள்ல சிலது பழுதடைஞ்சிட்டதா மிஸ்டர் விசு சொன்னார். அதான் பார்க்க வந்தேன்..."

"அதுக்கு இதுதான் நேரமாம்மா? இவன் ரூம்ல மட்டும்தான் ஓவியங்கள் இருக்கா?"

சங்கடமான கேள்வி முன் சற்று இளைப்பாக நெளிந்தவளை விசு கைதூக்கி விட்டான்.

"நான்தாம்மா இங்கே அழைச்சு வந்தேன். அரண்மனைக்குள்ள அண்ணன் சாவு சம்பந்தமா விசாரிக்க வர்றவங்க கூட்டம் அதிகமா இருக்கு. பலரும் பலவிதமா நினைக்க இடமிருக்குன்னு இங்கே அழைச்சு வந்தேன். பாட்டிதான் உள்ள போய் பேசுங்கன்னாங்க..."

தன் பதிலில் பாட்டி பாண்டியம்மாளைத் துணைக்கு அழைக்கவும், திவ்யமங்களம் முகத்தில் இறுக்கம் தளர்ந்து நிஜமாகவே அதை நம்பினவளாக அர்ச்சனாவை ஏறிட்டாள்.

நெகுநெகுவென்று மெழுகுப் பொம்மைபோல சுண்டியிழுக்கும் அர்ச்சனாவின் பர்சனாலிடியில் ஒரு விநாடி கரைந்தாள். இந்த மாதிரி அழகு வாலிப மனங்களில் சபலங்களைத் தட்டி எழுப்புமே என்றும் அரவப்பட்டாள். அர்ச்சனா மெலிதான சோகத்தோடு நின்றாள்.

"சரி... எங்கம்மா வந்தீங்க?" விசு பெருமூச்சோடு சமாளித்துவிட்ட நினைப்பில் கேட்டான்.

"மனசு சரியில்லப்பா... உன் கூடவே இருக்கணும்போல இருக்கு! கண்ணைத் திறந்து மூடினா உங்க அண்ணன் முகம் விஸ்வரூபம் எடுக்குது. அம்மா, எங்கம்மா இருக்கீங்கன்னு அவன் தேடற மாதிரி பிரமை தட்டுது..."

பொலபொலவென்று கண்ணீர் சிந்த திவ்யமங்களம் சொன்ன சொல்லில் அர்ச்சனா நெகிழ்ந்து போனாள். விசு கலங்கினான். தாயின் கைகளை இழுத்துப் பிடித்துக்கொண்டான். என்ன ஆறுதல் சொல்வது என்று தெரியாமல் தவித்தான்.

திறந்திருக்கும் சாளரம் வழியாக அரண்மனையைச் சுற்றிய தோட்டத்து மரங்களின் இலைகளைத் தழுவிய காற்று சற்று தாவர வாசத்தோடு இருவரின் ஊடே வீச, அதில் திடுமென்று கலந்து வந்தது உறுமி மேளச் சத்தம்.

"என்னம்மா இது சத்தம்?" விசுவின் கேள்விக்கு சாளரம் அருகே சென்று பார்த்துவிட்டு வந்து வாயைத் திறந்தாள் திவ்யமங்களம்:

"தேவர் தலைமையில் ஒரு கூட்டம் கோயிலுக்குக் கிளம்பிக்கிட்டிருக்கு."

"இந்த நேரத்திலேயா! எதுக்கும்மா?"

"உங்க அண்ணன் கோயில் சந்நிதியிலேயே பாம்பு கடிச்சு செத்ததனால கோயில் தீட்டாபோச்சு. அதைக் கழிச்சு உடனே சாந்தி பண்ண..."

"ஏன் நாளைக்குப் பண்ணக் கூடாதா?"

"வேங்கைப் பொன்னி ரொம்ப பொல்லாதவ. ஒரு நாள் பூஜைகூட அவளுக்குத் தடைபடக்கூடாதுனு வீரநாட்டார் சொல்லிவிட்டார். அதான்!"

"ஏம்மா, நீங்க இதையெல்லாம் நம்பறீங்களா?"

"என்னடா இப்படிக் கேட்டுட்டே. கன்னத்துல போட்டுக்க. அவ கோபம்தான்டா உங்கண்ணன் செத்ததுக்குக் காரணம். பாம்பு அவளோட ஆபரணம்டா."

"அவ கோபப்படும்படி நாம என்ன தப்புப் பண்ணினோம்? தப்பே பண்ணியிருந்தாலும் தண்டிக்கறவன் மனுஷன். சகிச்சுத் திருத்தறது தெய்வத்தோட வேலை. உன் கணக்குப்படி பார்த்தா இந்த சாமி என்னம்மா மனுஷன் மாதிரி நடந்துக்குது..."

“டேய்... என்னடா என்னவெல்லாமோ பேசறே? உன்னை காலேஜுக்கு அனுப்பினது இப்படி பேசறதுக்கு இல்லேடா...”

“ஏம்மா பதட்டப்படறீங்க... நான் என்ன தப்பா பேசிட்டேன்?”

“மனுஷன் யாரும் தெய்வம் யாருங்கற விளக்கமெல்லாம் கொடுக்கற அளவுக்குப் பெரிய மனுஷனாயிட்டியா நீ? வீரநாட்டார் சொன்னது சரிதான்... உனக்கு வேங்கைப் பொன்னி மேல் அவ்வளவா நம்பிக்கை இல்லைங்கறது சரிதான்...”

அர்ச்சனாவுக்குச் சங்கடமாகிவிட்டது. நிலைமையை உடனே சரிசெய்ய குறுக்கே விழுந்தாள்.

“என்னங்க நீங்க. வேங்கைப் பொன்னியின் அருமை தெரியாம பேசிக்கிட்டு... கேட்டா கேட்ட வரம் தர்ற சாமிங்க அது. நான்கூடக் கேள்விப்பட்டிருக்கேன்” என்றாள்.

திவ்யமங்களத்திடம் அந்தக் கருத்து நன்றாகவே எடுபட்டது.

“நல்லா சொல்லுமா. எனக்குப் பயமா இருக்கு. எனக்குன்னு இனி மிச்சம் இருக்கறது இவன் ஒருத்தன்தான். இவன் அவநம்பிக்கையே இவனைக் கொன்னுட்டுப் போயிடப் போவுது! இருக்கற சாபம் போதாதா...”

“டேய்... விசு அப்படியெல்லாம் பேசாதடா! வீரநாட்டார் சொல்றதைக் கேளு... அவர் வேற, அந்த வேங்கைப்பொன்னி வேற இல்லடா. எங்கேயோ ஒரு மூலையில் கிடந்த என்னை இந்த சமஸ்தானத்து ராணியாக்கி பெரிய வாழ்க்கையைத் தந்தவரே அவர்தான்.”

“என்னம்மா சொல்றே?”

“ஆமாம்ப்பா.... அவர் திருஷ்டியில் பார்த்து யாரைக் கல்யாணம் பண்ணிக்கச் சொல்றாரோ அவங்கதான் இந்த சமஸ்தானத்து ராணியாக முடியும். பெரியவர் தேவர் மூலமா வளையாம்பிகை அப்படித்தான் உங்க அண்ணனுக்குப் பெண்டாட்டியானா. நீ ஹாஸ்டல்ல தங்கியிருந்ததால இதெல்லாம்

உனக்குத் தெரிய சந்தர்ப்பமில்லாமபோச்சு. உனக்குக்கூட ஒரு பெண் பார்த்து வெச்சிருக்காருடா...!"

பேச்சின் இறுதிக்கட்டத்தில் ஓர் அணுகுண்டைப்போல் அவள் தூக்கிப்போட்ட விஷயத்தைக் கேட்டுத் தடுமாறிப் போனான் விசு.

"என்னம்மா சொல்றீங்க... எனக்குப் பெண் பார்க்க இவர் யாரும்மா?" கத்தினான்.

"முட்டாள்... முப்பது வயசுல முடிஞ்சுபோற கதைடா நம்ம கதை. நமக்கு என்ன பக்கத்து சமஸ்தானத்திலேர்ந்தா பொண்ணு வரும்? வீரநாட்டார் மாதிரி பெரியவங்க பார்த்து செஞ்சாத்தான்..."

"முப்பது வயசுல கதை முடியறவங்களுக்கு எதுக்கும்மா கல்யாணம்?"

"கல்யாணம்னு நடந்தால்தானேடா வாரிசு வரும். தப்பித்தவறி ஒரு பெண் வாரிசு பிறக்காதா? அது அந்த மூங்கில் பெட்டியைத் திறந்து பார்த்துத் தன் கையால் அந்தப் பரிகார ரகசியமுள்ள சுவடியை எடுத்து தராதான்னு நாங்க துடிக்கறது எங்களுக்குத்தானேடா தெரியும்..."

"வளையாம்பிகையாவது ஒரு பெண்ணைப் பெத்து தந்து நீ நிலைச்சு நிற்க வழி செய்யணும்."

சொல்லிவிட்டுக் கவலையோடு மெள்ள அங்கிருந்து கிளம்பினாள் திவ்யமங்களம்.

விசு, அர்ச்சனாவை வெறித்தான்.

அர்ச்சனாவிடமும் குழப்பம்.

"விசு... அதென்ன மூங்கில் பெட்டி... பெண் வாரிசு?" மெலிதாகக் கேட்டாள்.

"உஸ்ஸ்... மெள்ளப் பேசு! இந்த சமஸ்தானத்தோட ஆணி வேரே அதுலதான் இருக்கு!" விசு உதட்டைக் குவித்துப் பாவனையோடு பேச, அப்போது பார்த்து சாளரத்துக்கு அருகே காதைத் தீட்டிக்கொண்டு ஓர் உருவம் வந்து நிற்கத் தொடங்கியது!

❖ ❖ ❖

அத்தியாயம் 8

பதுங்கலாக வந்து நிற்கும் அந்த உருவத்தின் நிழல் சாளரத்தின் கீழ்க்கண்ணாடியில் துல்லியமாக விழுந்தது. யதேச்சையாகத் திரும்பிய அர்ச்சனா, நிழலைப் பார்த்துவிட்டுக் கணுக்காலில் நெருஞ்சி முள் ஏறின மாதிரி ஒரு வேதனை காட்டித் திடுக்கிட, அதைக் கவனிக்காமல் விசு பேசத் தொடங்கியிருந்தான்.

"இந்த அரண்மனையோட பூஜை அறையில் அந்த மூங்கில் பெட்டி இருக்கு அர்ச்சனா. அந்த காலத்துப் பெட்டி. எங்க தாத்தாவுக்குத் தாத்தா காலத்துப் பெட்டி. கல்யாணமாகி இந்தக் குடும்பத்துக்கு வர்ற பெண்கள் பௌர்ணமிக்குப் பௌர்ணமி தவறாம அதுக்குப் பூஜை செய்யணும். அன்னிக்கு நூறுகுடிக் கூட்டத்துக் கன்னிப்பெண் ஒருத்திக்குச் சேலை வாங்கிக் கொடுத்து அந்த பெண் கால்லேயும் நாங்க விழுந்து எழுந்திருக்கணும்."

எங்கோ பார்த்தபடி சுவாரஸ்யமான அந்த விஷயத்தைச் சொல்லத் தொடங்கியவனின் தோளில் தன் வலக்கரத்தால் ஓர் அழுத்தத்தை உண்டாக்கிப் பேச்சை தடுத்த அர்ச்சனா சாளரத்தைக் காட்டினாள்.

அவனிடம் பேச்சு வரவில்லை.

'அதிசயமாய் இதென்ன ஒட்டுக் கேட்கும் போக்கு?' கோபத்தோடு கேள்வி எழுந்து கண்களில் சிவப்பைக் கொளுத்திப் போட்டது.

இதற்குள் அர்ச்சனா மெள்ள கதவருகே சென்று ஓசைப்படாமல் கதவைத் திறந்து எட்டிப் பார்த்தாள். சாளரத்துக்கு வெளியே அரைவட்டமான முற்றப் பாதையில் கண்ணாடிக்குப்

பக்கத்தில் திறந்த மார்போடு கட்டுமஸ்தான ஒருவனின் கறுத்த முதுகுப்பக்கம்தான் தெரிந்தது. அதில் ஏழாம் நாள் வளர்பிறைச் சந்திரனின் வடிவம்போல ஒரு தேமல் திட்டு.

அதற்குள் "யாரது வெளிய முற்றத்துல?" என்கிற விவேகமில்லாத கோபக் கேள்வியோடு ஆவேசமாக வெளியே வரத் தொடங்கியிருந்தான் விசு.

இது அந்த மனிதனின் காதுகளில் விழவும் அரைகுறையாகப் பின்பக்கம் திரும்பியவன் அர்ச்சனாவைப் பார்த்துவிட்டு அங்கிருந்து வேகமாக ஓட ஆரம்பித்தான். வளைவான முற்றம் உடனேயே அவனை மறைத்துவிட்டது.

"என்ன விசு இப்படிப் பண்ணிட்டீங்க?" கோபத்தோடு சிணுங்கினாள்.

"எப்படிப் பண்ணிட்டேன்?"

"ஆளைக் கையும் களவுமா பிடிக்க நான் யோசிச்சுக்கிட்டு நிற்க, உணர்ச்சிவசப்பட்டுக் காரியத்தைக் கெடுத்திட்டீங்களே..."

"எங்க சமஸ்தானத்துல இதுநாள் வரை எனக்குத் தெரிஞ்சு ஒருத்தர்கூட இந்த மாதிரி ஒட்டுக் கேட்டது கிடையாது அர்ச்..."

"அதுதான் சாமர்த்தியம். ஆனா, உங்ககிட்ட அது இல்ல..."

"அர்ச்சனா, என்ன சொல்றே?"

"அது கிடக்கட்டும். இப்பவாவது நான் சொல்றதை நம்பறீங்களா? இங்க சதிவேலை நடந்துக்கிட்டிருக்கறதை ஒப்புக்கிறீங்களா?"

விசுவின் முகம் பீதியால் நிரம்பத் தொடங்கியது.

"அர்ச்சனா, எதுக்கு இப்படியெல்லாம் நடக்குது... நம்ம பேச்சை எதுக்கு அவன் ஒட்டுக் கேட்க வந்தான்...?"

குரல் உடைந்து பதற விசு மிரள ஆரம்பித்தான்.

அவள் வாஞ்சையாக அவனை நெருங்கினாள். ஆதரவாகத் தொட்டு இடுப்போடு கையைக் கோர்த்தாள். "ஏய்... யா... என்ன இது! பத்தாம்பசலி மாதிரி?" சிணுங்கலாய்க் கேள்வி கேட்டாள்.

"குளிக்க நினைக்கறவன் குளிருக்குப் பயப்படற மாதிரி இருக்கு உங்க நிலை. காலேஜ்ல என்ன போடு போடுவீங்க! இப்ப இப்படி வதங்கிப் போறீங்களே?" நிறைய ஆச்சரியப்பட்டாள்.

விசுவிடம் பதிலே இல்லை.

"ஏய், கமான்யா... எவ்வளவு பெரிய மர்மமாயிருந்தாலும் அதை என்னன்னு கண்டுபிடிப்போம். எவ்வளவு பெரிய சதியா இருந்தாலும் முறியடிப்போம். சதிகாரங்களுக்கு மட்டும்தான் மூளையா? நமக்கும் இருக்கு! நிறையவே இருக்கு!"

"எத்தனை சினிமா பார்த்திருப்போம்? எவ்வளவு கதை படிச்சிருப்போம். அதுல வர்ற ஹீரோக்கள் சாகசம் பண்ணும்போது, 'ஆ'ன்னு வாய் பிளந்து சபிப்போமே... இப்ப நமக்கே அந்தச் சந்தர்ப்பம் கிடைச்சிருக்கு. இது அருமையான சந்தர்ப்பம் விசு..."

அர்ச்சனா பேசப் பேச விசுவிடம் மெள்ள தெம்பு ஊற்றெடுக்கத் தொடங்கியது. அவள் கரத்தை உறுதியோடு பிடித்தான். மெள்ள வருடிவிட்டான்.

"அர்ச்... ஐ ஆம் லக்கி!" என்றான்.

"எப்படி?" அர்ச்சனா கண்ணைச் சிமிட்டிக் கேட்டாள்.

"உன்னை நான் லவ் பண்ணலேன்னா எனக்கு இதெல்லாம் தெரிஞ்சிருக்காது. என் முப்பது வயசுல என்னையும் ஒரு பாம்பு கடிக்கத் தயாரா இருந்திருக்கலாம். நானும் அதைச் சாபம்னு நம்பியிருப்பேன். ஆனா, இப்ப எல்லாம் தெரிஞ்சுபோச்சு. இங்க எங்கேயோ பெரிய மர்மம் இருக்கறது எனக்கு இப்ப புரியுது..."

"ஸ்டாப்... அதோட நிறுத்திக்குங்க. போட்டுக் குழப்பிக்காதீங்க! உங்களுக்கே தெரியாம உங்களை இதுநாள்வரை தொடர்ந்து வேவு பார்த்துக்கிட்டு இருந்திருக்காங்க... அதைப் புரிஞ்சுக்குங்க."

"அதிசயமா நான் இன்னிக்கு இங்க வந்திருக்கேன். ஏறத்தாழ ஒரு மணி நேரமா உள்ள இருக்கேன். எதிரிக்கு அது ஆச்சரியமாக இருந்திருக்கும். என்னவா இருக்கும்னு தெரிஞ்சுக்க வந்திருக்கான். இதுவரையில் நமக்குப் பாதகமாக

எதுவும் நடக்கலை. நாம் முழிச்சுக்கிட்டதை எந்த நிலையிலேயும் வெளிக்காட்டக் கூடாது. நீங்க கேனத்தனமாவே நடந்துக்குங்க."

"அப்படின்னா?"

"உங்க அண்ணன் நடந்துக்கிட்ட மாதிரி வேங்கைப் பொன்னியின் பரமபக்தன் மாதிரி சாபத்தைப் பெரிசா நம்பறவன் மாதிரி முக்கியமா, இந்த சமஸ்தானத்துல கிரீடம் அணியாத ராஜாக்களா உலா வர்ற பெரியவங்ககிட்ட ரொம்ப அன்பா பணிவா நடந்துக்குங்க..."

உற்சாகமாகத் தலையை ஆட்டித் தனது சம்மதத்தைத் தெரிவித்தான்.

"இப்ப நான் கிளம்பறேன். அப்பா என்னைத் தேட ஆரம்பிச்சிருப்பாரு. லேட்டானா போலீஸுக்கே போயிடுவார்!"

"அர்ச்... பெண் கேட்டு உன் அப்பா இங்க வரப்போறதா சொன்னியே...?"

"சொன்னேன். ஆனா, இப்ப கதை மாறிப்போச்சு. உங்க சாபக்கோளாறு அவரையும் மாத்திடுச்சு. உங்களை மறக்கச் சொல்லிட்டாரு... மறந்துடட்டுமா?"

விசு முகத்தில் உடனேயே கான்கிரீட் இறுகல்!

"ஏய்... என்ன உடனே டல்லாயிட்டீங்க.... காதல்னா இதெல்லாம் சகஜம். நம்ம காதல்ல த்ரில் இல்லையேன்னு நெனைச்சு நான் வருத்தப்பட்டதுண்டு. 'அது எப்படி நீ வருத்தப்படலாம்'னு உங்க வேங்கைப் பொன்னியா பார்த்து இப்படி ஒரு சூழ்நிலையை அமைச்சு கொடுத்திருக்கா..."

'நெஞ்சில் பயம், இறுக்கம், குழப்பம், கலக்கம் என்று எந்தவிதமான உணர்ச்சி முகாந்திரங்களின் பாதிப்புமின்றி இந்த அர்ச்சனாவால் எப்படிக் கலகலவென்று பேச முடிகிறது?'

விசு அவளை ஆச்சரியப் புயல்வீசப் பார்த்தான்.

"அடுத்து எப்ப வருவே?" கேட்டான்.

"எப்ப வருவே இல்லை. எப்படி வருவேன்னு கேளுங்க!"

“நீயே சொல்லு!”

“இந்த பத்து நாளை விட்டுடுங்க. நல்லா ரெஸ்ட் எடுங்க! இந்த சாவு காரியங்களோட அலை ஓயட்டும்... பதினோராவது நாள் காலை கை நிறைய பெயிண்ட் டப்பாவோட, ஆர்கிடெக்ட் சம்பந்தமான புத்தகங்களோட, என் வேலைக்காரி வசந்தியோட, காண்ட்ராக்ட்ல வேலை பண்ண வர்ற மாதிரி உள்ளே நுழைஞ்சிடறேன்.”

“ஓகே! உன் வீட்டை எப்படிச் சமாளிப்பே?”

“அப்பாவை ஈஸியா சமாளிச்சுடுவேன். அதிகபட்சம் ஒருவேளை சாப்பிடாம அழிச்சாட்டியம் பண்ணினாலே போதும். ‘நீ ஊட்டி, இல்லே கொடைக்கானலுக்குப் போயிட்டுவா’னு அனுப்பிச்சுடுவார்!”

“அப்ப ஊட்டிவரை டூர் போகப்போறதா பொய் சொல்லிட்டு வரப்போறியா...?”

“அப்படித்தான்! ஊட்டி பொய்கூட கொஞ்சம் டேஞ்சர். அப்பா பார்க்கணும்னு நினைச்சா உடனே கிளம்பி வந்துடுவாரு. அதனால் காஷ்மீர், சிம்லான்னு பொய்க்கு ரேஞ்ச் மாறினாலும் மாறும்.”

“ஆல் தி பெஸ்ட் அர்ச்... ஆனா, பத்து நாள் இடைவெளி இடையில இருக்கேன்னு கவலையா இருக்கு.”

அவன் அப்படிச் சொன்ன மறுவிநாடி கடிகாரத்தைப் பார்த்தவள்...

“சரியா அறுபத்தேழு நிமிஷத்துக்கு முன்னால நீங்க என்னைத் துரத்து துரத்துன்னு துரத்தினீங்க.... இப்ப என்னடான்னா உருகறீங்க... யோவ், நீ பெரிய கிறுக்கன்யா!”

என்று செல்லமாகக் கடிந்துகொள்ள விருட்டென்று அவளை இழுத்து ஓங்கலாய் அணைத்துக் கொண்டான் விசு.

“சினிமாவுல வர்ற ஹீரோயின் மாதிரி விடுங்க விடுங்கன்னு நான் குழைய மாட்டேன். இறுக்கம் போதலை” என்றாள்.

அணைப்பின் அழுத்தத்தில் ரவிக்கையின் முதல் ஊக்கு தெறித்து விழுந்தது.

"போதுமா?" கேட்டான்.

"ஊஹும்... போதாது!"

உடனேயே உதட்டோடு உதட்டை உரசினான். உடம்பு நரம்பின் பல மைல் நீள ரத்தக் குழய்களில் குதூகலம் கும்மியடிக்கத் தொடங்கியது.

பிறகு ஒரு வழியாய் அவளை விலக்கினான். அவள் முகத்தில் குங்குமச் சிவப்பின் வியாபிப்பு. அதிசயமாய் கண்களின் ஓர் ஓரமாய் அளவாய்த் தேங்கிய நீர்த்துளி!

"விசு, நாம் எப்பவும் இப்படியே இருக்கணும். நம்மளை எந்தச் சக்தியும் பிரிக்கக்கூடாது. பிரிக்க முடியாது" என்றவள், பெரிதாக விம்மத் தொடங்கினாள்.

"அர்ச்சனா என்ன இது... நீயா அழறே?"

"நானும் ஒரு பெண் விசு. என்னதான் பேசினாலும் எனக்குள்ளேயும் பயம் உண்டு... தடுமாற்றம் உண்டு. கூடவே பத்து நாள் பிரிவை நினைச்சுப் பார்த்தேன். என்னாலேயே அடக்க முடியலை" என்றபடி புடவைத் தலைப்பால் கண்களை ஒற்றி எடுத்தாள்.

மெள்ள சகஜ நிலைக்குத் திரும்பினாள்.

"அப்ப கிளம்புவோமா?" கேட்டபடி நடக்க, அரண்மனையின் விசாலமான பகுதிகள் அவர்களை வரவேற்றன.

இயல்பாக நடந்தார்கள். விசு மட்டும் பழையபடி சோகமாகிப் போனான். அவனால் அதைத் தவிர்க்க முடியவில்லை.

தர்பார் மண்டபத்தில் அவ்வளவாகக் கூட்டமில்லை. கஜேந்திரன் சவமாய்க் கிடந்த படுக்கை அலங்காரமாய் வைக்கப்பட்டிருந்தது. அதன் தலைமாட்டில் கஜேந்திரனின் ஆளுயர புகைப்படம். முன்னாலே ஊதுபத்தியின் புகைச்சலான

அட்டகாசம். ஒரு பக்கம் அடக்கமாக எரிந்து கொண்டிருந்தது அகல் விளக்கு. அருகே போய் இருவரும் நின்றார்கள்.

அநியாயமாகக் கொலை. இப்போது கண்ணாடிச் சட்டங்களுக்குள் அடங்கிவிட்டவன் முகம் அர்ச்சனாவுக்குள் ஆவேசத்தை மூட்டியது.

'உங்கமேல ஆணை மிஸ்டர் கஜேந்திரன். இனி சதிங்கற சாபம் இந்த சமஸ்தானத்துல செல்லாது...' என்று உள்ளுக்குள் சொல்லிக்கொண்டாள்.

திரும்பி நடக்கத் தொடங்கினார்கள். எதிர்பட்டார் தில்லைநாயகம்.

"இளைய மகாராஜா... ஒரு முக்கிய விஷயம்!"

"என்ன தில்லைநாயகம்?"

"துரதிர்ஷ்டவசமா நம்ம எல்லையில் யாரோ ஒருத்தன் மாடுமுட்டி இறந்துட்டான். போலீஸ் கேஸாயிடுச்சு. நீங்க ஒரு போன் பண்ணினா எஸ்.பி. இழுத்தடிக்காம கேஸை க்ளோஸ் பண்ணிடுவாரு..."

"ஒரு பெரிய விஷயத்தை இவ்வளவு சாதாரணமா சொல்றீங்களே?"

"தில்லைநாயகத்திடம் தேக்கம்."

"முறைப்படியே எல்லாம் நடக்கட்டும். நீங்க போய் வேலையைப் பாருங்க..." விசுவின் பதில் அர்ச்சனாவுக்கு லேசான எரிச்சலைத் தந்தது.

"விசு... அவங்க போக்குக்குப்போங்க. மர்மம் என்னன்னு தெரியறவரை நாம நிமிரக்கூடாது" என்று காதோரம் கிசுகிசுத்தாள்.

"சரி... சரி... நான் போன் பண்ணிக்கிறேன்" என்றபடி நடக்கத் தொடங்கினான் விசு.

தில்லைநாயகம் அர்ச்சனாவை வெறித்துப் பார்த்தார். முகத்தில் ஏகப்பட்ட உணர்ச்சி மாற்றங்கள். விசுவும், அர்ச்சனாவும் அப்பால் நகரவும் தொலைபேசியை நோக்கி நடந்தார் தில்லைநாயகம்.

தொலைபேசியை எட்டியவுடன் எண்களைச் சுழற்றிவிட்டு நிமிர்ந்தது, சிரம். மறுமுனையில் போலீஸின் விசாரிப்பு.

“சார்... நான் தில்லைநாயகம் பேசறேன். கேஸை நீங்க முறைப்படி நடத்தும்படி சொல்லிட்டார் இளைய மகாராஜா” என்றார்.

“நடந்தது ஆக்ஸிடெண்ட்தானே? நீங்க என்ன பொய்யா சொல்லப்போறீங்க...”

“இல்ல சார்... நீங்க இங்க வந்து விசாரிக்க வேண்டியதை விரிவாகவே கேஸை நடத்துங்க. இந்த சமஸ்தானத்துல வரவர என்னவெல்லாமோ நடக்க ஆரம்பிச்சிடுச்சு...”

“என்ன மிஸ்டர் சொல்றீங்க?”

“ஸாரி சார்... எனக்கு மனநிலை சரியில்லை. நான் போனை வெச்சுடட்டுமா?”

கேட்டுவிட்டு போனை வைத்தவரை நோக்கி ஒருவன் வந்தான். நூல்வேட்டியும் குற்றாலத் துண்டுமாய் நூறுகுடிக் கூட்டத்துச் சாதாரண ஏவலைப்போல் தென்பட்டவன், “ஐயா!” என்றான் கம்பிய குரலில்.

“என்ன சாமிக்கண்ணு?”

“நம்ம பாண்டிக்குட்டி நிலைமை ரொம்ப மோசமா இருக்குதுங்க. மதுரைக்குக் கொண்டுக்கிட்டுப் போய்க் காட்டினால்தான் உசுர் பிழைப்பான்போலத் தெரியுது...” என்றான்.

“வா, போவோம்...” என்று அவனை அழைத்துக்கொண்டு வெளியே வந்தார்.

சமஸ்தானத்தின் புதிய வேன் ஓர் ஓரமாக நின்று கொண்டிருந்தது. டிரைவர் வேனுக்கு வெளியே பயத்துடன் பீடி புகைத்துக் கொண்டிருந்தான்.

தில்லைநாயகத்தைப் பார்த்ததும் பீடியை நசுக்கிவிட்டு ஓடி வந்தான்.

“வண்டியை மதுரைக்கு எடுக்கணும்” என்றவர், “பாண்டிக்குட்டியைத் தூக்கிக்கிட்டு வாங்க” என்றார்.

அவனது குடிசைப் பகுதியிலிருந்து ஒரு படுக்கையில் வைத்து தூக்கிவரக்கூட வக்கில்லாத நிலையில் ஒரு தூளியில் கட்டி மூங்கிலில் மாட்டி, மூங்கிலை இருவர் தூக்கித் தோளில் வைத்தபடி வர, தொலைவில் அரண்மனை பால்கனி ஒன்றில் இவற்றை யதார்த்தமாகப் பார்த்தபடி வந்து நின்றான் ஒருவன்.

“என்னய்யா வண்டியை எடு!” டிரைவரிடம் கத்தினார் தில்லைநாயகம்.

“மன்னிக்கணும்யா... என் உத்தரவு இல்லாம வண்டியை வெளிய எடுக்கக்கூடாதுன்னு அக்கௌண்டண்ட் சொல்லி இருக்கார்.”

“நான் அவர்கிட்ட சொல்லியிருக்கிறேன்.”

தில்லைநாயகத்தின் சமாதானம் அவனைச் சங்கடப்படுத்திய சமயம், அர்ச்சனாவின் கார் அவர்களைக் கடந்தது.

மூங்கிலில் தூக்கி நிறுத்திய பாண்டிக்குட்டியின் வித்தியாசமான தூளியைப் பார்த்துவிட்டு காரை நிறுத்திப் பின்னுக்கு வந்த அர்ச்சனா, “என்ன விஷயம்?” என்று கேட்க, தில்லைநாயகம் விவரித்தார்.

“என் காரிலேயே போகலாம். நான் ட்ராப் பண்றேன்” என்றாள்.

பாண்டிக்குட்டி பக்குவமாகப் பின் ஸீட்டில் கிடத்தப்பட்டான். தலைமாட்டில் ஒருவன் கால்மாட்டில் ஒருவனும் ஏறிக்கொள்ள, முன் ஸீட்டில் தில்லைநாயகம் ஏறிக்கொண்டார்.

கார் சீறத் தொடங்கியது.

பால்கனியில் பார்த்துக் கொண்டிருந்தவன் முகத்தில் சிந்தனைக் கோடுகள்!

❖ ❖ ❖

அத்தியாயம் 9

பாண்டிக்குட்டியின் நிலையை உணர்ந்து காரைக் காற்றைப்போல செலுத்தினாள் அர்ச்சனா!

'ஒரு பெண்ணிடம் இத்தனை சுறுசுறுப்பான வேகமா?' தில்லைநாயகத்தின் நெற்றிப் பரப்பில் ஆச்சரிய ரேகை!

"விஷத்தை வெளியே எடுத்தாச்சா?" அர்ச்சனா காரைச் செலுத்தியபடியே கேட்டாள்.

"டேய், என்னடா பண்ணீங்க?" பின்பக்கம் அமர்ந்திருப்பவர்களிடம் கேட்டார் தில்லைநாயகம்.

"நாட்டுவைத்தியர் வைத்தியம் பார்த்தார். அவ்வளவுதான் தெரியும்" என்றான் ஒருவன்.

"ரொம்ப முதிர்ந்த நாகங்க அது... ராஜாவையே பரலோகம் அனுப்பிச்சு. நல்லவேளை... இவனுக்கு ஒரு கடிதான்! அதுதான் இந்த மட்டிலும் போராடவாவது முடியுது."

அடுத்தவனின் கருத்தைக் கேட்டுத் தில்லைநாயகத்துக்குக் கோபம் வந்தது.

"முன்னையே வந்து என்னைப் பார்க்கறதுக்கு என்ன?" கத்தினார்.

"எங்கேங்க பார்க்கவிட்டாங்க... எல்லாரும் ராஜாவை அடக்கம் பண்ற சோலியிலயே இருந்தாங்க. திரும்பின பக்கமெல்லாம் கோட்டும் சூட்டும் போட்ட பெரிய தலைங்க. எங்க குரல் எடுபடலைங்க..."

"ஏன், நீங்க வேற நல்ல டாக்டர்கிட்ட காட்டறதுதானே?"

"டாக்டருங்க எங்கே இருக்காங்களே தெரியாதே. அதோட எல்லோருக்கும் அரண்மனை சோலி வேற. அதைப் பார்க்கவா, இதைப் பார்க்கவா?"

வளைவுகளில் கார் அவர்களைப் பயமுறுத்தியபடி வளைந்து பறந்தது.

உடம்பின் ரத்த ஓட்டத்தில் ஒரு பரபரப்பு ஏற்படுகிற மாதிரி தோன்றியது.

அவர்களைப் பொறுத்தமட்டில் இது முதல் கார் சவாரி என்றே சொல்லலாம்.

"டேய், நம்ப ரேக்ளாவைவிட எவ்வளவு வேகமா போகுதுடா இந்த காரு..." என்றான் ஒருவன்

"ரேக்ளாவைவிட நம்ப டிராக்டரே வேகமாப் போகுமேடா பிஸ்கோத்து! இதைச் சொல்ல வந்துட்டே...." என்றான் அடுத்தவன்.

அர்ச்சனா ஆச்சரியப்பட்டாள்.

"என்ன சார், முன்னப்பின்ன இவங்க கார்லயோ பஸ்லயோ போனதில்லையா?"

"இவங்கன்னு இல்லை மேடம்... இந்த நூறுகுடிக் கூட்டத்துல உள்ளவங்க பாதிக்கு மேல் சமஸ்தான எல்லையையே தாண்டினது கிடையாது..."

"ஏன்?"

"எல்லாம் ஒரு கட்டுப்பாடுதாங்க..." அவர்களிடமிருந்தே பதில் வந்தது.

"புரியலை!"

"நான் சொல்றேன் மேடம்... இவங்க அடிமைக்குடிங்க. ஆனா, இவங்களை அப்படிக் கூப்பிடக் கூடாது. நூறுகுடிக் கூட்டம்னு கொஞ்சம் முலாம் பூசி கூப்பிட்டுக்கறோம். இவங்க பழக்கவழக்க சம்பிரதாயங்கள் எல்லாமே சுத்தி வளைச்சு மூக்கைத் தொடுற சமாசாரங்க. ஊருக்கெல்லாம் ஒரு வழின்னா இவங்களுக்கு ஒரு வழி!..."

“நல்லா உழைப்பாங்க. விசுவாசிங்க! இந்த அரண்மனை பளபளப்புக்குப் பாதி காரணம் இவங்கதான்...”

“வெளியே பெண் எடுக்கமாட்டாங்க. கொடுக்கவும் மாட்டாங்க. இவங்களுக்கு முதல் கடவுள் வீரநாட்டார்தான்! அவர் சொல்றதைத்தான் கேப்பாங்க. அதேபோல் சமஸ்தான ராஜாவும் ராணியும் சொல்றதை வேதவாக்கா எடுத்துக்குவாங்க. சுதந்திரப் போராட்டக் காலத்துல வெள்ளைக்கார துரைமார்கள் இங்கே வந்து தங்கறதுண்டு. அவங்களுக்கு கால் அமுக்கிவிட்டுச் சாமரம் வீசறதெல்லாம் இவங்கதான்...”

“நண்டுவடாகன்னு ஒருத்தன். பேரே வித்தியாசமா இருக்கு பார்த்தீங்களா?” கேட்டுவிட்டுக் கண்களைச் சிமிட்டினார் தில்லைநாயகம்.

“சொல்லுங்க... ரொம்ப இன்ட்ரஸ்டிங்கா இருக்கு!” என்று ஆர்வம் சொட்டினாள் அர்ச்சனா.

“அந்த நண்டுவடாகன் கொஞ்சம் விழிப்பான ஆள். எப்படியோ நாலு எழுத்து எழுதப் படிக்கக் கத்துக்கிட்டுச் சுதந்திர போராட்டத்துல ஈடுபட்டான். வெள்ளைக்காரங்களையும் எதிர்த்தான்...”

“தூத்துக்குடியில் வ.உ.சி. தலைமையில் நடந்த ஒரு போராட்டத்துல நண்டுவடாகனை போலீஸ்காரங்க வெளுத்து கட்டிட்டாங்க. விஷயம் அப்போதைய ராஜா, வேங்கை ராஜ ரூபசேகர கோட்டைப்புரத்தார் காதுக்கு வந்தது.”

“இந்தக் கோட்டைப்புரம்தான் வெள்ளைக்காரங்களுக்கு ஜால்ராவாச்சே. ஜில்லா கலெக்டர், ராஜாவைப் பிடிச்சு ஒரு வாங்கு வாங்கினார். ராஜாவும் உடனேயே நண்டுவடாகனை உண்டு இல்லைன்னு பண்ணிட்டார். அன்னிக்குப் போட்ட சட்டம்தான். ‘ஒரு பயலும் சமஸ்தான எல்லையைத் தாண்டக்கூடாது’ன்னு”

“எனக்குத் தெரிஞ்சு இன்னிக்கு வரைக்கும் அது அப்படியே இருக்கு...”

“இந்தத் தலைமுறையைச் சேர்ந்த சிலர் மட்டும் அப்பப்ப வெளியே போய் வருவாங்க. இப்போதைய ராஜா மனசு தங்கம்... அதனால் அதையெல்லாம் கண்டுக்கறதில்லே.”

தில்லைநாயகத்தின் நீண்ட விளக்கத்தில் தென்பட்ட விஷயங்கள் அர்ச்சனாவின் மனத்தில் அக்னி வளையங்களாகச் சுழன்றன. ‘அவ்வளவும் மனிதனை மனிதன் ஆதிக்கம் செலுத்தும் சர்வாதிகார ருசிகொண்ட ஹிட்லர் பாணி விஷயங்களாய் இருக்குமோ?’

மெள்ள பின்பக்கம் திரும்பி கதவோரம் அமர்ந்திருக்கும் இருவரையும் பார்த்தாள்.

திறந்த மார்பு மைதானத்தில் பிசுபிசுத்த முடிக்கூட்டத்தில் கைகளைப் பரத்திக்கொண்டு ஏகமாய் விரிந்த விழிகளோடு, கார் பயணத்தை முடிந்த மட்டும் அனுபவிக்கும் ஒரு பாவனை அவர்கள் முகம் முழுக்க வியாபித்திருந்தது.

சாதாரண ஒரு கார் பயணம்கூட இவர்களுக்கு இத்தனை அந்நியமாகிவிட்டதே என்கிற அர்ச்சனாவின் கேள்விப் பெருமூச்சில் ஸ்டியரிங் சுடத் தொடங்கியது.

“ஆமா... நீங்க யார் மேடம்?” தில்லைநாயகம் விளக்கத்தை முடித்துக்கொண்டு விசாரிப்புக்குள் நுழைந்தார்.

“அர்ச்சனா!”

“இந்த சமஸ்தானத்தோட எப்படிப் பழக்கம்?”

“நான் ஒரு ஆர்கிடெக்ட், ஆர்ட்டிஸ்ட்கூட. அரண்மனை ஓவியங்கள் சிலது பழுதாயிடிச்சாமே... அதான் புதுப்பிச்சுத் தரலாம்னு வந்தேன்...”

சாவதானமாக ஒரு ‘புருடா’ விட்டுவிட்டு எதிர்வரும் லாரிக்காகச் சற்றே கீழே இறங்கி, புழுதி கூட்டத்துக்குக் காரை மேலேற்றியபோது பின்னால் உள்ள இருவரும் தும்மினார்கள்.

ஆனால், தில்லைநாயகம் மட்டும் யோசனையில் இருந்தார். “என்ன சார் யோசிக்கிறீங்க?”

“அரண்மனை ஓவியங்களைப் புதுப்பிக்கற விஷயம் எனக்குத் தெரியாதே... அதான் யோசிச்சேன்...”

“உங்களுக்கு எதுக்குத் தெரியணும்... நீங்க யார்?”

“எனக்குத் தெரியாம சமஸ்தான காரியங்கள் எதுவுமே நடக்காது மேடம். நான் தேவரோட பி.ஏ.!”

“தேவர் என்ன அவ்வளவு பெரியவரா? ஆமா உங்க பேர்?”

“தில்லைநாயகம்! என்ன கேட்டீங்க... தேவர் பெரியவர்ரான்னா? தேவர் பேரைச் சொல்லி, பின்னால் உள்ள அந்தப் பசங்களைப் பார்த்து ‘டேய், கார்ல இருந்து குதிச்சுச் செத்துப்போங்கடா’ன்னா செத்துப் போயிடுவாங்கம்மா. அந்தப் பேருக்கு அவ்வளவு மதிப்பு...!”

“படிப்பறிவில்லாதவங்க... காலங்காலமா அடிமையாவே இருந்து பழக்கப்பட்டவங்க... இவங்க வேணும்னா அப்படி நடந்துக்கலாம். மத்தவங்க எதுக்கு நடந்துக்கணும்?”

“மத்தவங்கன்னு யாரைச் சொல்றீங்க?”

“இளைய மகாராஜா விஸ்வநாதரூபசேகர கோட்டைப்புரத்தாரைச் சொன்னேன்.”

“ஓஹோ, இது அவர் ஏற்பாடா?”

“ஏன் அவருக்கு இந்த உரிமை கிடையாதா?”

“சே... சே... இந்த சமஸ்தானத்தோட ராஜா அவர். அவருக்கு இல்லாத உரிமையா? பொதுவுல அவர் எதுலேயும் தலையிட்டுக்கமாட்டார். எல்லாம் தேவர் ஏற்பாடுதான். தேவர் சொல்வார்... நாங்க செய்வோம்.”

“யார் இந்த தேவர்?”

“தேவரையா யாருன்னு கேட்டீங்க?”

“தெரியலை. அதனாலதான் கேட்டேன்!” அர்ச்சனா. இந்தக் கேள்வியைக் கேட்டபோது கார் மதுரை விமான நிலைய வளைவில் பிரவேசித்திருந்தது.

ஆகாயத்தில் ஒரு பொட்டுப் பூச்சிபோல் தொலைவில் ஆவ்ரோ ஒன்று தெரிந்தது.

பாண்டிக்குட்டியின் தலைமாட்டில் உட்கார்ந்திருந்தவன் அதைப் பார்த்து 'ஆ' வென்று வாய் பிளந்தான்.

"டேய்... டேய்... அதோ ஏரேப்பிளேனு! அதோ ஏரோப்பி ளேனு!" அரை டிராயர் சிறுவனைப்போல் குதூகலித்தான்.

அவர்களுக்காகக் காரை நிதானமாகச் செலுத்தத் தொடங்கியவள் தில்லைநாயகத்தை யதார்த்தமாகப் பார்த்தாள்.

ஏனோ தில்லைநாயகத்தின் முகம் பாறைபோல் இறுகியிருந்தது.

"என்ன சார், பதிலைக் காணோம்?" நிமிண்டினாள். தில்லைநாயகம் மெள்ள அர்ச்சனா பக்கம் திரும்பினார்.

"தேவரைப் பற்றிச் சுருக்கமா சொல்லணும்னா அவர் ஒரு தெய்வம். விசாலமா சொல்லணும்னா இன்னிக்கு முழுக்க சொல்லலாம்..." என்றார்.

"சமஸ்தானத்துக்கு அவர் என்ன உறவு?"

"அந்தக் காலமா இருந்தா ராஜகுருன்னு சொல்லலாம். இந்தக் காலத்துல அப்படிச் சொன்னா சிரிப்பாங்க. ரொம்ப பேர் சமஸ்தானம்னே சொல்ல மாட்டேங்கறாங்க. கோட்டைப்புரத்து வீடுன்னுதான் சொல்றாங்க..."

அர்ச்சனா அதற்கு மேல் எதுவும் கேட்கவில்லை. தன்னை வேறுவிதமாக அவர்கள் நினைத்து விடக்கூடிய அபாயத்தை உணர்ந்தவளாக, மிதமான சிரிப்போடு மதுரை நகரின் எல்லைக்குள் நுழைந்தாள். அவனியாபுரத்தை ஒட்டிய கழிவுநீர் பண்ணையருகே எதற்கோ எருமைகள் மறியல் செய்து கொண்டிருந்தன. ஒரு வெள்ளைநிறப் பாண்டியன் (டவுன் பஸ்) அவற்றின் காதைச் செவிடாக்க ஹாரன் சத்தத்தைக் கிளப்பிக் கொண்டிருந்தான்.

பின் ஸீட்டில் மயங்கிய நிலையில் கிடந்த பாண்டிக்குட்டி சோர்வோடு முனகினான். நுரை ததும்பிய அவன் உதட்டுப் பகுதியிலிருந்து ஒருவித துர்வாடையோடு முனகல் சத்தம்!

உடம்பிலும் இரட்டைச் சடைபோல் ஒரு பின்னல்.

திரும்பிப் பார்த்த அர்ச்சனா கியரை மாற்றி, காரை எருமைகளுக்கு ஊடே செலுத்தினாள்.

சில எருமைகள் சத்தத்தோடு தங்கள் மேல் மோதிய அர்ச்சனாவின் கார் பானட்டைக் கோபமாக வெறிக்க, கார் வேகமெடுத்தது.

"நல்லா டிரைவ் பண்றீங்க மேடம்."

"தாங்க்யூ!"

"மதுரை வந்தாச்சு. இவனை ஒரு நர்சிங் ஹோம்ல அட்மிட் பண்ணணும். நல்ல நர்சிங் ஹோமுக்குக் கொண்டுக்கிட்டுப் போங்களேன்."

அதேபோல் கார் கார்த்திகா நர்சிங்ஹோமுக்குள் நுழைந்தது.

"என் கிளாஸ்மேட்டோட அக்கா வசுமதி தான் இங்கே டாக்டரா இருக்காங்க. நல்லா பார்த்துப்பாங்க" என்கிற அர்ச்சனாவின் வார்த்தைகளோடு பாண்டிக்குட்டி ஸ்ட்ரெச்சர் ஏறினான். வேகமாகப் பரிசோதிக்கப்பட்டான். ஊசிக்குத்துகளை வாங்கிக்கொண்டு குளுகோஸையும் ஏற்றிக்கொள்ளத் தொடங்கினான்.

"மிஸ்டர் தில்லைநாயகம், இனி கவலைப்பட வேண்டிய அவசியமில்லை. வேணும்னா துணைக்கு அவங்க ரெண்டு பேரும் இருக்கட்டும். நீங்க கிளம்பறதுன்னா கிளம்புங்க" என்றாள் அர்ச்சனா.

தில்லைநாயகம் சற்றுத் தயங்கினார்.

"உங்களுக்குச் சிரமம் கொடுத்துட்டேனோ?" சம்பிரதாயமாகக் கேட்டார்.

"நோ... நோ... இது ஏதோ என்னாலான ஒரு உதவி."

"ரொம்ப நன்றி! நானும் அந்த நோக்கத்தோடதான் ஆயிரம் வேலைக்கு நடுவுல வந்தேன். பாண்டிக்குட்டி பெரிய வீரன்.

தேவரோட நம்பிக்கைக்குப் பாத்திரமானவன். நூறுகுடிக் கூட்டத்துலே அவனை மாதிரி ஒரு வீரனைப் பார்க்கவே முடியாது. அவன் பிழைச்சுத் திரும்பினா என்னைவிட சந்தோஷப்படறவங்க யாரும் இருக்க முடியாது."

பேசிக்கொண்டே பாக்கெட்டில் கையைவிட்டு நூறு ரூபாய் நோட்டுக்கள் சிலவற்றை வெளியே எடுத்தார்.

"அவசியமில்லே மிஸ்டர் தில்லைநாயகம். பாண்டிக்குட்டி உடம்பு நல்லாகட்டும். பிறகு பார்த்துக்கலாம். எனக்கும் வேலை இருக்கு. நான் கிளம்பறேன். நாலு நாள் இங்கே அவங்க தங்க வேண்டியிருக்கும்னு டாக்டர் சொன்னார்" என்றாள்.

உடன் வந்த இருவர் வசமும் பணத்தைத் தந்துவிட்டு, "ஜாக்கிரதையா பாத்துக்குங்கடா... நான் நாளைக்கு வந்து பார்க்கறேன்" என்று தில்லைநாயகம் நிமிர, "வாங்க, என் கார்லயே உங்களை பஸ் ஸ்டாண்டுல டிராப் பண்றேன்" என்று அவரோடு காரில் ஏற, கார் சீறியது.

"அரண்மனைக்குப் போக வண்டி இருக்கா உங்களுக்கு?"

"ஊஹும்! டாக்ஸி பிடிச்சுப் போயிடுவேன்!"

"அவ்வளவு தூரத்துக்கு டாக்ஸி வருமா... நான் வேணும்னா கொண்டுவந்து விடறேனே..."

"பரவாயில்லே மேடம்! இதுவே அதிகம்..."

பஸ் ஸ்டாண்டுக்கு வெளியே பரபரப்பான மனித நடமாட்டங்களில் இறங்கிக்கொண்டார் தில்லைநாயகம். அர்ச்சனா புன்னகையோடு காரைக் கிளப்ப, அவர் டாக்ஸி தேடத் தொடங்கினார்.

அர்ச்சனாவின் கார் நகரின் வீதிகளில் நெளிந்தது.

அண்ணாநகரின் ஒதுக்குப்புறமான ஓரிடத்தில் பளபளப்பான பங்களாவைத் துல்லியமாகக் கண்டறிந்து உள்ளே நுழைந்தது.

கதவைத் திறந்து விடும்போதே கூர்க்கா லேசாக முறைத்தான்.

"என்ன துக்காராம் முறைக்கிறே?"

"ஒண்ணுமில்லம்மா... உள்ளே ஐயா குதிச்சுக்கிட்டிருக்காரு! 'யாரைக் கேட்டுக்கிட்டு அவ காரை எடுத்துக்கிட்டு வெளியே போனா...? போய் எவ்வளவு நேரமாச்சு'ன்னு ஒரே ரௌஸ்..."

'அப்பா என்னை என்ன விரல் சூப்பற பாப்பானு நினைச்சுட்டாரா? ஐ ஆம் எ கரேஜியஸ் வுமன் டாட்...' என்று முணுமுணுத்துக்கொண்டே உள்ளே நுழைந்தாள்.

ஹால் வெறித்துக் கிடந்தது.

"எங்கே அப்பா?" வேலைக்காரனிடம் கேட்க...

"குளிக்கப் போயிருக்கார்!"

"ஆமா... இதென்ன பார்சல்...?" டீபாய் மேல் கிடந்த பார்சலைப் பார்த்துக் கேட்டாள்.

"கொஞ்சம் முந்தி ஒருத்தர் கொண்டுவந்து கொடுத்துட்டுப் போனார்."

"யாருக்கு?"

"உங்களுக்குத்தான்னு சொன்னாரு!"

அர்ச்சனா ஆச்சரியத்தோடு அதைக் கையிலெடுக்க, நறுக்கென்று கைக்கு அடக்கமாக வண்ணக் காகித சுற்றோடு அவளைப் பார்த்து சிரித்தது அந்த பார்சல். மேலே அர்ச்சனா பெயர். மற்றபடி வேறு எந்த விளக்கமுமின்றி வெறித்தது.

வேகமாய்ப் பிரிந்தாள். வேலைக்காரன் சுவாரஸ்யத்தோடு நின்று கவனித்தான்.

பிரிக்கப் பிரிக்க அடுக்குப் பாத்திரம்போல் வந்து கொண்டேயிருந்தது. இறுதியில் ஒரு ரோஜாப்பூ!

ஒரே ஒரு ரோஜாப்பூ!

அதற்குக் கீழே ஒரு கடிதம்!

கடிதத்தைப் பிரித்தாள்.

"வேண்டாத விஷயங்களில் தலையிடாதீர்கள்! வேணுகான இளமையில் விதவையாகாதீர்கள்! சாபமும் பாபமும் வேத ரகசியங்கள்! ஞானிகளுக்கும் எட்டாத உலக அதிசயங்கள்! பூத்திருக்கும் இந்த ரோஜாபோல் என்றும் வாழ வாழ்த்துகிறோம்!"

❖ ❖ ❖

அத்தியாயம் 10

அந்தக் கடிதம் ஒரு விநாடி அர்ச்சனாவைக் குழப்பியது. முத்து முத்தான கையெழுத்தோடு தேர்ந்த தமிழ் எழுத்துக்களின் கவித்தனத்தோடு மர்மமாய் மிரட்டியது.

திரும்பத் திரும்பப் படித்தாள்.

பக்கத்து சோபாவில் ஆசுவாசத்தோடு விழுந்தாள். நெற்றி முன் விழுந்த கூந்தல் ஒதுக்கினவளாய் அண்ணாந்தாள். இதயத்துடிப்பில் லேசான வேகம் கூடியிருந்தது.

வேலைக்காரன் கேட்டான்:

“யாரும்மா அது?”

அவனைச் சுட்டுவிடுவதுபோல் பார்த்தாள்.

“போய் வேலையைப் பாரு...” என்று கத்தினாள். திடுமென்று பெர்ஃஃப்யூம் வாசம் அவள் மூக்கை நெருடியது.

காசிநாத் குளித்து முடித்து பெர்ஃஃப்யூம் ஸ்பிரேயில் திளைத்தவராய் வந்து கொண்டிருந்தார். நீலப்பட்டுலுங்கி உடுத்தி வெள்ளை ஜிப்பா தரித்திருந்தார்.

சமீபமாக வெளியே கிளம்பும் ஆயத்தத்தில் அவர் இல்லாததை அவரது இறுக்கமற்ற முகநிலையும் உடையும் ஊர்ஜிதப்படுத்தின.

சோபாவில் அர்ச்சனா வெறித்தபடி கிடப்பதை பார்த்து, சற்றுக் கோபத்துடன் அவள் எதிரே போய் அமர்ந்தார்.

“உன் மனசுல நீ என்னன்னு நினைச்சுக்கிட்டிருக்கே?” கடுகடுப்போடு கேட்டார்.

அவளிடம் பதிலில்லை.

"ஆமா எங்கே போய்ட்டு வர்றே? காலையிலயே வெளிய போனியாமே?"

பதிலில்லை.

"அர்ச்சனா... இது என்ன புதுப்பழக்கம்? கேக்கறேன்ல. பதிலைச் சொல்லு!"

"கிளப்புக்கு டாட்..." பட்டென்று பதில் வந்தது அர்ச்சனாவிடம். அதே சமயம் கைகள் காகிதத்தை மடக்கின.

"எந்த கிளப்புக்கு?"

"மதுரைல என்ன நூறு கிளப்பா இருக்கு?"

"கிளப்புக்கு நான் போன் செஞ்சேன். நீ அங்கே வரலைன்காங்க. அதான் கேக்கறேன்." லேசான திணறல் அர்ச்சனாவிடம்.

"ஆமா, இது என்ன பார்சல்... ரோஜாப்பூ...?"

"எதுவுமில்லேப்பா.... என் ஃப்ரெண்ட் அனுப்பியிருக்கா..."

"ரோஜாப்பூவை யாராவது இப்படி பார்சல் பண்ணுவாங்களா என்ன? அது என்ன கையில லெட்டர்...?"

அர்ச்சனா வியர்க்க ஆரம்பித்தாள்.

"டாட்... ப்ளீஸ் டாட்! என்னைக் கொஞ்சம் தனியா இருக்க விடுங்க..."

"நீயும் என்னைக் கொஞ்சம் நிம்மதியா இருக்க விடு" கோபத்தோடு அதிர்வாக இரைந்தார் காசிநாத்.

"உங்க நிம்மதியை நான் எங்கே கெடுத்தேன்?"

"நீ அந்த கோட்டைப்புரத்து வீட்டுக்குப் போய்ட்டு வந்தா என்னால் எப்படி நிம்மதியா இருக்க முடியும்?"

"ஓ.கே. டாட்... நான் பொய் சொல்ல விரும்பலை. நான் அங்கேதான் போய்ட்டு வந்தேன். விசுவைப் பார்த்து ஆறுதல் சொல்லிட்டு வந்தேன்... தப்பா?"

"ஆறுதல் சொன்னதோட நிறுத்திக்க அர்ச்சனா. இனி நீ அந்தப்பக்கமே போகக்கூடாது. எம்.இ. பண்ண ஸ்டேட்ஸ் போறதைப் பத்தி யோசி."

"எந்த அர்த்தத்துல நீங்க சொல்றீங்கன்னு தெரியுது டாட். ஐ ஆம் ஸாரி, விசுவை மறக்க என்னால முடியாது. அவர் பாவம் டாட்!"

"அர்ச்சனா வளவளன்னு பேச விரும்பலே. நான் காதலுக்கு எதிரியில்லை. இது உனக்கு நல்லாத் தெரியும். தெரிஞ்சும் நீ புரிஞ்சுக்கலேன்னா... ஐ ஆம் வெரி ஸாரி..."

"டாட்... உங்களையா எனக்குத் தெரியாது...?! காதலுக்கு எதிரியில்லைன்னா ஏன் எங்க காதலுக்குக் குறுக்கே நிக்கறீங்க? நீங்களுமா அந்தச் சாபம், பாபம் இதையெல்லாம் நம்பறீங்க?"

"ஒரு மாடர்ன் சொஸைட்டி மெம்பர் நீங்க. தொட்டதுக்கெல்லாம் பகுத்தறிவு பத்திப் பேசற கூட்டத்தோட பிரதிநிதி நீங்க. நீங்களா இதையெல்லாம் நம்பறீங்க?"

"லுக் அர்ச்சனா... மனசு ஒரு விசித்திரமான விஷயம். இந்த உலகத்துல நூத்துக்குத் தொண்ணூறு பேருக்கு அது மென்மையான விஷயம். பத்துப் பேருக்குத்தான் இரும்பு மனசு. இந்த மென்மையிலே உண்மை, பொய் எது விழுந்தாலும் சலனம் தவிர்க்கப்பட முடியாதது. நான் சலனப்பட விரும்பலை!"

"டாட்... நீங்க பேசறது நல்லா இல்லை. மென்மையான மனசு, இரும்பு மனசுன்னு நான் கதை கேக்க வரலை. வெட்டு ஒண்ணு துண்டு ரெண்டுனு சொல்லுங்க..... நீங்க இதை நம்பறீங்களா?"

ஒரு நீண்ட மௌனமும் ஆழ்ந்த யோசனையும் காசிநாத்தின் நெற்றிப் புடைப்பில், மூச்சுக் குழலில், விரல்களின் இறுக்கத்தில் தங்களை வெளிப்படுத்திக் கொண்டுவிட்டு இறுதியாக உதட்டுக்கு வந்து அதைப் பிரித்தன.

"யெஸ்..."

அர்ச்சனாவுக்கு அடிவயிற்றில் பூரான் நெளிந்தது.

"டாட் எனக்காகச் சொல்லாதீங்க. நல்லா யோசிச்சுச் சொல்லுங்க! உங்களை எனக்கு நல்லாத் தெரியும். இந்த நாட்டு பக்தியில் தொண்ணூறு சதவிகிதம் சாமிங்கற சுப்ரீம் பவர்கிட்ட கையேந்தற பிச்சைக்காரத்தனமான பக்திதானேயொழிய, மனசை மேம்படுத்திக்கற பக்தி கிடையாதுனு தர்க்கம் பண்ணினவர் நீங்க! நீங்களா இப்படிச் சொல்றது?"

"நான்தான் சொல்றேன். சாபம், பாபம் எல்லாம் நிஜம். வினைகள் யாரையும் விடறதில்லைங்கறதுதான் உண்மை. அந்த மாதிரிதான் அந்த சமஸ்தான விஷயமும். அவங்க என்ன பாவம் செஞ்சாங்களோ... இப்படி அல்பாயுசுல போய்க்கிட்டே இருக்காங்க..."

"டாட்... உங்களுக்கு ஓர் உண்மை தெரியுமா? இது சாபத்தால் நடக்கற விஷயமில்லை. மனுஷ சதியால நடக்கற விஷயம்னு!"

"இது என்னம்மா புதுக்கதை?"

"புதுக்கதை இல்லே. இதுதான் நிஜம்! என் காதால கேட்ட நிஜம்..."

"நோ... நீ என்ன டபாய்க்க எதையோ சொல்றே... உனக்குச் சின்ன வயது. நல்லது கெட்டது தெரியாது. காதல் மயக்கத்துல என்னை கன்வின்ஸ் பண்ண இப்படிக் கதையடிக்காதே. நான் உன்கிட்ட இது விஷயமா டிஸ்கஸ் பண்ண விரும்பலை. இனி நீ அந்தப் பக்கம் போகக்கூடாது. போனா நான் மனுஷனா இருக்கமாட்டேன்."

"டாட், ப்ளிஸ் டாட்... பாவம் விசு! நான் சொல்றதைக் கொஞ்சம் கேளுங்க..."

"அர்ச்சனா... நீ என்ன சொன்னாலும் நான் கேட்கமாட்டேன். சமஸ்தான விஷயமும் ஏறத்தாழ தொண்ணூறு வருஷ சமாசாரம். பல தலைமுறையா அல்ப வயசுல மரணங்களைச் சந்திச்சுக்கிட்டு வர்ற துரதிர்ஷ்டமான விஷயம். மனுஷ சதி இவ்வளவு காலம் நீடிக்காது."

“நானும் எல்லா கோணங்கள்ளேயும் சிந்திச்சுப் பார்த்துட்டேன். பத்திரிகைகளும் கிண்டிக் கிழங்கெடுத்துக்கிட்டு இருக்குது. நீ சதி அது இதுன்னு பினாத்தறதை விடு... இனி இந்த சப்ஜெக்ட் பத்தி நீ பேசவே கூடாது...”

“ஸ்டேட்ஸ் போறதைப் பத்தி பேசு. மார்க் ஷீட் வாங்கற வேலையைப் பார். அமெரிக்கன் கான்சல் ஜெனரல் வேலையைப் பார். அமெரிக்கன் கான்சல் ஜெனரல் ஆபிஸ்ல விசா கொடுக்கறதுல ரொம்ப கெடுபிடின்னு கேள்விப்பட்டேன். உன் டிஸ்டிங்ஷன்ல உனக்கு விசா வாங்கித் தரணும். காசிநாத் பொண்ணுங்கற ஸ்டேட்டஸ் உதவிக்கு வரக்கூடாது. அதுதான் உனக்குப் பெருமை.”

பேசிவிட்டு மளமளவென்று கிளம்பி தோட்டத்து ஊஞ்சலை நோக்கி நடக்கத் தொடங்கினார் காசிநாத்.

மெத்தென்ற புல்வெளி நடுவில் ஒய்யாரமான ஊஞ்சலில் பெருமூச்சோடு போய் விழுந்தார்.

தோட்டக்காரன் நந்தியாவட்டைக்கு நீர்விட்டுக் கொண்டிருந்தான். தட்டுத் தட்டாய்ப் பூத்த ரோஜாக்களை நிமிண்டிக் கொண்டிருந்தன சில வண்டுகள்.

“அர்ச்சனாவின் காதலை அளவுக்கதிகமாகக் கசக்கி விட்டோமோ?” கேள்வியோடு மேகத்திண்டின் விளிம்புகளில் பார்வையை ஊன்றினார்.

‘காதலே வெறும் காம இச்சையோடுதானே?’ புதிய கேள்வி விடையோடு எழும்பியது.

‘காம இச்சை ஒரு விக்கிரகம் என்றால் காதல் என்பது அதற்குப் பூட்டிய தங்கக் கவசம்’ என்ற வியாக்யானம் வேறு நினைப்பில் தோன்றியது.

‘விசுவைவிட கவர்ச்சியாய் இன்னொருவன் அழைந்துவிட்டால்... ஊஹூம்! அர்ச்சனாவுக்கு அமைத்துக் கொடுத்தால் காலப்போக்கில் தன்னால் சரியாகி விடும்...’

'இது மாதிரி எத்தனை ஆயிரம் கேஸ்கள் சரியாகியிருக்கின்றன. இதென்ன பிசாத்து...?'

அவர் தனக்குள்ளே செம்மாந்துபோன சமயம் ஹாலுக்குள் டெலிபோன் சிணுங்கியது.

காசிநாத்தின் பேச்சால் ஸ்தம்பித்திருந்த அர்ச்சனா எழுந்து நெருங்கிச் சென்று ரிஸீவரைத் தொட்டாள்.

மறுமுனையில் டாக்டர் வசுமதி!

"யாரு அர்ச்சனாவா?"

"யெஸ்... யாரு டாக்டரா?"

"எக்ஸாக்ட்லி! அர்ச்சனா... அந்த பேஷண்ட் நிலை திடீர்னு சீரியஸாகிட்டு இருக்கு. நீ கிளம்பி வரமுடியுமா?"

"என்ன டாக்டர் சொல்றீங்க.... ஒண்ணும் சீரியஸ் இல்லேன்னீங்களே!"

"இந்த மாதிரி கேஸ்ல எதுவும் எப்பவும் நடக்கும். நான் செக் பண்ணப்ப விஷம் பிரெய்னை டச் பண்ணலை. ஆனா, இப்ப நிலைமை மோசமாயிடுச்சு. நான் கொடுத்த முறி மருந்து ஒர்க் அவுட் ஆகல. ஜி.எச்சுக்குத்தான் கொண்டு போகணும். ரொம்ப சீரியஸ்."

"என்னால வரமுடியாத நிலை டாக்டர். இங்கே அப்பா வேற படு சீரியஸா இருக்காரு. வேணும்னா சமஸ்தானத்துக்கு போன் பண்ணி யாரையாவது வரச் சொல்லவா?"

"எனக்கு ஆட்சேபணையில்லை. ஆனா, பேஷண்ட் உன்னைப் பார்க்கணும்கறான்!"

"என்னையா? நான் யாருன்னே அவனுக்குத் தெரியாதே..."

"லுக்... வளவளன்னு பேச நேரமில்லை. ஏதோ சீக்ரெட் மேட்டராம். உன்கிட்ட சொல்லணுமாம். எப்படியாவது கிளம்பிவா."

"ஓகே...!" போனை முடக்கிவிட்டு நிமிர்ந்தாள். மெள்ள வாசல்வரை வந்து எட்டிப் பார்த்தாள்.

ஊஞ்சலில் காசிநாத்தின் முதுகு தெரிந்தது.

போர்டிகோவில் மாருதியையொட்டி ஒரு லூனா, உடையைச் சீர்ப்படுத்திக்கொண்டு லூனாவைப் போய்த்தொட்டாள்.

கச்சிதமாகக் கேட்டார் காசிநாத்.

“எங்கேம்மா?”

“சும்மா ரைடு டாடி...”

“ஜாக்கிரதையா போயிட்டு வா...”

“ஓகே டாடி...” குரலோடும் பெருமூச்சோடும் லூனா சீறியது.

சாலையின் குண்டு குழிகள் அவள் மதர்த்த மார்பை உண்டியலாய்க் குலுக்கிவிட்டன. ஒழுங்கில்லாத சாலை வளைவுகள் அவள் கூந்தலைப் புரட்டி எடுத்தன.

அவள் மனசுக்குள்ளோ பரபரப்பு விஷ்ணு சக்கரம் சுற்றியது. ‘பாண்டிக்குட்டி என்னோடு பேச விரும்புவது எதுவாக இருக்கும்? என்ன அந்த சீக்ரெட் மேட்டர்...?’

கேள்விப் பந்து மனத்தின் மைதானத்தில் எங்கெல்லாமோ உருண்டது.

அவளின் அவசரம் புரியாமல் டிராஃபிக் போலீஸ் தடைப்படுத்தினார். முன்னும் பின்னுமாய் ஏகமாய் வாகனங்கள் குவிய, வாலிப மீசைகள் கறுத்த உதட்டில் விசிலோடு அர்ச்சனாவைச் சந்தித்தன.

அங்க லாவண்யங்களை அளந்தன.

மார்புத் துணியின் விலகலுக்குத் தவித்தன!

சிக்னல் மாறியது. எதையும் சட்டை செய்யாமல் லூனாவை விரட்டினாள்.

நர்சிங் ஹோம் வாசலிலேயே காத்துக் கொண்டிருந்தார்கள் காவலுக்கு நின்றுபோன அந்த இரண்டு பேர்.

"அம்மா, திடீர்னு பாண்டி நிலை ரொம்ப மோசமாயிடுச்சு. கண்ணு முழுச்சு நான் எங்கே இருக்கேன்னான். நாங்க விவரத்தைச் சொன்னோம்..."

"முன்னப் பின்ன தெரியாதவங்களுக்கு என்பேர்ல இவ்வளவு அக்கறையான்னு கேட்டு மனசு பூரிச்சுப் போனான். ஆனா, திடீர்னு இப்படி ஆயிடுச்சு..."

அவர்கள் பேசப் பேசப் படிகளில் ஏறி வார்டுகளைக் கடந்து, மருந்து நெடிகளை விலக்கி, எதிர்ப்பட்ட நர்ஸுகளின் நிழல்களில் நீந்தி, பாண்டிக்குட்டி அனுமதிக்கப்பட்டிருந்த இன்டென்சிவ்கேர் யூனிட்டில் நுழைந்தாள். அவன் அருகே படு சீரியஸாக டாக்டர் வசுமதி அர்ச்சனாவை நெருங்கி, "வா அர்ச்சனா... பல்ஸ் டௌனாகிக்கிட்டே இருக்கு. சட்டுன்னு என்னன்னு கேட்டு முடி. ஜி.எச்சுக்குக் கொண்டு போகணும். இங்கே செத்துவெச்சா போலீஸ் கேஸாயிடும். என் பேர் ரிப்பேராயிடும். உனக்காகத்தான் அட்மிட் பண்ணினேன். போ சீக்கிரம்..."

பேசிவிட்டு நடையில் பரபரப்பு காட்டி நகர்ந்து கொண்டாள் டாக்டர் வசுமதி.

பாண்டிக்குட்டியை நெருங்கினாள் அர்ச்சனா.

மணிக்கட்டில் 'சலைன்' இறங்கிக் கொண்டிருந்தது. மூக்குக்குள் குழாய் வழியாக ஆக்ஸிஜன் போய்க் கொண்டிருந்தது. உதடுகள் வெடித்துக் கருநீலம் பாரித்துக் கிடந்தன.

அரைக்கண் திறந்து கிடக்க, வெண்படலம் மட்டும் பார்வைக்குத் தெரிந்தது.

"நீ பேசணும்னியே அவங்க வந்திருக்காங்க. உன்னை இங்கே கொண்டுவந்து சேர்த்தவங்க இவங்கதான்..." நர்ஸ் நிமிண்டிவிட்டு நகர்ந்துகொள்ள, பாண்டிக்குட்டியின் இமைகள் மிகுந்த சிரமத்துடன் மேலேற... மறைந்திருந்த கறுப்புப் பாப்பாவில் அர்ச்சனா புலப்படத் தொடங்கினாள்.

"வணக்கம்மா... நீங்க யாருன்னு சுருக்கமா சொல்றீங்களா?" குரல் நடுங்க பேசவும் தொடங்கினான் பாண்டிக்குட்டி.

“எதுக்குப்பா கேக்கறே?” அர்ச்சனா குனிந்து காதோரமாய்க் கேட்டாள்.

“காரணமாகத்தான். நீங்க இந்த சமஸ்தானத்து உறவா? இல்லை, பழக்கமா?”

“பழக்கம்தான்... எதுக்கு இதைக் கேக்கறே? நீ சொல்ல நினைக்கறதைச் சொல்லு...”

“சாதாரண விஷயமா இருந்தா இந்த நேரம் சொல்லிவிட்டு மூச்சை விட்டுருப்பேன். இது அப்படி இல்லியே...”

அவன் குரலில் விஷயத்தின் கனம் கண் சிமிட்டியது. இவனுக்குள் பெரிதாக எதுவோ அடைத்துக் கொண்டிருக்கிறது என்பது அர்ச்சனாவுக்குள் துல்லியமாகப் புலப்பட்டது. சமயோசிதமாகப் பேசத் தொடங்கினாள்.

“நான் உங்க இளைய மகாராஜாவைக் கல்யாணம் பண்ணிக்கப் போறவ. என் பேர் அர்ச்சனா போதுமா? இப்பசொல்லு...”

“நல்லதும்மா... கும்பிடப்போன தெய்வம் குறுக்க வந்த மாதிரி ஆயிடுச்சு என் நிலை...”

சொல்லிவிட்டு விக்க ஆரம்பித்தான் பாண்டிக்குட்டி. அர்ச்சனாவுக்குள் எதிர்பார்ப்பு அணை உடைத்துக் கொண்டது.

“நீ என்ன சொல்ல நினைக்கிறே...? அதைச் சொல்லு பாண்டி?” அவன் காதருகே குனிந்து படுவேகமாக பதட்டத்துடன் கேட்டாள். பாண்டிக்குட்டியின் விக்கல் அவன் மார்புக் கூட்டில் ஒரு மறியலே செய்தது. வார்த்தை வரமறுத்து திணறியபடி வாய் திறந்தான்.

“என் அக்கா செல்லம்மாளை சமஸ்தானத்தைவிட்டு வெளியேறிடச் சொல்லுங்க. அவளுக்கு இப்ப எட்டாவது மாசம். அவளுக்கு ஆண் வாரிசு பிறக்கப்போறது நிச்சயமாயிடுச்சு. ரொம்ப நாளைக்குப் பிறகு எங்க குடும்பத்துக்குன்னு வரப்போற வாரிசு அது...”

“இந்த சமஸ்தான எல்லையில் அது பிறந்து அதுவும் முப்பது வயசுல சாகவேண்டடம். என் மச்சான் சோலை ஒரு குடிகாரன். அவன் இதுக்கு ஒப்புக்கமாட்டான். செல்லம்மாகிட்டே அவன்

பேச்சை கேட்க வேண்டான்னு சொல்லுங்க. முருகன் மேல் ஆணையா இதைக் காதும் காதும் வெச்சமாதிரி செய்யுங்க. நீங்க நிச்சயம் தீர்க்க சுமங்கலியா இருப்பீங்க. வளையாம்பிகை ராணிம்மா வயித்துல பொ... பொ..."

பாண்டிக்குட்டி பேசியது போதும் என்பதுபோல உயிர் மேலேறிவிட்டிருந்தது.

அவன் பேச்சு அர்ச்சனாவுக்குள் 'ரீப்ளே' ஆக தொடங்கிற்று.

❖❖❖

அத்தியாயம் 11

பாண்டிக்குட்டியின் மரணத்தைத் தொடர்ந்து அவன் பேசியது மீண்டும் மனத்துக்குள் ஓட, சற்றே குழம்பினவளாக நிமிர்ந்த அர்ச்சனா அறைக்கு வெளியே பிரமை பிடித்தவளாக வந்து நிற்க, அந்த இரண்டு பேர் காத்திருந்த மாதிரி கேட்டனர்.

“அம்மா... பாண்டிக்குட்டி எப்படி இருக்கான். என்ன சொன்னான்?”

அதே சமயம் டாக்டர் வசுமதி வந்து கொண்டிருந்தாள். நெருங்கினவள் விறைத்து நிற்கும் அர்ச்சனாவைப் பார்த்துக் கேட்டாள்.

“என்ன அர்ச்சனா, பேசிட்டியா? ஜி.எச்சுக்குக் கொண்டு போக அரேஞ்ஜ் பண்ணிட்டேன். இப்பதான் எங்ககிட்ட நீங்க கொண்டுவந்த மாதிரியும் ஃபர்ஸ்ட் எய்ட் மட்டும் செஞ்சதாகவும் சீஃப் டாக்டர்கிட்டே சொல்லியிருக்கேன். நான் சொன்னதை நல்லா ஞாபகம் வெச்சுக்க...”

வசுமதியின் வேகமான பேச்சைக் கேட்டு ஒரு விநாடி என்ன பதில் சொல்வதென்று தெரியாமல் சங்கடத்தில் நெளிந்தாள் அர்ச்சனா.

“எனிதிங் ராங் அர்ச்சனா...?” வசுமதி சூட்சுமமாகக் கேட்க, அர்ச்சனாவின் சிரம் மேலும் கீழும் அசைந்து ஆமோதித்துவிட்டு உதடுகள், “அவன், செத்துட்டான் டாக்டர்!” என்றன.

வசுமதியின் முகத்தில் அமிலம்பட்ட மாதிரி ஓர் அதிர்ச்சி.

உள்ளே ஓடினாள். விறைத்துக் கிடந்த பாண்டிக்குட்டியின் மணிக்கட்டைத் தொட்டாள்.

“மை காட்!” அவள் உதட்டில் பயத்தின் கூவல்.

அவள் பின்னாடியே நுழைந்த அந்த இரண்டுபேரும் அவன்மேல் விழுந்து ஒப்பாரி வைக்கத் தொடங்கினார்கள்.

“ஐயோ பாண்டி... எங்களையெல்லாம் விட்டு போயிட்டியாடா? எலே சிங்கக்குட்டி... மச்சு வீட்டு மவராசானுங்க உன்னையே பரலோகம் அனுப்பிட்டாங்களா? ஐயோ பாண்டி...”

“இப்ப என்ன டாக்டர் பண்றது?” அவர்களின் ஒப்பாரியை இடைவெட்டியபடி வசுமதியின் அருகே வந்தாள் அர்ச்சனா. வசுமதியிடம் நீண்ட பெருமூச்சு. ‘எல்லாம் உன்னால வந்தது’ என்று சொல்ல உதடுகள் தவித்தன. பழக்கம் கட்டிப்போட்டது.

“நீங்க இதைப் பெரிசுபடுத்தலேன்னா பிரச்சினையில்லை... ஓசைப்படாம பாடியை எடுத்துக்கிட்டுக் கிளம்பிடுங்க. என்ன சொல்றே?”

“ஓகே... நான் சமஸ்தானத்துக்கு ஒரு போன் பண்ணிக்கவா?”

“ஷ்யூர்.”

அர்ச்சனா தொலைபேசியை நோக்கி ஓடி, விசுவுடன் தொடர்பு கொண்டாள்.

“என்ன அர்ச்சனா... என்ன விஷயம்?”

“விசு, இட் ஈஸ் சீரியஸ். உங்க அண்ணனோட எஸ்கார்ட் பாண்டிக்குட்டியையும் பாம்பு கடிச்சிச்சு இல்லியா?”

“ஆமா அதுக்கென்ன இப்ப?”

“அவனும் இப்ப செத்துட்டான். நான்தான் ட்ரீட்மெண்டுக்காக மதுரை அழைச்சுக்கிட்டு வந்து எனக்குத் தெரிஞ்ச நர்சிங் ஹோம்ல சேர்த்தேன். காப்பாத்த முடியலை.”

“நீ எதுக்காக இதைச் செஞ்சே?”

“செய்யும்படியான ஒரு சூழ்நிலை அமைஞ்சது விசு. எல்லாம் ஒரு மனிதாபிமானம்தான்.”

"என்ன மனிதாபிமானமோ? அவங்க கூட்டமே படிப்பறிவில்லாத முரட்டுக் கூட்டம் அர்ச்சனா. தேவருக்கும் பாட்டிக்கும்தான் கட்டுப்படுவாங்க. கண்மூடிங்க..."

"விசு... இப்ப நான் விளக்கம் கேட்கலை. பாடியை என்ன பண்றது? கொஞ்சம் அசந்தா போலீஸ் கேஸாயிடும்."

"ஜி.எச்சுக்குப் போக வேண்டிய கேஸ் இது. என் முகத்துக்காகத்தான் டாக்டர் வசுமதி தன் நர்சிங் ஹோம்ல அட்மிட் பண்ணிக்கிட்டாங்க. ஆனா துரதிர்ஷ்டம் பாண்டிக்குட்டி பிழைக்கலை..."

"ஓகே... நீ பாடியை இங்கே கொண்டுவா. நான் தேவர்கிட்டே சொல்லி மத்த ஏற்பாட்டைப் பண்றேன்."

"தாங்ஸ் விசு. இன்னொரு முக்கிய விஷயம்."

"என்ன?"

"அது யாரு செல்லம்மா?"

"செல்லம்மாவா? தெரியலையே..."

"பாண்டிக்குட்டியோட சிஸ்டர் செல்லம்மாவைச் சொல்றேன். இப்பகூட அந்தப் பொண்ணு எட்டு மாசமா முழுகாம இருக்கா!"

"ஏய். எனக்கே தெரியாத விஷயமெல்லாம் உனக்குத் தெரிஞ்சிருக்கே... யு ஆர் கிரேட் யா. எனக்கு இந்த நூறுகுடிக் கூட்டம் பத்தி எல்லாம் சரியா எதுவும் தெரியாது. ஆமா, அந்த செல்லம்மாவுக்கு என்ன?"

"அவகிட்டதான் நம்ம மர்மத்தோட முதல் முடிச்சே இருக்கு விசு. சாகும்போது என்கிட்ட சில விஷயங்களைச் சொல்லிட்டுத்தான் செத்திருக்கான். நானே எதிர்பார்க்கலை."

"போன்ல நான் கேட்ட அந்த மர்மக் குரல்கள்... இப்ப பாண்டிக்குட்டி என்கிட்ட சொன்ன விஷயம்... எல்லாமே முகம் இல்லாத முண்டங்களா 'எங்களைக் கண்டுபிடி பார்க்கலாம்'னு என்கிட்ட சவால் விடுற மாதிரி இருக்கு விசு..."

"மத்ததை நேர்ல பேசுவோம் அர்ச்சனா. நீ உடனே கிளம்பி வா!"

"ஸாரி விசு... அப்பா எரிமலை மேல சோபா போட்டு உக்காந்துகிட்டு அதிகாரம் பண்றார். நான் உன்னை நினைக்கவே கூடாதுங்கறார். ஸ்டேட்ஸ் போ'ன்னு சொல்றார்."

அதைக்கேட்ட விசு சோர்ந்து பதில் சொல்ல முடியாத வெம்மைக்குள் புழுங்கத் தொடங்கினான்.

"ஏய்... என்ன சத்தத்தைக் காணோம். அப்படிச் சொன்னாத்தான் அவர் அப்பா. அதை ஓவர்டேக் பண்ணினாத்தான் நான் அர்ச்சனா. டோன்ட் ஒர்ரி..."

"சரி, பாடியை அனுப்பிச்சிட்டு வர்றியா?"

"இன்னிக்கு முடியாது. நாளைக்கு வரேன். ஆமா, நான் வந்தா எப்படிச் சமாளிப்பே?"

"நீ வா... சமாளிப்பு தானா வரும்."

"குட்... அதுக்கு முந்தி அந்த செல்லம்மா எங்கே இருக்கா, எப்படி இருக்கானு தெரிஞ்சு வெச்சுக்க..."

போன் முடங்கியது. சற்று பாரம் நீங்கிய பாவனையோடு திரும்பினாள். டாக்டர் அறைக்குள் நுழைந்து மற்ற ஏற்பாடுகளைக் கவனிக்கத் தொடங்கினாள்.

நர்ஸிங்ஹோமின் வேன் ஒன்று வேண்டா வெறுப்பாகப் பாண்டிக்குட்டியைச் சுமந்துகொண்டு, ஒப்பாரி வைக்கும் அந்த திறந்த மார்பு மனிதர்களையும் ஏற்றிக்கொண்டு உருளத் தொடங்கியது.

"யப்பாடா..." டாக்டர் வசுமதியிடம் பெருமூச்சு!

"உங்களுக்கு மேலே எனக்கு டென்ஷன். இப்பதான் சரியாச்சு" இது அர்ச்சனா.

"அர்ச்சனா... இவங்களை உனக்கு எப்படித் தெரியும்? சமஸ்தானப் பழக்கம் ஏற்பட்டது?"

“என்ன டாக்டர்... உங்க சிஸ்டர் சியாமளா எதையுமே சொல்லலையா?”

“அவகூட நான் பேசியே பல மாசம் ஆச்சு. நான் அவ்வளவு பிஸி.”

“சமஸ்தான இளைய மகாராஜா விசு எங்களோட க்ளாஸ்மேட்.”

“அப்படியா! இந்த சமஸ்தானம் பத்தி நேத்துகூட பத்திரிகையிலே படிச்சேன். ரொம்ப ஆச்சர்யப்பட்டேன். இந்த இருபதாம் நூற்றாண்டுலகூட இப்படியெல்லாம் நடக்கறதை நினைச்சா ஆச்சரியமா இருக்கு.”

“நீங்க அதையெல்லாம் நம்பறீங்களா?”

“நம்பித்தானே ஆகணும்? லைப்ல நம்ம அறிவுக்கு எட்டாத விஷயங்கள் எவ்வளவோ உண்டு அர்ச்சனா; அதுல இதுவும் ஒண்ணு.”

“ஆனா என்னாலே நம்ப முடியலை டாக்டர். பயங்கரமான ஒரு சதி வேலை இது. வேர் தெரியாம வெளியே தெரியற மரம் மாதிரி அந்த மர்மம் பதுங்கியிருக்கு. சம்பவங்கள் மட்டும் வெளியே தெரியுது...”

“எதை வெச்சு சொல்றே?”

வசுமதியின் கேள்விக்குப் பதில் சொல்ல நாக்கை அசைத்தவள் ஒருவித எச்சரிக்கை உணர்வோடு அப்படியே விஷயத்தை உள்ளிழுத்துக் கொண்டாள்.

‘இப்போதைக்கு எதையும் விரிவாகப் பேசுவது சமயோசிதமல்ல’ என்கிற மூளையின் சிவப்பு விளக்கு எச்சரிக்கையோடு வசுமதியைப் பார்த்துச் சிரித்தாள்.

“எல்லாம் ஒரு யூகம்தான்... ஓகே டாக்டர்... நான் கிளம்பறேன். அப்பா காத்துக்கிட்டிருப்பார். சியாமளாவைப் பார்த்தா நான் வந்துட்டுப் போனதைச் சொல்லுங்க” என்றபடி எழுந்து கொண்டாள்.

வயலில் காற்று விளையாடிக் கொண்டிருந்தது. கணுக்கால் உயர கடலைப் பயிரின் பொசுபொசுத்த இலைக்கூட்டம் காற்றோடு கட்டிப் புரண்டு உருண்டு கொண்டிருந்தது.

வளையைவிட்டு வெளியே வந்த எலிகள் சில இடங்களில் உற்சாகமாய் மண்ணை விலக்கி வேரிலேயே கடலையைக் காலி பண்ணிக் கொண்டிருந்தன.

ஏகாண்டமான நிலப்பரப்பு.

எங்கும் பசுமை.

பணக்கார வயல் என்பதற்குக் கட்டியம் கூறும் அளந்தெடுத்த சதுரங்களில் வரப்புகள்.

ஓரிடத்தில் மோட்டார் ஓடி குழாய் வழியாக நீர் பாய்ந்து கொண்டிருந்தது. கத்தி பட்டுப் பீறிடும் ரத்தம்போல் குதூகலப் பாய்ச்சல்.

மண்வெட்டியும் கையுமாக ஓரிடத்தில் பாய்ச்சலெடுக்கும் நீரைப் பக்குவமாகக் கடலை வயலுக்குள் செலுத்திக் கொண்டிருந்தான் சோலை.

லேசான போதையில் இருந்தான். காலடியில் பூமியே ரயில் பெட்டிகள் தண்டவாளத்தில் நழுவுகின்ற மாதிரி ஒரு நழுவலில் இருப்பதாக உணர்ந்தவன், மண்வெட்டியால் மண்ணை வெட்டும் சமயம் தன் காலிலும் போட்டுக்கொண்டு வலி பொறுக்கமாட்டாமல் உதடு குவிக்க ஊளையிட்டான்.

வயலை ஒட்டி மண்ணால் அமைந்த மேடு ஓரிடத்தில், அந்த மேட்டை ஒட்டிக் கன்னிப் பெண்ணைப்போல் மிதமான வளர்ச்சியில் வேப்பமரம் ஒன்று. அதன் குளிர்ச்சியான நிழலில் செல்லம்மாள்! கூடையில் கஞ்சியோடு வந்து அமர்ந்து கொண்டிருந்தாள். தன் கணவன் பொறுப்பாக வயலில் இறங்கி பாடுபடுவதைப் பார்த்து தனது கர்ப்ப வயிற்றில் கையூன்றி ரசித்தாள்.

"ஆத்தா வேங்கைப் பொன்னி... இந்த ஆளு இதே பொறுப்போடு காலத்துக்கும் இருக்க அருள் தா தாயி..." என்று வானம் பார்த்து முணுமுணுத்துக் கொண்டாள்.

சுற்றிலும் ஒரு நோட்டம் விட்டாள். ஆங்காங்கே தனது கூட்டத்தவர் தெரிந்தார்கள்.

மாடுகளுக்குத் தண்ணீர் காட்டிக் கொண்டிருந்தான் இருசன். பார்க்கப் படுசோகமாகத் தெரிந்தான்.

"அண்ணே..." கூவி அழைத்தாள் அவனை.

"ஏன் செல்லம்மா?" மாட்டின் மூக்கணாங்கயிற்றைக் கையில் பிடித்தபடியே நெருங்கி வந்தான் இருசன்.

"ஏன் ஒரு மாதிரி இருக்கீங்க?"

"ஒண்ணுமில்லை தாயி. சமஸ்தான சோலி என்னைப் பாடாப்படுத்துது... நேத்து தானம் கொடுக்கற மாடுங்களை ராசா சமாதியைச் சுத்தி ஓட்டி வரச் சொன்னாக. ஒரு மாடா ரெண்டு மாடா... நூத்தியெட்டு மாடுங்க. அதுல ஒரு காளையும் இருந்திருக்கு."

"அம்புட்டையும் பத்திவுடையில ஒரு ஊளை மூஞ்சிக்காரன் அதுங் கூட்டத்துல விழுந்து கொம்புலேயும் குளம்புலேயும் குத்து வாங்கிச் செத்து தொலைச்சிட்டான். அதுல பிடிச்சிச்சு சனி..."

"என்னா சனி?" கேள்வியோடு வந்து சேர்ந்தான் சோலை. அவனைப் பார்த்தவுடன் இருசன் முகம் லேசாக இறுகியது. சமஸ்தானத்தைப் பற்றிச் சாதாரணமாகச் சற்றுக் கடுமையானச் பேசினாலே சீறிக்கொண்டு வருவான் சோலை.

'நாடோடிக் கூட்டமண்ணே நாம... ஊர் ஊரா வித்தை காட்டித்தான் பிழைச்சுக்கிட்டிருக்கணும். கௌரவமான நிலத்தை உழுதுகிட்டு கஞ்சிக்குக் குறைவில்லாம இருக்கோமுன்னா அதுக்கு ராசாமாருங்க பெரிய மனசுதான் காரணம்!' என்பான். அவனிடம் விவாதிக்க முடியாது. இவனைப் போலத்தான் இந்தக் கூட்டமே.

'எலே... உங்களைத் திருத்த முடியாதுடா. திருத்தவே முடியாது! ஒரு பயலுக்குக்கூட ரோஷமானம் கிடையாது. கூறுவா கிடையாது. உங்க உடம்புல நல்ல ரத்தம் ஓடலை. சாக்கடைதான்

ஓடுது. காசுக்காரங்க ஆட்டிப் படைக்கறாங்க. அறிவில்லாம ஆடுறீங்க' என்று பலமுறை இருசன் பதிலுக்குக் கத்தியதுண்டு. அவனுக்கு அங்கே வலுவே கிடையாது.

இதனால் யாரிடமும் எதுவும் அவன் பேசுவதில்லை. இருந்தும் ஆயாசம் பல சமயம் கொப்பளித்துக் கொட்டிவிடும்.

"என்ன சனின்னு கேட்டேன்ல?" சோலை விடாமல் பிடிபோட்டான்.

"வேணாம்... நான் எத்தையாவது சொன்னா நீ எத்தையாவது சொல்லுவே. சங்கடம்தான் மிச்சமாகும்."

"எலே... சொல்லிப் போட்டுப்போ. பாதியில் மென்னு துப்ப இது என்ன மணத்தக்காளிக் கீரையா? சொல்லுலே..."

"ஒண்ணுமில்லை செல்லம்மா.... மாடுங்ககிட்ட அடிபட்டுச் செத்தவனை அள்ளிப்போட்டு மூடாம, விசாரணைன்னு விஷயத்தைக் கம்பியா அடிச்சு நீட்டுது போலீஸு..."

பெரியவர் தில்லைநாயகம் வந்தாரு. "இருசா... போலீஸ் வந்து கேட்டா என்ன நடந்திச்சோ அதைப் பயமில்லாம சொல்லுன்னார். அவங்க கூப்பிட்டா நான் ஸ்டேஷனுக்குப் போகலாம். அப்பால நான்தான் எல்லாத்துக்கும் காரணம்னு கூடையைக் கவுத்து என் மேல மூடப்போறாங்க. ஏழை சொல்லு அம்பலமா ஏறப்போகுது? அதான் இந்த சமஸ்தானத்துலேயே கிடையாதே..."

"எலே புலம்பாதே... சாவு விழுந்தா முறையா நடந்துக்கறாங்க பெரியவங்க. இது தப்பா?"

"பெரிய முறை... நாட்டுல இல்லாத முறை. டேய் சோலை... நீ ஒரு பித்துக்குளிப் பயடா. இந்தக் கூட்டத்துக்கே அறிவு கிடையாது. இந்தச் சாவுக்கே விசாரணைன்னா ராசா சாவுக்கும் விசாரணை வேணும்டா! இவன் மாடு முட்டிச் செத்தான்னா அவரு பாம்பு கடிச்சு செத்தாரு... செத்த விதம்தான் வேற... மத்தபடி எல்லாம் ஒண்ணுதான். அதை யாருடா கேக்க?"

"உனக்கு வயசாவ ஆவ மூளை கெட்டுப்போச்சு. உன் மூளையில் தேரை விழுந்தாச்சு. ஏ கூறுவாறு இல்லா கிழவா... இந்தச் சாவோட ராசா சாவை ஒப்புக் காட்டிப் பேசாத. அது பரம்பரைச் சாபம். ஊரறிஞ்ச விஷயம். விசாரிக்க ஒரு வெங்காயமும் அதுல இல்லை. இது அப்படியா?"

செத்தவன் நம்ம கூட்டத்து ஆளு இல்ல முதல்ல. யாரு எவன்னு கண்டுபிடிக்க வேணாமா? அவனைப் பெத்தவங்க வவுறு துடிக்காதா?"

"எல்லாம் சரி... அவன் சாவுக்கே நான்தான் காரணம்ங்கற மாதிரி பேசினா?"

"யாரு சொன்னா?"

"யாரைன்னு சொல்லுவேன். போலீஸோட முதல் கட்ட விசாரணைல அவங்க கேட்ட விதம் அப்படித்தான் நினைக்க வைக்குது."

இருசன் பேசி முடித்த சமயம் சமஸ்தான வயல்வெளி மண்பாதை மேல் போலீஸ் ஜீப் ஒன்று சீறிக்கொண்டு நுழைந்திருந்தது.

சப்-இன்ஸ்பெக்டர் ஜீவானந்தம் சிவந்த கொடுக்காப்புளிபோல் விழிகளை வைத்துக்கொண்டு அமர்ந்திருந்தார்.

❖❖❖

அத்தியாயம் 12

கைவிலங்கோடு போலீஸ் நுழைவதைப் பார்த்த இருசனுக்குத் தொடைப் பரப்பின் நரம்பு ஒன்றில் ரத்தம் கட்டிக்கொண்டது. முட்டிக்காலுக்குக் கீழே செயல் இழந்த மாதிரி வேதனை மிஞ்சியது.

"யாருடா இங்கே இருசன்...?" கேள்வியோடு ஒரு கான்ஸ்டபிள் வர... கூனிக்குறுகியபடி முன்னே சென்றான் இருசன்.

"விலங்கைப் பூட்டுங்கய்யா..." கான்ஸ்டபிள்களைப் பார்த்து அதட்டலாகக் கத்தினார் சப்-இன்ஸ்பெக்டர்.

"ஐயா... நான் ஒரு குத்தமும் செய்யலியேப்பா... நான் ஒரு குத்தமும் செய்யலையே..." உதட்டில் தந்திக்கட்டை தோற்கும் பரிதவிப்பைக் காட்டினான் இருசன்.

"எல்லாம் எங்களுக்குத் தெரியும். ஜீப்புல ஏறு. சிலோன் கேடியோடெல்லாம் உனக்குச் சிநேகிதமா? பெரிய ஆளுய்யா நீ..." கறுவினார் சப்-இன்ஸ்பெக்டர்.

"ஐயா, சத்தியமா எனக்கு ஒரு எழவும் தெரியாதுய்யா..."

"எழவு கிழவுன்னே பெண்டைக் கழட்டிடுவேன். உன் குடிசையில் உன் பொட்டியில் ஆயிரக்கணக்குல சிலோன் ரூவா நோட்டுங்க. எப்படிய்யா வந்திடுச்சு? செத்திருக்கறவன் பேர் ராஜநாயகம். சிலோன்ல பெரிய கேடியாம். கள்ளத்தோணியில வந்தவன்கூடச் சிநேகம் வெச்சுக்கிட்டு, பின்னால் தகராறு வரவும் அவனைச் சாமர்த்தியமா தீர்த்துக் கட்டிட்டு. பழியை மாடுங்க மேல போடப் பாக்கறியா? நாங்க என்ன கொண்டையில பூவா

முடிஞ்சிருக்கோம்?" பேசியபடி இருசனைத் தரதரவென்று இழுத்து ஜீப்பில் ஏற்ற, ஜீப் சீறியது.

குண்டு வெடித்த நிலப்பரப்புபோல் வானம் ஏறிய புழுதிக் கூட்டத்தில் இருசன் மறைந்தே போனான். செல்லம்மாள் வாய் பிளந்து நின்றிருந்தாள்.

சோலை விதிர்த்துப் போயிருந்தான். "பார்த்தியாபுள்ள... இந்தக் கிழவனுக்கு எவ்வளவு நெஞ்சழுத்தம்?" முனகினான்.

"பாவங்க இருசன்!"

"சரி சரி... கஞ்சியை ஊத்து..." என்று வாய்க்கால் நீரில் கையைக் கழுவத் தொடங்கினான் சோலை.

"ஏனுங்க... உங்களுக்கு ஒரு விஷயம் தெரியுமா?" சிணுங்கலாகக் கேட்டாள் செல்லம்மாள்.

"என்ன?"

"இன்னிக்கு நம்ம குடிசைப் பக்கம் டாக்டருங்க வந்தாங்க. எல்லாரையும் பரிசோதனை பண்ணிப் பார்த்துட்டு மருந்து மாத்திரை கொடுத்தாங்க. என்னைத் தனியா படுக்க வெச்சு வவுத்தைத் தொட்டுத்தொட்டு அழுத்திப் பார்த்தாங்க. 'பய நல்லா இருக்கான்னு சொன்னாங்க. பொறக்கு முன்னே எப்படிங்க தெரியும் ஆம்பளைப் பையன்?'னு நான் கேட்டேன். சிரிச்சாங்க..."

சோலையும் அதைக் கேட்டுச் சிரித்தான்.

"நான்தான் உன்னைப்போல வாரம் டவுனுக்குக் கூட்டிக்கிட்டுப் போய் ஒரு மெஷினுக்கு கீழே படுக்க வெச்சப்பவே சொன்னேனே... உனக்கு ஆம்பளைப் புள்ளைன்னு... நீதான் நம்பலை."

"ஆமா, நம்ம ராணியம்மாவுக்கும் எனக்கும் ஒரே மாசமாச்சே... அவங்களுக்கு என்ன குழந்தைங்க பிறக்கும்?"

"அதான் எல்லாருக்கும் தெரிஞ்ச விஷயமாச்சே! பொம்பளைப் புள்ளையா பிறக்கும்? ஆம்பளைப் புள்ளைதான்!"

"ப்ச்ச்..." உதடு சுழிய வருந்தினாள் செல்லம்மாள்.

"நீ வருந்தி என்ன பிரயோஜனம்? தலையில அப்படில்ல எழுதியிருக்கான் அந்த ஆண்டவன். இதாவது பொட்டையா இருந்தா இப்ப இருக்கற ராசாவைக் காப்பாத்தலாம். ஆண்டவன் என்ன நினைக்கிறானோ?"

அப்போது அங்கு வந்து நின்ற வேனிலிருந்து சோகமாக இறங்கினார் தில்லைநாயகம்.

தள்ளாடியபடியே கைத்தடியோடு இறங்கினார் திருமேனித்தேவர். பட்டுச் சால்வையால் மார்பை மூடி நெற்றியில் நீறு துலங்கத் தென்பட்டவரின் கண்களில் தூக்கலான சோகம்.

வேனின் பின்பக்கத்திலிருந்து கீழே இறங்கப்பட்டது பாண்டிக்குட்டியின் சடலம்!

அதைப் பார்த்துவிட்டுச் செல்லம்மாள் மயக்கம் வராத குறையாகக் கத்தத் தொடங்கினாள்:

"ஐயோ... என் தம்பி என்னை உட்டுட்டுப் போயிட்டாங்க... என் ராசா... வைகுண்டம் போயிட்டாங்க. என்னய்யன் சிவலோகம் போயிட்டாங்க..." அலறிக்கொண்டு ஸ்ட்ரெச்சரை நோக்கி ஓடினாள் செல்லம்மாள்.

தில்லைநாயகத்துக்குப் பக்கென்றது.

"சோலை... முதல்ல அவளைப் போய்ப் பிடி. வாயும் வயிறுமா இருக்கறவ இப்படி அழலாமா? குழந்தைக்கு ஏதாச்சும் ஆகிட்டா என்ன பண்ணுவே?"

தில்லைநாயகத்தின் கரிசனத்தில் நெகிழ்ந்து போனான் சோலை. ஓடிப்போய்ச் செல்லம்மாளைத் தாங்கிப் பிடித்தான்.

செல்லம்மாளை நெருங்கினார் தேவர்.

"தாயி.... நடக்கக்கூடாதது நடந்துப்போச்சு. பொறுத்துக்க தாயி. பாண்டிக்குட்டி என் பேரன் மாதிரி! அவனுக்கு இணை சொல்ல இந்தக் கூட்டத்துல ஒருத்தர் இல்ல... நாங்களும் முடிஞ்ச மட்டும் முயற்சி செஞ்சோம். விதி விட்டு வைக்கலை."

தேவர் பேசின சமயம் நூறுகுடிக் கூட்டம் மெள்ள அவர்களைச் சூழ்ந்துகொள்ள ஆரம்பித்திருந்தது.

திரும்பவும் வேனுக்குள் ஏறிக்கொண்டார் தேவர். தில்லைநாயகம் கிளம்பப்போன சமயம், சோலை அவரை நெருங்கிக் கடிக்கத் தொடங்கினான்.

"ஐயா... நம்ம இருசனை போலீஸ் பிடிச்சுகிட்டுப் போயிடுச்சு..."

"தெரியும். பாவிப்பய... நமக்கே தெரியாம சிலோன் கேடியோட எல்லாம் தொடர்பு வெச்சுக்கிட்டிருக்கான் அந்தக் கிழவன்."

வேன் சீற ஆரம்பிக்க, கூட்டம் பாண்டிக்குட்டியைச் சுமந்துகொண்டு தங்கள் குடிசைகளை நோக்கி நடக்கத் தொடங்கியது.

கோட்டைப்புரத்து வீட்டு முன் காரை நிறுத்திவிட்டுக் கீழே இறங்கினாள் அர்ச்சனா.

ஓடி வந்தான் ஒருவன்.

"இளைய மகாராஜா உங்களுக்காகக் காத்துக்கிட்டிருக்கார். வந்தா அழைத்து வரச் சொன்னார்" என்றான்.

"என்னை உனக்கு எப்படித் தெரியும்?" நடக்கும்போது அதிகாரமாகக் கேட்டாள் அர்ச்சனா.

"அடையாளம் சொல்லியிருக்கார்! அதை வெச்சு..."

"என்ன அடையாளம்?"

"அம்மன் விக்ரகம் மாதிரி தளதளன்னு இருப்பீங்கன்னு சொன்னார்..."

"அப்படியா" ரசனையோடு கேட்டாள் அர்ச்சனா. நடையில் அரண்மனைப் பகுதிகள் நழுவிக் கொண்டிருந்தன.

"உன் பேர் என்ன?"

"வடிவேலு."

"என்ன படிச்சிருக்கே?"

"பி.ஏ."

"பி.ஏ-வா?" அர்ச்சனாவிடம் ஆச்சரியம் புருவத்தின் மேலேறிக் குதித்தது.

அப்போது எதிர்பாராதவிதமாக அவள் தோள்மேல் மிக அழுத்தமாக ஒருவன் மோதிக் கடந்தான்.

"ஸ்டுப்பிட்!" கத்தியவளுக்காகச் சற்று நின்றவன் திரும்பாமலே பதில் சொன்னான்:

"நான் ஸ்டுப்பிட் இல்ல... என் மேல மோதின நீதான் ஸ்டுப்பிட். இதைப் போகப் போகத் தெரிஞ்சுக்குவே..." பேசிவிட்டு முகத்தைக் காட்டாமல் விறுவிறுவென்று நடந்து போய்விட்டான்.

"யாருப்பா இந்த ஆளு?" வடிவேலுவின் பக்கம் திரும்பினாள் அர்ச்சனா.

"தெரியாதுங்க... அப்பப்ப வருவாரு, போவாரு!"

"ஊர் பேர் தெரியாதவங்க, வந்து போக இது என்ன சத்திரமா, சாவடியா?" கோபமாக அர்ச்சனா கேள்வி கேட்ட சமயம் பெரிய ராணி பாண்டியம்மாள் இறங்கி வந்து கொண்டிருந்தாள்.

பாண்டியம்மாள் பார்வை, இளமை கவர்ந்திழுக்கும் தோற்றத்தோடு நிற்கும் அர்ச்சனா மேல் விழுந்தது.

"வடிவேலு... யார் அந்தப் பொண்ணு...?"

"இளைய மகாராஜாவைப் பார்க்க வந்திருக்காங்க..." வடிவேலு சொன்னவுடன் பாண்டியம்மாளின் கன்னக் சதுப்புகள் ஆச்சரிய நடுக்கம் காட்டின.

"அவனைப் பார்க்கவா?"

அந்தச் சமயம் விசுவே அங்கே வந்து சேர்ந்தான். அர்ச்சனாவின் வருகைக்குப் புத்திசாலித்தனமாக முட்டுக் கொடுத்தான்.

"இவங்க ஒரு ஆர்ட்டிஸ்ட்... அண்ணனோட படத்தை நல்லா பெரிசா வரைஞ்சு என் ரூம்ல வெச்சுக்கணும்னு தோணிச்சு பாட்டி. அதான் வரச் சொல்லியிருந்தேன்..."

பாண்டியம்மாளின் மூச்சில் லேசான உஷ்ணம்.

"உன் பேர் என்னம்மா?"

"அர்ச்சனா!"

"இங்கே பாத்து நடந்துக்கணும். உன்னைப் பத்தி ரிப்போர்ட்ஸ் வரக்கூடாது. நிறையக் கட்டுப்பாடுகள் இங்கே உண்டு. ஜாக்கிரதை!"

பாண்டியம்மாள் அங்கிருந்து நகர்ந்து செல்ல, " நீங்க வாங்க மேடம்" என்ற விசு, அர்ச்சனாவின் பக்கம் புதுமரியாதையுடன் திரும்பினான்.

அவன் 'நீங்க' போட்டதில் அர்ச்சனாவுக்கும் ஏகச்சிரிப்பு. இருவரும் அந்த இடத்தைவிட்டு நகர்ந்து தனியாக நடக்கும் சமயம் மெள்ள விசுவை நிமிண்டினாள்.

"விசு... 'நீங்க'ன்னு என்னைக் கூப்பிட்டதை நினைச்சா ரொம்பப் பெருமையா இருக்கு. பெண்ணுக்குச் சம மரியாதை தர நினைக்கிற உங்க பெருந்தன்மைக்கு என்னோட நன்றி..." என்றபடி ஒயிலாகக் கைகளை நெற்றிக்கு உயர்த்தினாள்.

"அடிச்சேன்னா தெரியும் சேதி.... இங்கே மனசு பக்குன்னு தவிச்சுக்கிட்டிருக்கு...." சூழ்நிலையை அளந்தபடி பேசினான் விசு.

"எனக்கு மட்டும் என்னவாம்...? ஒரு பக்கம் அப்பா, மறுபக்கம் உங்க மர்மங்கள்... நானும் கிடந்து அலை மோதிக்கிட்டிருக்கேன் விசு."

"எப்படி அர்ச்... உன்னால இந்த நிலையிலேயும் சந்தோஷமா எதையும் பேச முடியுது?"

விசு கேட்ட சமயம் அவனுடைய அறை வந்துவிட்டது. உள்ளே நுழைந்த அர்ச்சனா முதல் வேலையாகக் கதவைச் சாத்திவிட்டு அப்படியே அவன் மார்பின் மேல் விழுந்தாள்.

இமைக்கவும் மறந்து அவனை வெறித்தாள்.

"டேய்... என்னடா இதெல்லாம்...?" குழைவாகக் கேட்டான் விசு.

அர்ச்சனாவிடம் பதிலில்லை. வெறிப்பு தொடர்ந்தது. மெள்ள வெறித்த விழியின் அடிப்பரப்பில் ஈரம் பரவ ஆரம்பித்தது.

"அர்ச்சனா... என்னம்மா இதெல்லாம்? ஏன் அழறே?"

"பயமா இருக்கு விசு!" முதல் தடவையாக அவனை இறுக்கிக்கொண்டு அந்த வார்த்தைகளைச் சொன்னாள்.

"பயமா? உனக்கா?" விழியை முடிந்த மட்டும் பெரிதாக விரித்துக் கேட்டான் விசு.

அவளிடம் அங்கீகாரத் தலையசைப்பு.

"எனக்கு மிரட்டல் கடிதம் வந்திருக்கு விசு. நான் விதவையாயிடுவேனாம்!" சொல்லிவிட்டு ஓவென்று வெடித்து அழுதாள் அர்ச்சனா.

"ஏய்! என்ன சொல்றே நீ?"

"ஆமாம்... இந்தப் பிரச்னையில நாம இன்னும் பிள்ளையார் சுழியைக்கூட சரியாப் போடலை. அதுக்குள்ள எனக்கு மிரட்டல்னா... உங்களை எவ்வளவு உன்னிப்பா அவங்க கவனிச்சுகிட்டிருக்காங்க தெரியுமா?"

"அர்ச்சனா... அப்ப எதிரி முழிச்சுக்கிட்டான்னு சொல்றியா?" நடுக்கமான குரலில் கேட்டான் விசு.

"இதை விழிப்பா எடுத்துக்க முடியாது விசு. நாம அவங்களைப் புரிஞ்சுகிட்டு வர்றோம்கற விழிப்பு அவங்களுக்கு இருக்க சந்தர்ப்பமே இல்லை... அவங்க மிரட்டல் தொனிவேற. நான் உங்களைக் கல்யாணம் பண்ணிக்கிட்டா என்ன பண்றதுங்கற பயத்தினால் அவங்க என்னை மிரட்டலாம்."

"நான் உன்னைக் கல்யாணம் பண்ணிக்கிட்டா அவங்களுக்கு என்ன?"

"இந்த சமஸ்தானத்துக்குத் தேவை தலையாட்டிப் பொம்மைகள். என்னை மாதிரி கூர்மையான பெண்கள் அல்ல. அந்தத் தலையாட்டி பொம்மைகளைக்கூட அவங்கதான் தேர்ந்தெடுப்பாங்க. அந்தக் கொடுமையை சாமி பேர்ல ஏத்தி ஒரு உதவி மாதிரி வேற செய்வாங்க. ஜகஜ்ஜாலக் கில்லாடிங்க!"

"நீ என்ன சொல்றே?"

"உங்கம்மா சொன்னது மறந்துபோச்சா? உங்கம்மா என்ன ராஜபரம்பரையில் வந்தவங்களா? எங்கேயோ ஒரு மூலையில் கிடந்த நான் இந்த சமஸ்தானத்து ராணியாவதற்கு அந்த வீரநாட்டார்தான் காரணம்'னு உங்கம்மா சொன்னது மறந்துபோச்சா?"

"பொட்டில் தீப்பட்ட மாதிரி நிமிர்ந்து, நெற்றி சுருங்க யோசிக்கத் தொடங்கினான் விசு."

"உங்களுக்கும் அவர்தான் பெண் பார்ப்பாராமே? இவர் சாமியாரா, புரோக்கரா?"

விசுவின் யோசனை சமுத்திரமாகும்போல் தோன்றியது.

"விசு... ஏகப்பட்ட சதிகளைச் சடங்குகளாகவே மாத்திட்டாங்க இவங்க. இந்த விஷயத்துல உங்க பாட்டியும் உங்க அம்மாவும் கண் திறந்தாத்தான் நமக்கு நல்லது. அவங்க ஆதரவில்லாம, அவங்க நம்பிக்கையைப் பெற முடியாம நாம எதையுமே செய்ய முடியாது..."

"வாஸ்தவம்தான்..." என்ற விசு நெடுநேர யோசனைக்குப் பின், "ஆமா... செல்லம்மாளைப் பற்றி விசாரிக்கச் சொன்னியே... எதுக்கு? அவளைப் பற்றி பாண்டிக்குட்டி சொன்னதுக்கும் நம்ம பிரச்சினைக்கும் என்ன சம்பந்தம்?"

"நிறைய இருக்கு! பாண்டிக்குட்டி உங்க அண்ணி பத்தியும் சொல்ல வாயெடுத்தான். ஆனா அதுக்குள்ள உயிர் போயிடுச்சு. செல்லம்மாளை சமஸ்தானத்தைவிட்டே போகச் சொன்னான். 'செல்லம்மாளுக்குப் பிறக்கற ஆண் வாரிசாவது நல்லா இருக்கட்டும். அது இந்த சமஸ்தான எல்லையில் பிறந்து அதுவும் முப்பது வயசுல சாகற கொடுமை நடக்க வேண்டாம்'னான். நான் தீர்க்க சுமங்கலியா இருப்பேன்னும் சொன்னான்!"

"அர்ச்சனா... எனக்கு ஒரே குழப்பமாக இருக்கு. நீ சொல்றதுல எனக்குத் தலையும் புரியலை, காலும் புரியலை."

"எனக்கு ஓரளவு புரியுது. உங்க அண்ணிக்கும் எட்டு மாசம்... செல்லம்மாளுக்கும் எட்டு மாசம். செல்லம்மாளுக்கு ஆண் குழந்தை பிறக்கப்போறது உறுதி. அந்தக் குழந்தை இங்கே பிறக்கப்போறது உறுதி. அந்தக் குழந்தை இங்கே இருந்தா அதோட அதிகபட்ச ஆயுள் முப்பது வருஷம்தான். அதாவது உங்களைப்போல..."

"எங்களைப்போல சாபம் வாங்கினவங்க இந்த எல்லையில யாருமே கிடையாது அர்ச்சனா..."

"சாபம்னு இன்னொரு தடவை உங்க வாயால சொல்லாதீங்க. அந்தக் குழந்தைக்கு முப்பது வருஷ ஆயுள்னா அது உங்களைப்போல ராஜவாரிசா பிறந்தால்தான்? ராஜ வாரிசா ஆக்கிட்டாலும் அதுக்கு முப்பது வருஷ ஆயுள்தானே?"

"நீ என்ன சொல்றே!"

"உங்க அண்ணிக்குப் பிறக்கப்போற குழந்தை பெண் குழந்தையா இருந்தா அது இடம் மாறிச் செல்லம்மாள்கிட்டேயும் செல்லம்மாளோட ஆண் வாரிசு உங்க அண்ணிகிட்டேயும் வரும்!"

"நிஜமாவா?"

"இதெல்லாம் நிஜமாகப்போற யூகங்கள் விசு. சாபப்படி உங்க குடும்பத்துலதான் பெண் குழந்தையே பிறக்கமுடியாதே."

"மை காட்... நீ சொல்றதைப் பார்த்தா நான்கூட ராஜவாரிசா இருக்க சந்தர்ப்பமில்லாத மாதிரி தெரியுதே..."

"நோ... பெண் பிறந்தாத்தான் இந்தச் சிக்கல். ஆண் பிறந்துட்டா இடமாற்ற வேலைக்கே வாய்ப்பில்லை... நீங்க உங்கம்மா வயித்துல இருக்கறப்ப ஆணா பெண்ணான்னு தெரிஞ்சுக்கற விஞ்ஞான வசதிகள் இல்லை. ஆனா, இப்ப அப்படியில்லை. 'ஸ்கேன்' இருக்கு! அதன் மூலம் முன்னாலேயே தெரிஞ்சுக்கிட்டு அதுக்குத் தகுந்த மாதிரி இப்படித் திட்டம் போடறாங்க. இந்தத் திட்டம் எப்படியோ பாண்டிக்குட்டிக்குத் தெரிஞ்சிருக்கு..."

"உண்மைதான் அர்ச்சனா, இதுக்கு முந்தி இந்த சமஸ்தானத்துல பெண் குழந்தைகள் பிறக்காம இல்லை. ஆனா பிறந்தவங்க இறந்துட்டாங்க... அதாவது கொலை செய்யப்பட்டிருக்காங்க... ஆனா, இப்ப ஏன் அப்படிச் செய்யாம இடமாற்றம் செய்யப் போறாங்கன்னு சொல்றே?"

"ஒரு வாரிசு காலமானா இன்னொரு வாரிசு தயாராயிடணும். உங்களுக்குக் கல்யாணமாகி ஒரு வாரிசு வர்றதும் வராததும் விதியைப் பொறுத்தது. அதனால எச்சரிக்கையா உங்க அண்ணிக்குப் பிறக்கப்போறதை வாரிசா நிலைப்படுத்திக்க விரும்பறாங்க."

இந்த வாரிசுகள் எதிரிகளோட ஒரே பிடி! பிஞ்சு வாரிசுகள் வளர்ந்து பெரியவங்களாகற வரைக்கும் இவங்க ராஜ்யம்தான். இவங்களா பார்த்து கல்யாணம் பண்ணி வெச்சதால ராணிகளும் இவங்களுக்குக் கட்டுப்பட்டு நடந்துக்கறாங்கன்னு நினைக்கிறேன்..."

"அப்போ எங்க அம்மா, பாட்டிக்கு இந்த விஷயமெல்லாம் தெரியுமா?"

"முட்டாள்தனமான கேள்வி. எந்தத் தாயும் இந்த மாதிரியான கொடுமைக்கு இடம் தரமாட்டா. அதனாலதான் சாபப் போர்வை போர்த்தி இந்தக் காரியங்களை ரகசியமா செய்யறாங்க. அவங்களைப் பொறுத்தமட்டும் சாபத்தால் நடக்கற விஷயங்கள் இதெல்லாம். அவங்களுக்கு இந்தச் சதியோட நிழலைப் பத்திக்கூடத் தெரிய நியாயமில்லை..."

சற்றுத் தெளிவடைந்த மாதிரி ஆனான் விசு. புகைச்சலான அறையில் சற்றுப் புகை விலகி வெளிச்சம் லேசாகத் தென்படுகிற மாதிரி தோன்றியது. ஒரு சந்தேகமும் தோன்றியது.

"அர்ச்சனா... ஆணோ, பெண்ணோ யாரா இருந்த என்ன? அவங்களை முப்பது வயசுல கொன்னுட்டா இவங்க நினைச்சபடி நடக்காதா என்ன? எதுக்காகப் பெண்கள் விஷயத்துல மட்டும் இவங்களுக்கு இவ்வளவு எச்சரிக்கை?"

“பெண்ணா இருந்துட்டா அதுல சில சிக்கல் இருக்கு. ஒரு பெண்ணை முப்பது வயசு வரைக்கும் கல்யாணம் பண்ணாம வெச்சிருக்க முடியாது. நடுவிலேயே கல்யாணம் பண்ணி கொடுத்தாகணும். வேறு ஒரு சமஸ்தானத்திலிருந்து வரும் மாப்பிள்ளையைச் சமாளிக்கணும். அதனால்தான் பிறந்தவுடனேயே பைசல் பண்ணிடறாங்க. வெளியுலகத்துக்குப் பெண்ணே பிறக்காது... பிறந்தாலும் நிலைக்காதுன்னு சொல்லி வெச்சிருக்காங்க.... பிறக்கற பெண்தான் அந்த மூங்கில் பெட்டியைத் திறந்து பார்க்கணும்ங்கறதுலேயும் ஏதோ மர்மமிருக்கு.... அந்தப் பெட்டியைத் திறந்து பார்த்தா அது தெரிஞ்சிடும்.”

“வாரிசுகள்தான் இவங்களோட பிடின்னு சொன்னியே... இப்ப நான்தான் வாரிசு. என்னைக் கொண்டு இவங்க என்ன சாதிக்க முடியும்?”

“உங்களுக்கு எந்தக் குறைவுமில்லைன்னா இவங்க பார்த்துத் தீர்மானிக்கற பெண்ணைக் கல்யாணம் செய்துப்பீங்களா?”

“மாட்டேன்!”

“அப்ப அதுவே ஒரு சாதனை இல்லையா? வர்ற பெண்ணும் அவங்களுக்கு விசுவாசமா நடந்துக்கு வா...! மரண பயம் இருந்தாத்தான் நீங்களும் அவங்களுக்குக் கட்டுப்பட்டு நடந்துக்குவீங்க! மீறி தன்னிச்சையா அதிகாரம் பண்ணினாலும் முப்பது வயசு வரைக்கும்தான் உங்க ராஜ்யம். அதுக்குப் பிறகு சாபத்தின் மேல் பழியைப் போட்டுட்டு உங்களைத் தீர்த்துக் கட்டிடலாம். உங்க வாரிசு வளர்ந்து உலகம் தெரிய நாளாகிற வரை அவங்க வெச்சதுதானே சட்டம்?”

“புரியுது... இப்ப ஓரளவு நல்லாவே புரியுது... ஆமா.... உன்னால் மட்டும் எப்படி இவ்வளவு விஷயங்களைக் கூட்டிக் கழிச்சுச் சொல்ல முடிஞ்சுச்சு...?”

“பாண்டிக்குட்டியால... அவன் மட்டும் சாகும் முன்ன என்கிட்டே செல்லம்மாள் பத்திச் சொல்லாம போயிருந்தா

மண்டையைப் பிய்ச்சுகிட்டிருப்பேன். விசு, ஒரு விஷயம் மட்டும் உறுதி. நாம் நல்லபடியா நீண்ட ஆயுளோட வாழணும்னு ஆண்டவன் விரும்பறான். அதனாலதான் இதெல்லாம் தெரிய வந்திருக்கு...."

"வாஸ்தவம்தான்! ஆமா... எதிரின்னு இந்த அரண்மனையில யாரை நான் சொல்ல...?"

"நான் கேட்கற கேள்விக்குப் பதிலை மட்டும் நீங்க சொன்னா போதும். அதுல இருந்து நான் கண்டுபிடிச்சுக்கறேன்..."

"சரி... கேள்..."

"ஆமா, யார் இந்தத் தேவர்?"

அப்போது பார்த்து வெளியே கதவு தட்டப்படும் அரவம். விருட்டென்று எழுந்து கொண்டான் விசு. கதவை நோக்கி நடந்தான். தந்தத்தாலான பிடிகளில் கையை வைத்தான்.

திறந்துகொண்ட கதவுக்கு அப்பால் தேவர்!

❖ ❖ ❖

அத்தியாயம் 13

தேவரைப் பார்த்த விசுவுக்கு லேசான அதிர்ச்சி. யாரைப் பற்றி அர்ச்சனா கேட்டாளோ அதே நபர் இதோ இப்போது நேரில் பிரசன்னமாகியிருக்கிறார்!

எதன் பொருட்டும் அவனைத் தேடி அந்த அறை பக்கம் வந்திராதவர், இப்போது வந்திருப்பது பார்த்து விசுவுக்குள் அதிர்ச்சி அலைகள் எழுவதை அர்ச்சனாவும் கவனித்தாள்.

"உள்ளே வரலாமா இளைய மகாராஜா?" தேவர் கேள்விக்கு மௌனமாய் அங்கீகரித்தான் விசு.

உள்ளே நுழைந்தவர் அர்ச்சனாவைப் பார்த்து இதமாகச் சிரித்தார். அர்ச்சனா மரியாதையாக எழுந்து நிற்கவும், அதனால் கவரப்பட்டவர்போல் கையை அசைத்து, "நீ உக்காந்துக்கம்மா" என்றார்.

"பொண்ணு யாருன்னு எனக்குத் தெரியும். கேள்விப்பட்டேன். கார்வார் கருணாகரமூர்த்தி எல்லா விவரத்தையும் சொன்னார். பல வருஷமா நீங்க ஒருத்தரை ஒருத்தர் காதலிக்கிறீங்களாமே?"

கேட்டுவிட்டு அர்ச்சனா பக்கம் பார்வையை விட்டார் தேவர். இருவரிடமும் மௌனம் நீண்டது.

"நான் ஒண்ணும் காதலுக்கு எதிரியில்லை. இளமையில் அந்த உணர்வுகள் என்னையும் தாக்கினதுண்டு. ஆகையால் உங்க உணர்ச்சிகளை நான் மதிக்கறேன். இந்த சமஸ்தானத்துக்கும் இளைய மகாராஜாவுக்கு நல்ல பெண்ணா தேடுற வேலையும் மிச்சம். ஆனா…"

தேவரின் இழுப்பில் பதுங்கிக் கிடக்கும் அந்த விஷயம்தான் என்ன? அர்ச்சனா தேவரின் நெடிதுயர்ந்த சரீர வாளிப்பைத் துளைத்தபடி அவரை ஏறிட்டாள்.

“என்னங்க ஆனா...?”

“ஒண்ணுமில்லையம்மா... இந்த சமஸ்தான சாபம் பற்றி உனக்குத் தெரியும்தானே?”

“தெரியும்.”

“தெரிஞ்சுமா நீ இளைய மகாராஜாவைக் கல்யாணம் பண்ணிக்க விரும்பறே...?”

“அதுக்குப் பேர்தாங்க காதல்!”

அர்ச்சனாவின் அந்த ஒற்றை வரி பதில், தேவருக்கு மிகவும் பிடித்துப்போனது.

“ரொம்ப சந்தோஷம்மா... உங்கக் கல்யாணத்தை நான் நடத்தி வைக்கறேன். இந்த சமஸ்தான வாரிசுகள், பார்த்து வெச்ச பெண்ணைக் கல்யாணம் பண்ணிக்கிட்டதுண்டு. அடுத்தவன் பெண்டாட்டியைக்கூட பெண்டாடிக் களிச்சதுண்டு. ஆனா ஆசாபாசத்தோட யாரையும் காதலிச்சதில்லை. அதைச் செய்த முதல் நபர் விசுங்கற இந்த இளைய மகாராஜாதான். அதுக்காகவே எவ்வளவு எதிர்ப்பு வந்தாலும் நான் உங்களைச் சேர்த்து வைக்கறேன். அதைச் சொல்லத்தான் வந்தேன்.”

“ஆனா ஒரு விஷயம்...”

திரும்பவும் ஆனாவுக்குள் ஊஞ்சல் கட்டியவரை ஆர்வம் தாளாமல் வெறித்தாள் அர்ச்சனா.

“இது காதும் காதும் வெச்ச மாதிரி நடக்கணும். பெரிய ராணிக்குத் தெரியவே கூடாது. வீரநாட்டார் உதவியோட பெரியராணி தன்னோட உறவுல ஒரு பெண்ணைப் பார்த்து வெச்சிருக்கறதா கேள்விப்பட்டேன். அதனாலதான் சொல்றேன்” என்ற தேவர் உடனேயே கிளம்ப ஆயத்தமானார்.

விசு முதல்முறையாகத் தேவரை நன்றியோடு பார்த்தான். வாசல்வரை சென்றவர் ஏனோ மெள்ள திரும்பி வந்தார். அதிசயமாகக் கண்களில் நீர்த்திரை!

“தம்பி... இந்தப் பொண்ணு வரும் நேரமாவது நல்லா இருந்து உங்களுக்குத் தீர்க்க ஆயுளைத் தரட்டும்... என் கண்கள் மரணங்களைப் பார்த்து பார்த்து அலுத்துப்போச்சு. நீங்க வாழறதையாவது நான் பார்க்கணும். எவ்வளவோ கஷ்டப்பட்டும் உங்க அண்ணனைக் காப்பாத்த முடியலை.”

உங்களையாவது காப்பாத்திக் காட்டறேன். நான் சொல்ற சில விஷயங்களை நம்பி சில நல்ல காரியங்கள் செய்யணும். செய்வீங்களா?

மிக உருக்கமாகக் கேட்ட தேவரை விசுவின் பார்வை விசித்திரமாகப் பார்த்தது. அர்ச்சனாவும் அதற்கு துணை சேர்ந்து கொண்டாள்.

“எப்பேர்ப்பட்ட பாவத்துக்கும் பரிகாரம் உண்டு. ஆனா ஒரு பெண்ணோட கற்புக்கு களங்கத்தை உண்டு பண்ணினா அதுக்கு பரிகாரமே கிடையாது. உங்க முன்னோர்கள்ல பலர் அந்தத் தப்பை நிறையவே பண்ணிட்டாங்க...”

“அதுலயும் வஞ்சியம்மாங்கற பொண்ணுக்கு அவங்க செஞ்ச கொடுமை கொஞ்ச நஞ்சமல்ல...!”

“நீ ஒரு பொண்ணு, ஒரு பொண்ணோட வேதனை இன்னொரு பொண்ணுக்குத்தான் தெரியும்...”

“வஞ்சியம்மா கதையைக் கேட்டியானா சாபத்தோட ஆழமும் அகலமும் உனக்குத் தெரியவரும். அது தெரிஞ்சாத்தான் உன்னால அந்தப் பெண் தெய்வத்துக்கிட்டே தாலிப் பிச்சை கேட்க முடியும். இந்த சமஸ்தானத்துல மருமகளா வந்த எந்தப் பெண்ணும் அதைச் செய்யலை. நானும் செய்யச் சொல்லலை. ஆனா, உன்னைச் செய்யச் சொல்றேன். அதைச் செய்தா அவ மனசு இரங்கித் தாலிப்பிச்சை போடுவானு என் மனசு சொல்லுது..”

தேவர் பேசி முடிக்கவும் அர்ச்சனா விசுவை விலக்கிக்கொண்டு தேவரின் எதிரே போய் நின்றவளாக அவரை வாஞ்சையாகப் பார்த்தாள்.

தேவர் முகத்தில் உணர்ச்சிப்புயல்.

"ஐயா... யார் அந்த வஞ்சியம்மா? நீங்க அந்தக் கதையைச் சொல்லுங்க...." தனது ஆவலை ஒரு பாய் மரம்போல் ஏற்றிக் காட்டினாள் அர்ச்சனா.

"அது ஒரு சோகக் கதைம்மா! எனக்குக்கூட சரியாகச் சொல்ல வராது. நீ விஷ்ணு சித்தனைப் போய்ப்பார். என்னைவிட வயசுல பெரியவன் விஷ்ணுசித்தன். சிநேகிதன்னுகூடச் சொல்லலாம். நாடோடிப் பாடல்களையும், தெம்மாங்கையும் நல்லா படிப்பான். பெரிய கவிஞன். பாழாப்போன நூறுகுடிக் கூட்டத்துல பொறந்து உலகம் தெரிஞ்சுக்க முடியாதவனாப் போயிட்டான்."

"இப்ப அவர் எங்க இருக்காரு?"

"தென்னந்தோப்புக் குடிசைகள் எதுலயாவது இருப்பான். நீங்க அவனைப் பாருங்க நான் வரேன்."

பேசிவிட்டு ஆசுவாசத்தோடு தேவர் அகன்றுகொள்ள, அர்ச்சனா விசு பக்கம் திரும்பினாள்.

"யார் தேவர்னு கேட்டியே? விடை கிடைச்சிடுச்சா?"

"தேவர் எப்படிப்பட்டவர்னுதான் தெரிஞ்சிருக்கு. அவர் யாருன்னு இன்னும் தெரியலையே?"

"எனக்கும் தெரியாது. எங்க கொள்ளுத்தாத்தா காலத்துல இருந்தே அவர் அந்த சமஸ்தானத்துல இருக்காராம். இங்க சமஸ்தானத்தோட முதல் விசுவாசின்னு பாட்டி சொல்வாங்க. மற்றபடி தேவரோட நதிமூலம் ரிஷிமூலமெல்லாம் தெரியாது."

"இப்ப அதெல்லாம் எதுவும் முக்கியமில்லை விசு. நாம் யூகிச்சுத் தெரிஞ்சுக்கிட்ட மர்மங்களுக்கெல்லாம் அடிப்படையான இந்தச் சாபம் பற்றி முதல்ல தெரிஞ்சுக்கிட்டாகணும். ஆரம்பத்துல நான்

தேவரைச் சந்தேகப்பட்டேன். இந்த மர்மங்களுக்கு அவர்தான் காரணமோனு ஒரு சந்தேகம் தோணிச்சு. தேவர் பேசினதுக்குப் பிறகு அது அழிஞ்சுபோச்சு. வாங்க, விஷ்ணுசித்தனைப் போய்ப் பார்ப்போம்."

"செல்லம்மாவை?"

"அவளையும்தான்!"

சில நிமிடங்களிலேயே விசு தயாராகிவிட்டான். ஒரு காமராவைத் தூக்கி ஒயிலாகத் தோளில் போட்டுக்கொண்டு அர்ச்சனாவோடு வெளியே வந்தான்.

சிலுசிலுவென்ற காற்று இருவர் தேகத்தையும் நீவிச் சென்றது. உற்சாக வரவேற்பு. சொன்னபடி தென்னை மரத்தில் பாளை பிளந்த ஓரிடத்திலிருந்து எகிறிப் பறந்தது ஒரு சிவந்த மூக்குக் கிளி.

"இந்தப் பக்கமெல்லாம் நான் வந்ததே கிடையாது அர்ச்சனா."

விசு சொல்லிக் கொண்டிருக்கும்போதே தென்னை மரத்தில் கள் இறக்க ஏறிய ஒருவன் விசுவைப் பார்த்துவிட்டு விமானத்திலிருந்து விழும் பொருள்போல் சர்ர்ரென்று கீழே இறங்கினான்.

"வணக்கம் இளைய மகாராஜா... வணக்கம்மா..." என்றபடி பெரிதாகக் கும்பிடு போட்டான். கும்பிட்டவன் உற்சாகமாய்க் குடிசை இருக்கும் பகுதியை நோக்கி ஓடினான்.

"போச்சு அர்ச்சனா... இவன் போய் எல்லாரையும் கூட்டப் போறான். உபசரணையிலே நம்மைக் கொல்லப் போறாங்க."

அவன் சொன்னது போலவே நடந்தது. தாரை தப்பட்டை அடித்து இருவரையும் வரவேற்காத குறையாகக் குடிசை வாசல்களில் எல்லாரும் வந்து நின்றனர்.

"ராசா எங்கேங்க இவ்வளவு தூரம்?"

"ராசா என் குடிசைக்கு வரணும். தேனும் தினை மாவும் தின்னோணும்."

"மழையே சரியா இல்லை. ராசா கால்பட்ட நேரம் மழை வரும்போல் தெரியுது!"

பலரும் பல தினுசாகப் பேச, ஆமோதிக்கிற மாதிரி வானில் மின்னல் வந்து பந்தல் போடத் தொடங்கியது. மேகம் வந்து அதன்மேல் அமர்ந்துகொண்டு சண்டித்தனம் செய்ய, அந்தச் சண்டையில் இடிச்சத்தம் காதைப் பிளக்கத் தொடங்கியது.

"அர்ச்சனா.... பெரிய மழையா வரும்போல இருக்கே?" என்று பேசியபடி மேலே விழத் தொடங்கிய ஒன்றிரண்டு சாரலின் குளிச்சியோடு அர்ச்சனாவின் கையைப் பிடித்துக்கொண்டு ஒரு குடிசைக்குள் நுழைந்தான் விசு.

"உள்ள வாங்க ராசா... வந்து குந்துங்க!" கூப்பிட்டது சோலைதான்! சோலையைப் பார்த்த விசுவுக்கு சட்டென்று அவன் யாரென்று தெரியவில்லை.

"என்னைத் தெரியலீங்களா ராசா? நான்தான் சோலை. தில்லைநாயகம் ஐயாவுக்கு நல்லா பரிச்சயமானவன்..."

"அப்படியா?"

"இவ என் பெண்டாட்டி செல்லம்மாள்!" பக்கத்தில் மண்பானைத் தயிரில் வெண்ணெய் கடைந்து கொண்டிருந்தவள் விசுவைப் பார்த்தபடி கர்ப்ப வயிற்றோடு சிரமத்தின் பேரில் எழுந்து கொண்டாள்.

அர்ச்சனாவுக்குள் மின்சாரம் பாய்ந்தது.

வெளியே மழை பிலுபிலுவெனப் பிடித்துக்கொள்ளத் தொடங்கியது. நீர்ப்பொட்டுகள் கூரையின் துவாரங்களில் ஓடிப்பிடித்து விளையாடத் தொடங்கின.

"ராசா வந்த நேரம் எக்குத்தப்பா மழைவர ஆரம்பிச்சிடுச்சு. சிரமத்துக்கு மன்னிக்கணும்..." சோலை நெளிந்தான்.

"இந்த மழைக்கு சூடா ஏதாவது குடிச்சா நல்லா இருக்கும். ராசா ஒரு நிமிஷம்..." என்றபடி வெளியே ஓடினான்.

“ஐயோ எதுவும் வேண்டாம்” என்று அர்ச்சனா சொல்லும் முன் வெளியேறிவிட்டிருந்தான்.

தனித்து நிற்கும் செல்லம்மாள் வாஞ்சையாக அர்ச்சனாவைப் பார்த்தாள். அர்ச்சனாவுக்குள் சட்டென்று பாண்டிக்குட்டி சாகும் சமயம் சொன்னது நினைவில் ஓடியது. ‘அதை அப்படியே சொல்லியே விடுவோமா?’ என்று ஒரு விநாடி யோசித்தவள், அதற்கு இது நேரமல்ல என்கிற முடிவோடு செல்லம்மாளைப் பார்த்துச் சிநேகமாகச் சிரித்தாள்.

“நான்தான் உங்க தம்பி பாண்டிக்குட்டியை மதுரை ஆஸ்பத்திரிக்குக் கூட்டிக்கிட்டுப் போனேன். இருந்தும் காப்பாத்த முடியலை. பாண்டிக்குட்டி சாகும்போது ஒரு முக்கியமான விஷயத்தைச் சொல்லியிருக்கார். அதைக் கூடிய சீக்கிரம் சொல்றேன்” என்றாள்.

“என்னங்க சொன்னான் என் தம்பி?” ஆர்வத் துடிப்போடு முன்வந்தாள் செல்லம்மாள்.

“நேரம் வரும் சொல்றேன்” என்றவள், சுற்றுமுற்றும் பார்த்தாள். ஓரிடத்தில் நீர்ப்பொட்டுக்கள் பாம்பாய் நெளியத் தொடங்கியிருந்தன. அதைப் பார்த்து மெள்ள நிமிர்ந்தபடியே, “ஆமா விஷ்ணு சித்தன் எங்கே இருக்காரு தெரியுமா?” என்று கேட்டாள்.

“யாரு கிறுக்குத் தாத்தாவா?”

“அவருக்கு அப்படி ஒரு பேரா?”

“ஆமா… எப்பப் பாரு பாட்டுப் படிச்சுக்கிட்டே இருப்பாரு. திடீர் திடீர்ன்னு உணர்ச்சிவசப்பட்டும் கத்துவாரு…”

“எதனால?”

“யாருக்குத் தெரியும்? ஆனா ரொம்ப நல்ல மனுஷன். எங்களுக்கு ஒரு கஷ்டம்னா பொறுக்கமாட்டார். தினம் ஒரு வீட்டுல சாப்பிடுவார். அவர் எங்களுக்கு ஒரு பொதுவான

மனுஷன். அவரால்தான் நாங்க இப்ப மானத்தோட பொழைக்க முடியுதுன்னு என் தாத்தா சொல்வாரு."

"அவருக்குக் குழந்தை குட்டிங்க யாருமில்லையா?"

"இருக்காங்க... நல்ல வசதியான நிலைக்குப் போயிட்டாங்க அவங்க!"

"உங்க கூட்டத்துலகூட ஏழை பணக்காரங்கனு வித்தியாசம் இருக்கா!"

"இப்ப இப்ப வர ஆரம்பிச்சிடுச்சு. எங்க கூட்டத்தவங்க இப்ப பள்ளிக்கூடமெல்லாம் போறாங்க. அப்படிப் போறவங்க நல்லாப் படிச்சுப் பெரிய வேலைக்கெல்லாம் வந்துட்டா அந்தஸ்து தானா வந்துட்டுப் போகுது."

"அப்படி யாராவது படிச்சவங்க இருக்கீங்களா?"

"கிறுக்குத் தாத்தாவோட பசங்களே ஓரளவு படிச்சவங்கதானே?"

அப்போது குடிசை வாசலில் கோணியைப் போர்த்திக்கொண்டு மழையில் நனைந்தபடி சோலை உள்ளே வந்தான்.

அவன் பின்னே தள்ளாடலோடு வயதான ஒரு கிழவர்.

"வா சித்தா... வா!" என்ற அழைப்போடு அந்தக் கிழவனை உள்ளே அழைத்துக் கொண்டிருந்தான். செல்லம்மா அதைப் பார்த்துவிட்டு உற்சாகமாய் எம்பிக் குதித்தாள்.

"நீங்க கேட்ட விஷ்ணு சித்த தாத்தாவே வந்துட்டாரு" என்றபடி வாசல்புறம் மறுபடியும் பார்த்தாள். தள்ளாடலோடு உள்ளே நுழைந்தான் விஷ்ணுசித்தன்.

நரைத்த தாடி வழியாக, தலையை நனைத்த மழை நீர் சொட்டிக் கொண்டிருந்தது. துவண்டுபோய்ச் சுருக்கம் போட்ட முகத்தில் மழை நீரில் கழுவலில் பளிச்சென்ற தன்மை வேறு.

மெள்ள உள்ளே இருட்டு கூடுகட்டத் தொடங்கியதைப் பார்த்துச் சிம்னி விளக்கை ஏற்றினாள் செல்லம்மாள்.

"ராசா... கருப்பட்டி வாங்கலாம்னு போனேன். சித்தன் தாத்தா தட்டுப்பட்டாரு. 'எலே, இளைய மகாராசா உன் குடிசைக்கு வந்திருக்காராம்ல?'ன்னு கேட்டார்."

“ஆமா’ன்னு சொன்னேன். ‘அந்த அதிசயத்தை நான் பார்க்கணும்டா’ன்னு சொல்லிப் பின்னாலேயே வந்துட்டாரு...”

சோலையின் பதிலில் விஷ்ணுசித்தனைப் பற்றி ஒரு புதிய பரிமாணம் அர்ச்சனாவுக்குள் ஏற்படத் தொடங்கியது. விஷ்ணு சித்தனும் அதற்கேற்ப பேசத் தொடங்கினான்.

“ஆரு... விஸ்வநாத ரூபசேகர கோட்டைப்புரத்தார் வந்திருக்கீங்களா? உங்க பாதம் எங்க குடிசைல படலாமா? படக்கூடாதே... நீங்க பட்டு மெத்தைல படுத்து, தங்கத் தட்டுல சாப்பிடற ராஜமார்களாச்சே... எப்படி இங்கே மனசு வந்துச்சு...?”

“அழகா எந்த பெண்ணாவது சிக்குவாளான்னு பார்க்க வந்தீங்களா? இது யாரு பட்டு ரோஜா கணக்கா குட்டி?” அர்ச்சனாவைப் பார்த்து கேள்வியை முடிக்கவும் விசுவுக்குள் கோபம் நெற்றியைப் புடைக்கவிட்டது. கண்கள் விரிய உதட்டைத் திறக்க எத்தனித்தவனை தோள் மேல் கைகளைப் போட்டுத் தடுத்தாள் அர்ச்சனா.

“விசு... உணர்ச்சிவசப்படாதீங்க! இந்தத் தாத்தா அசாதாரணமான ஆள்.... உங்க சமஸ்தான விஷயங்களைத் தனக்குள்ளே எழுதி வெச்சுக்கிட்டிருக்கிற டைரி. பக்குவமா நாம நடந்துக்கணும்.”

அர்ச்சனா காதோரம் கிசுகிசுத்தாள்.

“பரவால்ல தாத்தா... நீங்க நல்லா திட்டுங்க...” அர்ச்சனா யாரும் எதிர்பார்த்திராத ஊக்கத்தைத் தந்தாள். விஷ்ணு சித்தனிடம் அது பெரிய ஆச்சரியத்தைத் தந்தது.

“என்ன சொன்னே... நல்லாத் திட்டவா?”

“ஆமா... திட்டுங்க! நல்லாத் திட்டுங்க... உங்க வயித்தெரிச்சல் தீருறவரை திட்டுங்க. பாதிக்கப்பட்டவங்க திட்டத்தான் செய்வீங்க. பாதிப்பேற்படுத்தினவங்க கேட்டுக்கத்தானே வேணும்...?”

“ஊஹூம் நான் மாட்டேன். இனி நான் பேசமாட்டேன். மீறிப் பேசினா நீங்க நாக்கை அறுத்திடுவீங்க... நண்டுவடாகனுக்கு

ஏற்பட்ட கதிதான் எனக்கும்! அறுத்த நாக்கை வெற்றிலைல வெச்சு ஊர்வலம் வேற எடுத்துவரச் செய்வீங்க!... நான்மாட்டேன்."

திடும்மென்று பெரிதாகக் கத்தியபடி விஷ்ணு சித்தன் எழுந்துகொண்டு மழை ஒழுகும் வெளிப்புறம் ஓடினார். தள்ளாத வயதிலும் அவரது ஓட்டத்தில் ஒரு வேகம் இருக்கவே செய்தது.

❖❖❖

அத்தியாயம் 14

விஷ்ணுசித்தனின் கடுகடுப்பான பேச்சும், ஒரு பைத்தியக்காரனைப்போல் அவர் எடுத்த ஓட்டமும் விசுவையும், அர்ச்சனாவையும் காயப்படுத்தியதைவிட ஆச்சரியத்திலேயே ஆழ்த்தியது.

"அந்தத் தாத்தா இப்ப எங்கே ஓடினாரு?"

"வேண்டாம்மா... அந்த பெரிசை விட்டுருங்க. அது ரொம்பத் தங்கமான பெரிசுங்க. சமயத்துல இப்படி மறை கழண்ட மாதிரி எதையாச்சும் பேசும். இந்தக் கூட்டத்துல இந்த மாதிரி ரெண்டொருத்தர் இருக்காங்க. இருசன்னு ஒரு கிழவன்! அவனும் இப்படித்தான் சதா புலம்புவான். இப்ப ஒரு கொலையைப் பண்ணிட்டு ஜெயில்ல இருக்கான்..."

சோலை தன் பேச்சில் யதார்த்தமாக இருசன் பற்றிச் சொல்லவும் குத்தீட்டிபோல் நிமிர்ந்தான் விசு.

"என்ன சோலை சொல்றே நீ?"

"ஆமா ராசா... இருசனை இன்னிக்கு போலீஸ் பிடிச்சுக்கிட்டுப் போயிடுச்சு. தானம் கொடுக்கற மாடுங்களை விரட்டி எவனையோ குத்தவிட்டுக் கொன்னுட்டதா சொல்றாங்க..."

"நான்தான் கேஸைப் பெரிசுபடுத்த வேண்டாம். இது ஓர் ஆக்ஸிடெண்ட்னு முடிக்கச் சொல்லியிருந்தேனே..."

"அது என்னமோ தெரியாதுங்க. ரொம்ப நாளைக்குப் பிறகு எங்க கூட்டத்தவங்களுக்கு இப்ப உங்க பேர்லல்லாம்கூட ரொம்ப வருத்தம். மாடு முட்டினது ஒரு யதார்த்தமான சம்பவம். அதைப் பெரிசுப்படுத்திட்டாங்க. இருசனுக்கும் நாக்கு நீளம்!"

விசு கைகளைப் பிசைந்து கொண்டான். தனக்குத் தெரியாமல் நிகழ்ந்துவிட்ட அந்தச் சம்பவத்தின் பேரில் கோபம் உச்சியில் நெருடியது.

வெளியே மழை ஓய்ந்துவிட்டிருந்தது.

"கிளம்பலாமா?" அர்ச்சனா கேட்டாள். செல்லம்மாள் கருப்பட்டியைத் தட்டிப்போட்டு சுக்குகாபி செய்து தந்தாள்.

அர்ச்சனா மறுப்பு சொல்லாமல் வாங்கிக் குடிக்கத் தொடங்கினாள். விசு அரைமனதாய்க் கையில் வாங்கிக்கொண்டான்.

"குடிங்க... ஒண்ணும் தப்பில்லை!" என்று அவனைச் சீண்டினாள். அவனும் குடித்தான். சுவையாகத்தான் இருந்தது. ஓய்ந்த மழையைத் தொடர்ந்து குடிசைக்கு வெளியே ஆவலாகக் கூட்டம் குழுமியது. இருவரும் சுக்குகாபியைச் சுவைப்பதை ஆச்சரியமாகப் பார்த்தது.

தங்களுக்குப் புதுகௌரவம் வந்துவிட்ட பாவனை காட்டியது.

சாப்பிட்டுவிட்டு டம்ளரைத் தந்த அர்ச்சனா, செல்லம்மாளை நெருங்கினாள்.

"நான் கூப்பிட்டுவிடறப்போ அவசியம் என்னை வந்து பார்த்துட்டுப் போ..." என்றாள். பெரிதாகத் தலையை ஆட்டினாள் செல்லம்மாள்.

இருவரும் வெளியே வந்தார்கள்.

பாவனை

கூட்டம் விலகி வழிவிட்டது.

அர்ச்சனா சேலையை இழுத்து இடுப்பில் செருகிக்கொண்டாள். ஹை ஹீல்ஸ் சற்று சங்கடப்படுத்தியது.

இருவரும் நடக்கத் தொடங்கினார்கள். ஒரு மரத்தடியில் விஷ்ணு சித்தன் தென்பட்டான். இருவரையும் பார்த்து எதுவுமே நடக்காத மாதிரி சிரித்தான். காமிராவைக் கைகளில் வாங்கி அவனை ஞாபகமாக 'கிளிக்'கிவிட்டு அருகில் சென்றனர்.

"என்ன தாத்தா, கோபமா எங்க மேல?" கொஞ்சலாகக் கேட்டாள்.

"உன் பேர்ல எனக்கென்னம்மா கோபம்?" விஷ்ணு சித்தனிடமும் வழிசல்.

"அப்ப வாங்க... உங்ககூடக் கொஞ்சம் பேசணும். என்னை உங்க பேத்தி மாதிரி நினைச்சுக்குங்க..."

"நீ என் பேத்தி இல்லம்மா... பேத்திக்கும் சின்னவ! என் பேத்திக்கு உன் வயசுல ஒரு பொண்ணு இருக்கா!"

"மைகாட்! கொள்ளுத்தாத்தாவா ஆயிட்டீங்கன்னு சொல்லுங்க..."

"ஆமா... ஆமா..." பொக்கை வாய் பொங்கிக் குழிய 'பகபக'வென்று சிரித்தான் சித்தன். மெல்லிய சிநேகம் துளிர்விடத் தொடங்கியது.

"ஆமா நீ யாரம்மா? என்ன உன் பேர்?"

"அர்ச்சனா... கூடிய சீக்கிரம் உங்க இளைய மகாராஜாவைக் கல்யாணம் செய்துக்கப் போறவ..."

"யாரு... இவரையா?"

"ஆமா... இவருக்கென்ன குறைச்சல்?"

"வஞ்சியம்மா சாபத்துல வறுபட்டுக் கிடக்கறவங்கம்மா இவங்க. இவங்க சகவாசம் உனக்கு வேண்டாம்."

"அது யார் வஞ்சியம்மா...?"

"கண்ணகி தெரியுமா கண்ணகி?"

"சிலப்பதிகாரக் கண்ணகி?"

"ஆமா... அவளேதான்! அவளோட அவதாரம்தாம்மா வஞ்சியம்மா."

"தாத்தா எனக்கு வஞ்சியம்மா பத்தி தெரிஞ்சுக்க ஆசையா இருக்கு. சொல்றீங்களா?"

"வஞ்சியம்மா கதை என்ன சாதாரணக் கதையா? அதைச் சொன்னா நாக்கு துடிக்குமேம்மா..."

“தேவர்தான் சொன்னாரு... உங்களுக்கு வஞ்சியம்மா பத்தி நல்லாத் தெரியும்னு...”

“தேவன் சொன்னானா? நல்லது, சொல்றேன்... சொல்றேன்...”

“இடையிட்டது ஓர் ஆலமரம். அதன் கீழ் பெரிதாகப் பாம்புப்புற்று. புற்றின் மேல் மஞ்சளும் குங்குமமும் சிந்திக் கிடந்தன.”

“இந்தப் புத்துக்கு என்ன வயசு இருக்குங்கறே?” புற்றைக் காட்டியபடி கேட்டான் விஷ்ணுசித்தன்.

“தெரியலை!”

“வர்ற ஐப்பசி வந்தா நூறு வருஷம் முடியப்போகுது. இதுக்குள்ள ஒரு கிழட்டு நாகமிருக்கு. எனக்கும் தேவனுக்கும் பிறகு வஞ்சியம்மாவைப் பார்த்த இன்னொரு ஜீவன் இதுதான்...”

“வேற யாருமே வஞ்சியம்மாவைப் பார்த்ததில்லையா?”

“எனக்குத் தெரிஞ்சு இல்லை...”

குளுகுளுத்த காற்று அவர்கள் மூவரையும் கடந்து கொண்டிருந்தது. பயிரின் வாசம் அதில் பரவியிருந்தது. ரம்மியத்துக்கு அர்த்தம் அந்த நேரத்தில் அந்தப் பொழுதில் இருப்பதாக தோன்றியது.

“இதோ தெரியுது பார்... இந்த நீளமான மண்பாதை...”

விஷ்ணுசித்தன் கைகாட்டிய திக்கில், பார்வையை விட்டாள் அர்ச்சனா. விசுவும் பார்த்தான்.

“இந்த மண்பாதையிலதான் அப்போதைய ராஜா, வேங்கை ரூபசேகர கோட்டைப்புரத்தார் வருவாரு. அப்ப எனக்கு ஆறு வயசோ ஏழு வயசோ இருக்கும். கோமணம்தான் என்னோட உடுப்பு. முப்பது வருஷத்துக்கு எனக்கு அதுதான் உடுப்புன்னா பார்த்துக்கேயன்? அந்த வயசுலேயே நான் இந்த சமஸ்தானப் பல்லக்குத் தூக்கியாயிட்டேன். ராஜா எப்பவும் குதிரையிலதான் வருவாரு. ராணியம்மாள் பல்லக்குல வருவாங்க.”

விஷ்ணுசித்தன் மனத்தில் ஒரு குழந்தையைப்போல் ஆனான். தன் நினைவுகளுக்குள் தானே திரும்பி நடக்கத் தொடங்கினான்.

தேகம் மெள்ள சிறிதுபட்டுக் குச்சி குச்சியான கால்களுக்கும் கைகளுக்கும் இடையே போய் நின்றது. கலைந்த தலை, ஒட்டிய வயிறு... ஆனால் பளபளப்பான பார்வை. இடுப்பில் ஓர் அரைஞாண் கயிறு. அதில் கிழிந்த சேலையின் தலைப்பே கோமணாகிவிட்ட கொடுமை.

"ஓடுலே... ராணியம்மாவும் அவங்க புள்ளைங்களும் கோயிலுக்குக் கிளம்பிட்டாகளாம். இன்னிக்குப் பல்லக்கு நம்பமுறை. போகாட்டி உன்னையும் உங்க அப்புவையும் வாட்டுவாங்க. நீ போடா ராசா..."

தள்ளாடலோடு கையில் விளையாட்டுத்தனமாய்த் திருக்கைக் குச்சியோடு கிளம்பிவிட்ட அவனை, அவன் தாய் திரும்பவும் கூவி அழைத்தாள்:

"பயலே விஷ்ணு..."

"என்ன ஆத்தா!"

"வரையில் ஆத்தா குங்குமத்தைக் கொண்டாடா!"

"சரி ஆத்தா..."

அந்த இளம்பிஞ்சுக் கால்கள் மண்பாதையில் ஓடத் தொடங்கின. எதிரே ஏகாண்டமான சமஸ்தான அரண்மனைக் கட்டடம். வழிநெடு கல்தூண்களில் வேப்பெண்ணெய் விளக்குகள். சட்டியில் எண்ணெயோடும், தோளில் குட்டி ஏணியோடும் தர்மநாட்டான் விளக்குகளுக்கு எண்ணெய்போட்டு ஏற்றிக்கொண்டே போனான்.

ஓடும் விஷ்ணுசித்தனைப் பார்த்துக் கத்தினான் தர்மநாட்டான்.

"ஏலே வாண்டு... இன்னுமா பல்லக்கு தூக்கப் போகலை... ஓடுடா! அங்கன ராசா ராணி காத்துக் கிடந்தா உன் உடம்புத் தோலு உரிஞ்சுபோவும்..."

விஷ்ணுசித்தன் கால்களில் மேலும் வேகம் கூடியது. இருந்தும் பலனில்லை. எதிரேயே பல்லக்குத் தூக்கியபடி வந்து கொண்டிருந்தனர்! "ஹை ஹைய்யா..." எனும் கோரஸான பாடலோடு!

ராணியின் பல்லக்கைத் தூக்கிவரும் முத்துரங்கம் விஷ்ணுசித்தனை ஒருமுறை முறைத்தான். 'அந்த முறைப்பு தாளாது விஷ்ணுசித்தன் பல்லக்கோடு அவர்களைத் தொடர...' ஆலயத்தில் உடுக்கையோடு காத்துக் கிடந்தார் பூசாரி அம்பலத்தார்.

பல்லக்குகள் வரவும் உறுமிமேளம் செருமியது.

திடும்மென்று குதிரையின் குளம்புச் சத்தம்.

'க்ளம்... ப்ளக்...' வித்தியாசமாய்க் காதில் விழுந்த அந்தச் சத்தத்துக்குச் சொந்தமாய் ஐந்தாறு குதிரைகள்.

ராஜா வேங்கை ராஜ ரூபசேகர கோட்டைப்புரத்தார் ஒரு குதிரையின் மேல் ஒயிலாக அமர்ந்திருந்தார். மற்ற குதிரைகளின் மீது யார் யாரோ! அவர்களில் ஒருவர் வெள்ளை வெளுக்க, பரங்கிப் பழமாட்டம் தென்பட்டார்.

"அடேங்! வெள்ளைக்காரத் துரைடா...!"

"தின்னவேலி கலெக்டரய்யாவாம்...!"

"நம்ம ராசாவுக்கு உயிர் சிநேகிதராம்ல?"

"மகாராஜா வரணும், மகாராணி வரணும். இளைய மகாராஜா வரணும், தேவருங்க வரணும்..." கோயில் வாசலில் உற்சாக வரவேற்பு. நூறுகுடிக் கூட்டத்து ஏழை பாழைகள் கோயிலைச் சூழ்ந்து கொண்டிருந்தார்கள். அவர்கள் நடுவில் தீத்துண்டம்போல் அதிபிரகாசமாய்த் தெரிந்தாள் ஒருத்தி!

தன்னுடன் வந்திருந்த வெள்ளைக்கார துரையைப் பார்த்து ஏதோ சொன்னபடி யதார்த்தமாய்க் கூட்டத்தை ராஜா பார்க்க, கூட்டத்தில் தெரிந்தது அந்த மின்னல்!

அள்ளிக் கொசுவம் உடுத்தி, ரவிக்கை தரிக்காத மார்பின் இட வலங்களில் சேலைப் பரவலின் கட்டுப்பாட்டை மீறி மார்பின் செழுமையைக் காட்டி நிற்கும் அந்த மின்னலைக் கண்டபோது ராஜாவின் நரம்புக் காமத்தில் ஒரு புதுப்பாய்ச்சல்.

வெள்ளைக்காரத் துரைகூட அந்த மின்னல் பெண்ணைப் பார்த்தான்.

“ஆருடா அவ...?” சந்நிதியிலேயே அவளைப் பற்றித் தாக்கமாய்க் கேட்டார் ராஜா. பதில் அப்போதைய கார்வார் சிவக்கொழுந்துவிடமிருந்து வந்தது.

“வஞ்சியம்மாங்க... ஆத்தாளோட திருநட்சத்திரத்து அன்னிக்கு இந்த சந்நிதிலேயே ஒருத்திக்கு வலிகண்டு பொறந்த பொண்ணு, பிறப்புல எல்லாருக்கும் தலைதான் முதல்ல வரும். இவளுக்கு கால் முதல்ல வந்தது. அப்படி வந்தா விசேஷம்.”

சிவக்கொழுந்து பதில் சொல்ல, ராஜா தன் மோவாயை வருட... பூசாரி அம்பலத்தார், ராணி ரத்னாவதியைப் பார்த்தார்.

‘பூசைக்குன்னு வந்துட்டு இப்படி வேற கவனமா இருந்தா எப்படி!’ கண்ணாலேயே கேட்டார்.

ரத்னாவதியிடமும் சலனம் சாமரம் வீசத் தொடங்கியது.

“ஆத்தா.... என் புருஷனின் தப்பு எண்ணங்களைக் கண்டுக்காதே...” மனது விண்ணப்பித்த சமயம் உடுக்கையைத் தட்டினார் அம்பலத்தார்.

கூட்டம் நிலைமரமானது.

அவள் கைகூப்பி நின்றாள். சரியாகத் தெரியாத அம்மனை எட்டி எட்டிப் பார்த்தாள்.

தீபதூபம் சந்நிதிக்குள் தூள் பறக்கும் சமயம் ராஜாவும், வெள்ளைக்காரத் துரையும் வஞ்சியம்மாள் மேலேயே ஏனோ கண்ணாக இருந்தார்கள்.

அவளுக்கோ இதிலெல்லாம் பார்வையில்லை. சந்நிதியில் வேங்கைப் பொன்னியையே பார்த்துக் கொண்டிருந்தாள்.

இப்போது அவள் தோளை யாரோ தொடுவதுபோல் ஓர் உணர்வு!

"யாரது?" திரும்பின அவளின் விழிகளில் நடராஜன் எனும் நண்டுவடாகன் தெரிந்தான். அவளைக் கூட்டத்தைவிட்டுக் கழன்று வரும்படி சமிக்ஞை செய்தான். அவள் முதலில் மறுத்தாள். பின்னர் மெள்ள நகர்ந்தாள்.

"வடாகா... என்ன இதெல்லாம்...?"

"உஸ்ஸ்... ஒரு முக்கிய சேதி! நான் தின்னவேலிக்குப் போப்போறேன்..."

"சமஸ்தானம் தாண்டி பட்டணம் பக்கமா போறே? தப்பாச்சே... பெரிசுகளுக்குத் தெரிஞ்சா என்ன பண்ண?"

"தெரியாது. சதுரகிரிமகாலிங்கத்தைக் கும்பிட மலைப்பக்கம் போறதா சொல்லிட்டுப் போப்போறேன்."

"அப்படி என்ன அவசியம்?"

"சுதந்திரம் கேட்டு வெளியே நாடே குமுறிக்கிட்டிருக்கு வஞ்சி. நாம இங்க இந்த சமஸ்தானத்துக்கு மூட்டை தூக்கிக்கிட்டு இருக்கோம். சரியான கிணத்துத் தவளைங்க நாம்..."

"வடாகா... உன் பேச்சைக் கேட்டா பயமா இருக்கு. சமஸ்தானத்துக்கு தெரிஞ்சா வாட்டி வதைப்பாங்க..."

"கவலையில்ல. நான் வரேன்! எங்க அப்புவைக் கவனிச்சுக்க. ஆத்தா ஒரு செவிடு. கவனமா பாத்துக்க."

சொல்லிவிட்டுக் காட்டுப் பாதையில் நண்டு வடாகன் நடக்கத் தொடங்கினான். வேகமான நடை.

கோயிலில் பூஜையின் உச்சக்கட்ட உடுக்கைச் சத்தம் அவன் நடைக்குக் கட்டியம் பாடியது. வஞ்சியம்மாள் அவனையே

பதைப்பாகப் பார்த்துவிட்டுத் திரும்பவும் கோயிலுக்கு வந்து கூட்டத்தோடு கலக்க, பூஜை முடிவுக்கு வந்திருந்தது.

ஒரு வழியாக எல்லாம் முடிந்து, தீப்பந்த வெளிச்சங்கள் திகுதிகுக்க பல்லக்குகளில் ராணியும், இளைய மகாராஜாக்களும் ஏறிக்கொள்ள, கோயில் வளாகத்தில் கூழுக்கு அலைமோதத் தொடங்கியிருந்தது கூட்டம்.

ராஜா குதிரையில் ஏறிக்கொண்டார். பாதுகாப்பாக முன்னால் தளபதிபோல் தாண்டவன் என்பவன் செல்ல, குதிரைகள் குதிநடை போட்டன.

ராஜாவின் பார்வை வஞ்சியம்மாளைத் தேடியது.

வஞ்சியம்மாள் பலிபீடத்தின் அருகே நின்று கைகூப்பி வடாகனுக்காகப் பிரார்த்தித்துக் கொண்டிருந்தாள்.

ராஜா அதைப் பார்த்துவிட்டுக் கார்வாரைத் திரும்ப அழைக்க, கும்பிட்டு குழைந்தபடி முன்னால் சென்று கூன் விழுந்த பனைபோல் நின்றார் கார்வார் சிவக்கொழுந்து.

“துரைக்கும் எனக்கும் அவ வேணும்! அனுப்பி வைக்கிறாயா?” கேட்டார்.

“மகாராஜா... அது அவ்வளவு சாத்தியமில்லை...”

“சாத்தியமில்லையா...?” ரௌத்ரமாகக் கேட்டார் ராஜா.

“மகாராஜா... நாளைக்கு நம்ம குதிரை லாயத்தைப் பராமரிக்கற குழந்தைசாமி மகளுக்குக் கண்ணாலம். வாழைத்தோப்பைப் பராமரிக்கற வஜ்ரவேலுவுக்குத்தான் தன் பொண்ணைக் கொடுத்தான் குழந்தைசாமி.”

“மதியம் ராஜபிரசாதத்துக்காக குழந்தைசாமி மக உங்க சந்நிதிக்கு வர இருக்கா. அவ இருக்கையில இவ எதுக்கு மகாராஜா...? அப்படியே ஆசை அதிகமிருந்தாலும் இவளும் கண்ணாலத்துக்கு முந்தி ராஜப்பிரசாதத்துக்கு வந்துதானே தீரணும்? அன்னிக்கு அனுபவிச்சுக்கக் கூடாதா?”

கார்வாரின் கேள்வி கோட்டைப்புரத்தாரை லேசாகக் குளிப்பாட்டிவிட்டுக் கொதிப்பினைத் தணித்த மாதிரி இருந்தது.

"கண்ட கழிசடைங்க ராஜப்பிரசாதத்துக்கு வந்தா ஏத்துக்க நான் வக்கில்லாத சமஸ்தானாதிபதியில்லை. கார்வார் ஆளைப் பார்த்து அனுப்பு."

"இல்லை மகாராஜா... குழந்தைசாமி மக தளதளன்னு இருப்பா. தங்கம்மாள்னு, பேரு. போனமாசம்தான் பச்சை ஓலைபோட்டுப் பிரிச்சாங்க. ராசா கை பட்டு அதுக்கு முழுமை வரணும்!"

கார்வாரின் பதிலில் திருப்தி ஏற்பட்டதுபோல் தெரிந்ததால் கோட்டைப்புரத்தார் மேலும் பேசப் பிரியமின்றி குதிரை லகானை ஒரு சுண்டு சுண்ட, வாலைக் குழைத்தபடி பாயத் தொடங்கியது அந்த ஜீவன்.

பின் தொடர்ந்தார்கள். மற்ற குதிரைக்காரர்கள்.

பல்லக்கோ அரண்மனையை நோக்கி அசைந்து கொண்டிருந்தது. ஊடாடியது தென்னந்தென்றல்!

திகுதிகுந்தன தீப்பந்தங்கள்!

பல்லக்குத் தூக்கிகளில் மிகவும் பரிச்சயமான ஒருவன் ராணி ரத்னாவதியின் சமிக்ஞை பார்த்துப் பல்லக்கை நிறுத்திவிட்டுப் பக்கமாகச் சென்றான்.

ரத்னாவதி திரைச்சீலையை விலக்கிவிட்டு அவனைப் பார்த்து மெள்ள கேட்டாள்:

"யார் அந்தப் பொண்ணு?"

காத்திருந்ததுபோல் பதில் வந்தது அவனிடமிருந்து.

"வஞ்சியம்மா... ராணி!"

"மத்த விவரம்!"

"தாய் தந்தை கிடையாது. நூறுகுடிக் கூட்டத்துல விசேஷமான அவ, பாடம் போட்டுத் துண்ணூறு தந்தா எந்த வியாதியும் பறக்கும். பாண்டியக்கருப்பர் பேத்தி..."

“கேள்விப்பட்டதே இல்லையே!”

“ரொம்ப வெளியவராத பொண்ணு. இப்ப இப்பதான் வெளிய வந்து பழகுது. இதுக்கும் நடராஜனுக்கும்கூட சிநேகம்!”

“யாரு நடராஜன்?”

“நண்டுவடாகன்தான் ராணி. பொங்கத் திருவிழாவுலகூட மயிலைக்காளையை மடக்கிக் கழுத்துச் சங்கிலியைப் பரிசா எடுத்தானே அவனேதான்!”

“அவனை என்னை வந்து பார்க்கச் சொல். அப்படியே அந்தப் பாண்டியக் கருப்பரையும் என்னைப் பார்க்கச் சொல்...”

“நல்லது ராணி. ஒரு முக்கிய விஷயம்!”

“என்ன?”

“நாளைக்குக் குழந்தைசாமி பொண்ணுக்குக் கண்ணாலம் ராஜப்பிரசாதம் வாங்க அனுப்பப் போறாங்க...”

ரத்னாவதியின் கண்களில் ‘மளுக்’கென்று நீர் தேங்கியது. பெருமூச்சில் மார்பிரண்டும் தூளி ஆடியது. அப்போது யாரோ அலறிக்கொண்டு ஓடி வரும் சத்தம்...

விஷ்ணுசித்தன்தான் புழுதி பறக்க மிரண்டு ஓடி வந்து கொண்டிருந்தான். பின்னால் சமஸ்தானத்தின் ஓங்கலான ராஜபாளையம் நாய்களின் துரத்தல்!

அவற்றின் துரத்தலுக்கு நடுவே...

“ஐயையோ! அப்புறம் உங்களுக்கு என்னாச்சு?”

பதைபதைத்துக் கேட்டு மோவாயில் கை ஊன்றினாள் அர்ச்சனா. உணர்வுபூர்வமாகத் தன் கடந்த காலத்துக்குள் நுழைந்துவிட்டிருந்த விஷ்ணுசித்தனின் மனத்துக்கு அப்போதுதான் தெரிந்தது. தான் இதுவரை நடந்தவற்றைச் சொல்லிக் கொண்டிருக்கிறோம் என்பதே. விசு ஆழ்ந்த யோசனையில், கிணற்றில் மூழ்கிப்போன மண்பானைபோல் அழுந்திக் கிடந்தான்.

சித்தன் தொடர்ந்தான்.

“அப்புறமென்ன... நாய்களோட பாய்ச்சல்ல கொலைவெறி இருந்திச்சு.”

திரும்பவும் பின்னோக்கிக் கரைந்தது அவன் மனம்.

❖❖❖

அத்தியாயம் 15

நாய்களின் பாய்ச்சலில் கொலைவெறி தென்பட்டது. இரவின் கருமையை மீறி அவை புழுதி பறக்கப் பாய்ந்து வருவது வேப்பெண்ணெய் விளக்குகளின் வெளிச்சத்தில் தெரிந்தது.

“யார் ஓடி வர்றது?” ராணி ரத்னாவதி திகைத்துப்போய்க் கேட்டாள்.

“தெரியலை. யாரோ ஒரு பிஞ்சுப்பய மாதிரி தெரியுது...”

பல்லக்குத் தூக்கி சொல்லி வாய் மூடிய மறுவிநாடி விஷ்ணுசித்தன் ஓடிவந்தான்.

“ராணிம்மா... ராணிம்மா... நாயி, நாயி...” பேச வாய்வராத திக்கலில் பய உச்சத்தில் ஒருங்கிக்கொண்டான்.

இதற்குள் நெருங்கிவிட்ட நாய்கள் ராணிக்காகக் கட்டுப்பட்ட மாதிரி அப்படியே நின்றன.

“யாருப்பா நீ.” இதமாக கேட்டாள் இரத்னாவதி.

“இவன் பேரு விஷ்ணுசித்தன் ராணி. இன்னிக்கு இளைய மகாராஜாக்களோட பல்லக்கைத் தூக்கற முறை இவனோடது...”

அப்போதுதான் பின்னால் வந்து நின்று கொண்டிருக்கும் தனது வாரிசுகளின் சின்னப்பல்லக்கைப் பார்த்தாள் ராணி. ஐந்து வயதிலிருந்து பதினைந்து வயதுக்குள் நண்டும் சிண்டுமாய் நான்கைந்து பேர் பல்லக்கை தூக்கமாட்டாமல் தூக்கிக்கொண்டு...

ரத்னாவதியின் நெஞ்சில் கிள்ளப்பட்டதுபோல் ஒரு வேதனை. “இவ்வளவு சின்னப் பசங்கதான் பல்லக்குத் தூக்கி வரணும்னு யார் சொன்னது?”

“மகாராஜாவோட வலதுகை தாண்டவன்தான் ராணி. இப்பவே பழக்கினாத்தான் பின்னால் சொன்னபடி கேப்பாங்கன்னு சொல்லி முறைவெச்சுப் பல்லக்குத் தூக்க வெச்சிருக்கார். ஏனோ இவன் இன்னிக்கு வரலை. அதான் நாய்களை அவுத்துவுட்டுக் கலாட்டா பண்றாங்கன்னு நினைக்கிறேன்.”

“ஆமா ராணிம்மா... ‘ஏண்டா, பல்லக்கு தூக்க வரலை’ன்னு கூழ் ஊத்தமாட்டேன்னாங்க. எனக்குக் கோபம் வந்து முறைச்சேன். உடனே நாயை அவுத்துவுட்டுட்டாங்க.”

கேவியபடி பதில் வந்தது சித்தனிடமிருந்து. என்ன நினைத்தாளோ ரத்னாவதி பல்லக்கிலிருந்து இறங்கிக்கொண்டாள்.

“இனி நானோ என் வாரிசுகளோ பல்லக்கில் உக்காரவே மாட்டோம். அந்தத் தாண்டவனை என்னை வந்து பார்க்கச் சொல்லு” என்ற ரத்னாவதி, பல்லக்கிலிருந்த பூஜை பிரசாதத் தட்டிலிருந்து ஒரு சீப்பு வாழைப்பழத்தை எடுத்து விஷ்ணுசித்தனிடம் தந்தாள்.

அவன் புன்னகையோடு வாங்கிக்கொண்டான்.

ராணி ரத்னாவதி தனது வாரிசுகளுடன் நடக்கத் தொடங்கினாள்.

“ராணிம்மா, நடக்காதீங்க ராணிம்மா... பல்லக்கில் ஏறுங்க. ராஜாவுக்கு தெரிஞ்சா எங்களை உரிச்சுத் தொங்க விட்டுடுவாரு...” பல்லக்குத் தூக்கியின் பேச்சை பொருட்படுத்தவே இல்லை.

விஷ்ணுசித்தனின் பார்வையில் ரத்னாவதி ஒரு பேரருள் பிம்பமாக வழியத் தொடங்கியிருந்தாள். எதிரே தென்பட்ட நூறுகுடிக் கூட்டத்தவர் வாயைப்பிளந்து விழிகளை அகட்டி விரித்து உலகத்தின் எட்டாவது அதிசயமாக அதை எண்ணிச் செருமாந்து போய்க் கைகளைக் கூப்ப, விஷயம் வேகமாக அரண்மனைக்குள் நுழையத் தொடங்கியது.

அங்கே...

கண்ணாடிக் கோப்பையின் கருநீலநிற மதுவை வேங்கைராஜருடன் அந்த வெள்ளைக்காரத் துரை சூப்பிக்

கொண்டிருந்தான். நடுநடுவே “க்ளைமேட் ஈஸ் ஸோ ஹாட்!” என்ற மலைப்பாம்புபோல் ‘உஸ் உஸ்’ என்று செருமி உஷ்ணப் பெருமூச்சுவிட்டான்.

“உங்க சமஸ்தானமும், இங்க உள்ள நூறுகுடிக் கூட்டத்தவங்க கலாச்சாரமும் ரொம்ப வித்தியாசமா இருக்கு. அவங்களோட ஆடலும் பாடலும் கூத்தும் ரொம்ப பிரமாதம். குறிப்பா சில பெண்கள் கடைஞ்செடுத்த மாதிரி இருக்காங்க. ஆமா... இவங்கள்ளாம் உங்க அடிமைகள்தானே? ஏன் உங்க அந்தப்புரத்துல அழகா ஒருத்தர்கூட இல்லை?” என்று கேட்டான் வெள்ளைக்காரத்துரை.

அந்தக் கேள்வி முன் வேங்கைராஜர் சிரம் லேசாகக் கவிழ்ந்தது. கண்டிப்பு மிகுந்த ரத்னாவதியின் முகம் ஒரு விநாடி கவிழ்ந்த முகத்தின் கீழ் வந்து கடூரமாய் முறைத்துவிட்டுப் போனது.

தனது அந்தஸ்துக்கு மிகவும் கூடுதலான மலைராஜபுரம் சமஸ்தானத்தின் ஒரே வாரிசான ரத்னாவதியை மிகுந்த சீதனத்தோடு திருமணம் செய்துகொண்டு வந்து, ஆரம்ப நாள்முதல் அவளின் கண்டிப்பும் கறாரும் மிகுந்த தோரணையில் தானும் கரைந்துவிட்டதை எண்ணி மனம் சற்று சங்கடத்தோடு கனத்தது.

அப்போது சூழ்நிலையில் லேசான சலசலப்பு. திரும்பிப் பார்த்தார் வேங்கைராஜர். சற்றுத் தொலைவில் சிலரோடு பிரம்பு மேளம் சகிதம் குழந்தைசாமி நின்று கொண்டிருந்தான். பக்கத்தில் அவன் மனைவி. இருவர் கைகளிலும் வெற்றிலை, பாக்கு, பழத்தட்டு.

கைதட்டி வரச்சொன்னார் வேங்கைராஜர்.

வந்தவர்கள் பழத்தட்டைக் கீழே வைத்துவிட்டு, சாஷ்டாங்கமாகக் கீழே விழுந்து வணங்க, வேங்கை ராஜர் முகத்தின் சதைக்கதுப்புகளில் பெருமிதம் ஊர்கோலம் போனது.

அப்படியே திரும்பிய வெள்ளைக்கார துரையைப் பார்க்க, துரையின் பூனை விழிகள் ஒன்றும் புரியாமல் வெறித்தன.

"ராசாவுக்கு எங்களோட திவ்யமங்கள வணக்கங்க ராசா... என் திருமகளுக்கு வைபோகத்துக்கு நாள் குறிச்சிருக்கேன். நம்ப வாழைத்தோப்பு வஜ்ரவேலுவைத்தான் மாப்பிள்ளையாக்க உத்தேசிச்சிருக்கேன். சமஸ்தானம் ராணி பரிவாரம் சகிதம் வந்திருந்து அவங்களை ஆசீர்வதிக்கணும். 'பெரும் பார்வை' பார்த்து, இந்த வைபோகத்தை நடத்தித் தரணும்."

குழந்தைசாமி பேசி முடிக்கவும் பிரம்பு மேளம் தன் பங்கைச் செம்மையாகச் செய்தது.

கூடவந்த வப்பாளத்தான், காலில் கட்டிய சலங்கையை இசைவாக அசைத்தபடி லகுவாக ஓர் ஆட்டம் போட்டான்.

வெள்ளைக்காரத்துரை அனைத்தையும் மிக வித்தியாசமாகப் பார்த்தான்.

அப்போது பார்த்து உள்ளே நுழைந்தார் வேங்கை ராஜ ரூபசேகர கோட்டைப்புரத்தாரின் தம்பி சிம்மராஜ ரூபசேகர கோட்டைப்புரத்தார்.

அவர் கைகளில் நீண்ட குழல் துப்பாக்கி, வேட்டை முடிந்து அவர் திரும்பியிருப்பதைச் சொல்லாமல் சொன்னது. பின்னால் இரண்டு வேலைக்காரர்கள் சுடப்பட்ட இரண்டு மான்களைக் காலைக் கட்டி மூங்கிலில் மாட்டி மூங்கிலைத் தோளில் சுமந்தபடி உள்ளே நுழைந்து மறைந்தார்கள்!

வெள்ளைக்காரத் துரையின் பூனை விழிகளில் மேலும் ஏகாண்ட பிரிவு. உள்ளே நுழைந்த சிம்மராஜா அண்ணனைப் பார்த்து மதர்ப்பாகச் சிரித்துவிட்டு, பழத்தட்டோடு வந்து நிற்கும் குழந்தைசாமி குடும்பத்தைப் பார்த்து, புருவ வளைசல் கொடுத்தார்.

"என்னடா... என்ன விஷயம்?" மிடுக்காகக் கேள்வி வேறு.

"தண்டனிடறோம் சின்னராசா.... என் மகளுக்குக் கல்யாணம். அதான் ராசாமார்களை முறைப்படி அழைக்கலாம்னு..."

"அழைக்கறது அப்புறம்... ராஜப்பிரசாதம் வேணாமா?"

"வேணும் ராசா... பொண்ணை மதியம் அலங்கரிச்சு அனுப்பி வைக்கிறோம்!"

"தாத்தா... ராஜப்பிரசாதம்னா என்ன? அதை முதலில் சொல்லுங்க..."

நடந்தவற்றைச் சொல்லும் விஷ்ணுசித்தனிடம் இடைவெட்டினாள் அர்ச்சனா.

"ராஜப்பிரசாதம் இல்லைம்மா அது. ராஜ எச்சில் அது! கேடுகெட்ட ஒரு பழக்கம். அதிகாரம் கையில இருக்கற திமிர்ல, சாங்கியம்கற பேர்ல பண்ணி வெச்சிருக்கிற ஒரு சதி அது. கல்யாணப் பெண்களோட கன்னிமையை இந்த ராஜாக்கள்தான் முதல்ல கழிப்பாங்க. அப்புறம்தான் அவளைக் கட்டிக்கறவனே அவளைத் தொடமுடியும். ராஜா கன்னி கழிச்ச பொண்ணுக்குத்தான் கல்யாணத் தகுதியே வர்றதா அர்த்தம்..."

சொல்லிவிட்டு, பஞ்சடைந்த விழிகளில் திரண்ட நீரைச் சுண்டிவிட்டான் விஷ்ணுசித்தன்.

"என்ன ஒரு கொடுமை!" என்றாள் அர்ச்சனா. விசுவோ பிரமை பிடித்ததுபோல் தென்பட்டான்.

"உம் அப்புறம்...?" அர்ச்சனா மீண்டும் நிமிண்டினாள்.

"அர்ச்சனா... ரொம்ப நேரமாயிடுச்சு. அரண்மனையில எல்லாரும் என்னைத் தேடி உருண்டு, புரண்டுக்கிட்டிருப்பாங்க... இப்ப என்ன பண்ணலாம்?" என்று கேட்டான் விசு.

"விசு... நல்ல கட்டத்துல இப்படி பயந்தா எப்படி? தேடினா தேடட்டும். நீங்க தாத்தா சொல்றதைக் கேளுங்க..."

"நீ கேட்டு வந்து சொல். நான் கிளம்பறேன்" விசு கிளம்ப ஆயத்தமான மறுவிநாடியே தொலைவில் டார்ச் லைட் வெளிச்சத்தோடு சிலர் அந்தப் பக்கமாக வருவது தெரிந்தது.

"போச்சு... அரண்மனையில் இருந்து தேடிக்கிட்டு வந்துட்டாங்க... அதோ..."

அர்ச்சனாவுக்குள் சட்டென்று ஒரு மின்னல். "விசு... நீங்க முன்னே போங்க! நாம இந்த தாத்தாவைப் பார்த்து வஞ்சியம்மா கதை கேட்ட விவரம் அநாவசியமா யாருக்கும் தெரிய வேண்டாம். நான் மத்ததைப் பார்த்துக்கறேன்."

விசு உடனேயே நிமிர்ந்தான். வேகமாக துழாவி வரும் டார்ச் லைட் வெளிச்சக் குவியலை நோக்கி நடக்க ஆரம்பித்தான்.

வெளிச்சத்தில் சிக்கி கார்வாரைக் கதறவிட்டான்.

"தம்பி.... என்ன தம்பி இப்படிப் பண்ணிட்டீங்க? மதியத்துலேருந்து உங்களைக் காணாம அங்க எல்லாரும் பதைச்சுக்கிட்டிருக்காங்க. இந்தப் பக்கம் வந்ததா ஒரு நூறு குடியான் சொன்னதைக் கேட்டு ஓடி வந்தேன். உங்களுக்கு ஏதாவது ஆனா நாங்க என்ன தம்பி பண்ண?"

"பயப்படாதீங்க கார்வார். மனசு சரியில்லை. அதான் வயல் பக்கம் காத்தாட வந்தேன். வாங்க போவோம்" அவர்களை அழைத்துக்கொண்டு நடக்கத் தொடங்கினான்.

"அரண்மனை... தர்பார் வளாகத்தில் அலைமோதிக் கொண்டிருந்த திவ்யமங்களமும், பாண்டியம்மாளும் விசு வருவதைப் பார்த்து ஓடி வந்தார்கள்."

"எங்கடா போயிட்டே?" கோபமாக வெடித்தார்கள்.

"சும்மா காத்தாட..."

"அரண்மனைக்குள்ள ஆடாத காத்தா... இனி வெளியே போனா தெரியும் சேதி... ஆமாம். எங்கே அந்தப் பொண்ணு?"

"தெரியாது!"

"தெரியாதா... உன்கூடத்தானே இருந்தா?"

"எங்காவது வெளிய போயிருப்பா!"

"வெளிய தனியா போற அளவுக்குத் தைரியசாலியா அவ."

பாண்டியம்மாளின் குத்தலான கேள்விக்கு விடை தேவரிடம் இருந்து வந்தது.

“ராணிம்மா... இந்தக் காலப்பெண்கள் சந்திர மண்டலத்துக்கே போகத் தகுதி படைச்சவங்க ஆயிட்டாங்க. இதைப் போய் பெரிசா சொல்ல வந்துட்டீங்க. இளைய மகாராஜா... நீங்க போய் ஓய்வெடுத்துக்குங்க...” என்று அவர்களிடம் அகப்பட்ட விசுவைச் சாமர்த்தியமாகக் கத்தரித்துவிட்டார் தேவர்.

விசு நகர்ந்து கொண்டான்.

“தேவர்... இவன் போக்கே எனக்குப் பிடிக்கலை. எனக்கு ரொம்ப கட்டுப்பட்ட கஜேந்திரனையே என்னால காப்பாத்த முடியலை. இவனை எப்படிக் காப்பாத்தப் போறோம்னு கவலையா இருக்கு...” என்றாள் திவ்யமங்களம்.

“கவலைப்படாதீங்க ராணிம்மா. நாங்கள்லாம் இல்லையா?”

“நீங்கள்லாம் எப்பத்தான் இல்லை?” என்ன பிரயோஜனம்? கஜேந்திரன் பிழைச்சானா?

“உங்களுக்கு நான் ஓர் உறுதி தரேன். யார் இறந்ததைப் பற்றியும் கவலைப்படறதுல அர்த்தமில்லை. இளைய மகாராஜாவை நான் காப்பாத்திக் காட்டறேன்... இது சவால்!”

“உங்க தைரியத்துலதான் நாங்க இருக்கோம். ஆமா... யாரையோ மாடுமுட்டிக் கொன்னுடிச்சாமே.... அதுக்காக இருசனைக் கைது செய்துட்டாங்களாம்!”

“விசாரிக்கறதுக்கு அழைச்சுப் போயிருப்பாங்க. நீங்க கவலைப்படாதீங்க. நான் பாத்துக்கறேன்...”

தேவர் பேசிக்கொண்டே தில்லைநாயகத்தைப் பார்த்தார். தில்லைநாயகம் அர்த்தபுஷ்டியுடன் அந்தப் பார்வையை ஜீரணித்தபடி அங்கிருந்து நகர்ந்தார். வெளியே வந்த தில்லைநாயகத்துக்கு, இருசன் ஜாமீனில் வெளியே எடுக்கப்பட்ட செய்தி கிடைத்தது.

தில்லைநாயகம் விதிர்ப்போடு இருசனைத் தேடி அவனது குடிசைப் பகுதி உள்ள இருளுக்குள் மறைந்து போனார் நீண்ட நடை!

'இருசனை ஜாமீனில் கொண்டு வருமளவு விவரமும் பணமும் படைத்த அந்த நபர் இங்கு யார்?' திடுமென்று முளைவிட்ட கேள்வியை அசைபோட்டபடி இருசனின் குடிசையை நெருங்கின அவர் கால்கள்.

குடிசைக்குள் இருசன் மல்லாந்திருந்தான்.

தில்லைநாயகத்தைப் பார்த்து எழுந்து வந்தான்.

வந்த வேகத்தில் அவர் காலைக் கட்டிக்கொண்டான்.

"ஏய் இருசா... என்னப்பா இதெல்லாம்?"

"ஆண்டே... உங்களாலதான் நான் இப்ப வெளியவே இருக்கேன். அந்த போலீஸ்காரங்க என் மூட்டைக் கழட்டப் பார்த்தாங்க. நல்லவேளை நீங்கள் அனுப்பின ஆள் வந்து என்னை ஜாமீன்லவிட சொன்னாரே?"

"நான் அனுப்பிச்சேனா? தேவர் போன் செய்தாரோ?!" தில்லைநாயகம் வாய் பிளந்தார்.

"ஆமா, அந்த ஆள் அப்படித்தான் சொன்னான்..."

"சேச்சே... யாரோ வெளியூர்க்காரன்!"

"இப்ப அவன் எங்க?"

"யாருக்குத் தெரியும்..."

தில்லைநாயகத்துக்குத் திணறியது.

◈———◈

விஷ்ணுசித்தன் திரும்ப வஞ்சியம்மாளின் வரலாற்றில் நுழைந்திருந்தான். பக்கமாய்ச் சின்னதாகக் காடாவிளக்கு. விளக்கின் வெளிச்சத்தில் அர்ச்சனா அதி அற்புத சொரூபம் காட்டினாள்.

ஒயிலாக அமர்ந்திருந்தாள். விழிகளிலோ அநியாய தீர்க்கம். மரண ரகசியம் அந்தக் கதைக்குள் எங்கோ ஒளிந்திருப்பதாக ஒரு நம்பிக்கை வேறு...

“தன் மகளை ராஜப்பிரசாதத்துக்கு குழந்தைசாமி அனுப்பி வெச்சான். அது சின்னப்பொண்ணு... பயந்து நடுங்கிக்கிட்டு அரண்மனைக்கு அழைச்சு வரப்பட்டது.”

உள்ளேயோ சிம்மராஜா ரூபசேகர கோட்டைப்புரத்தாருக்கும், வேங்கை ராஜருக்கும் குடுமிப்பிடி!”

“அண்ணன் தம்பிக்குள்ளேயா?”

“யாரா இருந்தா என்ன? ஓர் அழகான பொண்ணு நுழைஞ்சிட்டா எல்லாம் அவ்வளவுதான்!”

“விளக்கமா சொல் தாத்தா...”

“வேங்கைராஜர் நான்தான் கன்னி கழிப்பேன், கூடவே துரைக்கும் இடம் தரணும்னு எகிறிக் குதிச்சார்...”

“அதெல்லாம் முடியாது. அடுத்த பெண்ணை நீங்க எடுத்துக்குங்க. இப்ப எனக்குத்தான்கறது சிம்மராஜா வாதம்.”

“அப்புறம் என்னதான் ஆச்சு?”

“அண்ணன் என்றும் பாராமல் சிம்மராஜ ரூபசேகர கோட்டைப்புரத்தார் துப்பாக்கியைக் கைகளில் எடுத்தார். சும்மா மிரட்டுவதற்காக என்றில்லாதபடி நிஜமாகவே வெறித்தனத்தோடு சுட்டும்விட... குண்டு புகைக் குமிழ்களோடு வேங்கைராஜரை நோக்கிப் பயணம் செய்து...”

“ஐயையோ... ஆள் அவுட்டா?” அர்ச்சனா பதறிப்போய் கேட்டாள்.

விஷ்ணுசித்தன் பதில் சொல்லாமல் மர்மமாகச் சிரித்தான்.

“சொல்றேன். அதுக்கு முந்தி ஒரு முக்கிய விஷயம். வஞ்சியம்மாவை யாராவது தப்பா பார்த்தாலே அவங்களுக்கு அன்னிக்கு நடக்கக் கூடாதது நடந்துடும். ஏன்னா வஞ்சியம்மா தெய்வப்பெண் பாரு...”

பொடி வைத்துப் பேசிய விஷ்ணுசித்தன் அர்ச்சனாவின் எதிர்பார்ப்பில் மேலும் வேகத்தைக் கூட்டிவிட்டுச் சற்று மௌனமானான்.

❖ ❖ ❖

அத்தியாயம் 16

வேங்கைராஜ ரூபசேகர கோட்டைப்புரத்தாரை நோக்கிப் பயணித்த அந்தத் துப்பாக்கிக் குண்டு, அவர் நகர்ந்துகொள்ளும் முன், முழங்காலைப் போய்த் தாக்கி அவரை அலறலுடன் சுருளவிட்டது...

உயிருக்கு ஆபத்தில்லை. ஆனால், பிராண வேதனையும் கால் துண்டிக்கப்பட வேண்டி வருமோ எனும் படியான நிலைக்கும் அது வேங்கைராஜரைக்கொண்டு சென்றுவிட்டது.

துப்பாக்கியை இயக்கிய அவரின் இளவல் ஆவேசம் கலையாமல் நிற்க, ஓடி வரத் தொடங்கினாள் ராணி ரத்னாவதி.

அரண்மனையே கிடுகிடுத்தது.

பழுக்கச் சிவந்த நெருப்புக் கத்தியால் வேங்கை ராஜரின் காலை வைத்தியர் கீறும் சமயம் வேங்கை ராஜர் வலி வேதனையிலும் கத்தினார்.

"அவன் உயிரோடு இருக்கக்கூடாது. அவனைக் கண்ட துண்டமாக்குங்க. அவன் என் தம்பியே கிடையாது. டேய் தாண்டவா! கொண்டு வாடா அவன் தலையை..."

தாண்டவன் என்ன செய்வது என்று விதிர்க்க, அரண்மனையின் ஒரு தனியறையில் தங்கம்மாளுக்கு ராஜப்பிரசாத முகூர்த்தம் ஆரம்பமாகியிருந்தது.

எல்லாம் முடிந்து தங்கம்மாள் திரும்ப, வேங்கை ராஜரும் வைத்தியரின் மயக்க மருந்தில் வலி வேதனையோடு உறங்கிக் கொண்டிருக்க, ரத்னாவதி மட்டும் அழுது கொண்டிருந்தாள்.

“ராணி அம்மா...”

அழைப்புக் கேட்டு நிமிர்ந்தவள் எதிரே தாண்டவன் தென்பட்டான். ஆகிருதியான தோற்றம்!

“என்ன தாண்டவா?” கண்ணீரைத் துடைத்தபடி கேட்டாள்.

“ராஜாமாருங்க இப்படி அடிச்சிக்கிறது நல்லா இல்லம்மா... அதனால...” அவன் எதையோ சொல்லத் துடிப்பது ரத்னாவதிக்கும் புரிந்தது.

“உம்... நினைக்கறதைச் சொல்லு...”

“ஒண்ணுமில்லம்மா.... இப்படியே போனா இவங்க ஆயுளுக்கு அது நல்லதில்லைன்னு...”

“இந்த அரண்மனைக்கு நல்லதில்லையா, இவங்க ஆயுளுக்கு நல்லதில்லையா?”

“இவங்க ஆயுளுக்குத்தான்! ராஜாவுக்கு இன்னிக்கு நேர்ந்த கொடுமைக்கு ஒரு காரணமிருக்கு!”

“என்ன அது?”

“நம்ம நூறுகுடிக் கூட்டத்துல வஞ்சியம்மானு ஒருத்தி...”

தாண்டவன் சொல்லிவிட்டு ரத்னாவதியை நோக்கினான். அவள் முகத்தில் கலவர ரேகை தனது முதல் கிளையைத் துவக்கியிருந்தது.

“அந்த வஞ்சியம்மா ஒரு தெய்வப் பொண்ணு பிரசவத்தும்போது முதல்ல உலகத்துக்குக் காலைக் காட்டின பொண்ணு. அந்த கால்லகூட சங்கு சக்கர ரேகைங்க உண்டு!”

“அப்படி இருந்தா விசேஷமா?”

“ரொம்பவும் விசேஷம். இவங்க தேகத்துல ஆத்தாவே குடி இருக்கிறதா ஐதீகம். இவங்க பாடம் போட்டு மந்திரிச்சா விலகாத தோஷம்கூட விலகிடும். இவங்களுக்குக் கைராசி முகராசி எல்லாமே உண்டு...”

"இவங்களுக்கு வணக்கம் சொன்னா நம்ம வாழ்க்கை சுணக்கம் இல்லாம இருக்கும். மாறா, தப்பு நினைச்சா நம்ம வாழ்க்கைல நடக்கக்கூடாததெல்லாம் நடக்க ஆரம்பிச்சிடும்..."

"ரொம்ப ஆச்சரியமா இருக்கே தாண்டவா!"

"ஆமாம் ராணிம்மா! அந்த வஞ்சியம்மா இன்னிக்குக் கோயிலுக்கு வந்திருந்தா! அந்த மகராசியை நம்ம பெரிய ராஜா அனுபவிக்க நினைச்சாரும்மா! அதுக்கான பலனும் கூடவே துப்பாக்கி ரூபத்துல கிடைச்சிடுச்சு!"

விதிர்த்துப் போனாள் ரத்னாவதி.

"அந்தப் பெண்ணை நம்ம ராஜாக்கள் பெண்டாள நினைச்சா அழிஞ்சே போயிடுவாங்க. அப்புறம் இந்த சமஸ்தான மானம், மரியாதை, செல்வாக்கு எல்லாம் அவ்ளோதான். நீங்கதான் ராஜாவுக்குப் புத்தி சொல்லணும்."

தாண்டவன் நகர்ந்துகொள்ள, அறுபட்ட சிரம்போல் ரத்னாவதியின் முகம் தொங்கிப்போனது.

அந்தச் சமயம் பார்த்து ஏதோ ஒன்று கீழே விழும் சத்தம். திரும்பிப் பார்த்தாள்.

பழங்கள் அடுக்கப்பட்டிருந்த தட்டு கீழே விழ, பழங்கள் தரையெங்கும் உருண்டு கொண்டிருக்க, பக்கத்தில் இடுப்பில் கோவணத்தோடு வாயில் ஜொள்ளு ஒழுக கண்களில் பய வழிசலோடு விஷ்ணுசித்தன்!

"நீயா... எதுக்கு வந்தே இங்கே?"

"பசி!" ஒரே வார்த்தையில் அவன் ரத்னாவதியின் பொட்டைச் சுட்டுவிட்டான்.

"அந்தப் பழத்தை எல்லாம் எடுத்துக்க. உக்காந்து சாப்பிடு..."

எச்சில் சிதறப் பழத்தைக் கடித்தான் விஷ்ணுசித்தன்.

"அடேயப்பா என்ன இனிப்பு...!" ஆவலாக விழுங்கப்போன சமயம், "அம்மா" என்று குரல் கேட்டது.

ரத்னாவதியின் வாரிசுகள் இந்திரராஜனும், சந்திரராஜனும் வந்து கொண்டிருந்தனர். வந்தவர்கள் விஷ்ணுசித்தனைப் பார்த்துவிட்டு முகத்தைக் கோணலாக்கிக் கொண்டனர்.

பெரியவன் இந்திரன் கேட்டான்.

"அம்மா... என்ன நீ இந்தப் பிச்சைக்காரப் பசங்க கூடயெல்லாம் நின்னுக்கிட்டு?"

"ம்ம்... நீ இப்படி நடந்துக்காதே! டாட் பார்த்தா கோவிச்சுக்குவாரு..."

ரத்னாவதிக்குக் கோபமும் சிரிப்பும் கலந்து வந்த அதே சமயம், இளையவன் ஆங்கிலம் பேசிய தோரணை அவளை ஆச்சரியப்படுத்தியது.

இதற்குள் வேங்கைராஜர் படுத்திருக்கும் அறைக்குள்ளிருந்து அவரது கோரமான வலி முனகல் கேட்டு அங்கே செல்லத் தொடங்கினாள் ரத்னாவதி.

வாரிசுகள் இருவரும் விஷ்ணுவை வளைத்துக்கொண்டனர்.

"டேய், சாப்பிட்டதை எல்லாம் வாந்தி எடுடா..."

பெரியவன் இந்திரன் கையைச் சொடுக்கிக்கொண்டு நெருங்கினான். ஓர் எட்டு வயதுச் சிறுவனுக்குண்டான இயல்பான பேச்சாக இல்லாமல் மகாமெத்தனமான பாவனை காட்டி ஒருவன் விஷ்ணுவின் கழுத்தைப் பிடிக்க, இன்னொருவன் கையைவிட....

"உவ்வேவ்வ்வ்..."

அன்று இளவயதில் எடுத்த களேபரமிக்க அந்த வாந்தியின் வேதனை இப்போதும் உணர்வு கலையாமல் விஷ்ணுசித்தன் நாவண்ணங்களில் நிமிண்டியது.

அப்போது பக்கத்தில் ஏதோ சலசலப்பு... அதைத் தொடர்ந்து அருகிலிருந்த மரத்தின் கிளை ஒன்று வேகமாக முறிந்து சடசடவென்ற சத்தத்தோடு கண்ணிமைக்கும் நேரத்துக்குள் கீழே விழுந்து விஷ்ணுசித்தனைப் பேச்சு மூச்சில்லாமல் செய்துவிட்டது.

இரவுக்காலமாக இருப்பதால் துல்லியமாக எதையும் பார்க்க முடியவில்லை. கிளை முறிந்து விழ எந்த ஒரு காரணமும் இல்லை. காற்றுகூட லகுவாகத்தான் வீசிக் கொண்டிருக்கிறது.

'அப்படியிருக்க எப்படி இது நிகழ்ந்தது? என நினைக்கும்போதே, விஷ்ணுசித்தன் முனகத் தொடங்கினான்.'

இருட்டில் தடவிக்கொண்டு அவனை நெருங்கி, முடிந்த மட்டும் மரக்கிளையை நகர்த்தப் பார்த்தாள். முடியாததுபோல் தோன்ற, "ஹெல்ப்... ஹெல்ப்!" என்று கத்தத் தொடங்கினாள்.

தொலைவில் வயல்வெளிகளில் சில அரிக்கேன் விளக்குகள் அசைவது தெரிந்தது. அர்ச்சனாவின் ஆங்கிலக் குரல் அவர்களை மெள்ள எட்டவே, ஓடி வரத் தொடங்கினார்கள்.

ஒரு வழியாக விஷ்ணுசித்தனை மீட்டார்கள்.

"டேய், கிழவனைக் குடிசைக்கு தூக்குங்கடா... அங்க போய்ப் பார்க்கலாம்..." என்றபடி ஒருவன் விஷ்ணுசித்தனை நெருங்க இன்னும் சிலர் ஆளுக்கொரு பக்கமாகப் பிடித்துக்கொண்டு தூக்கினார்கள்.

விஷ்ணுசித்தன் பெரிதாகக் கத்தினான். எங்கேயோ எசகுபிசகாக எலும்பு முறிந்த வேதனையைக் குரலில் காட்டினான்.

"மேடம்!"

குரல் கொடுத்தவன் அருகில் சென்று பார்த்தபோது தான் அர்ச்சனாவுக்குத் தெரிந்தது, அவன் வேலைக்காரன் வடிவேலு என்பது.

"இளைய மகாராஜா உங்களை அழைச்சுக்கிட்டு வரச் சொன்னார்..."

வடிவேலுவைப் பார்த்து அரிக்கேன் விளக்குக்காரன் ஒதுங்கிக்கொள்ள, அர்ச்சனா வடிவேலுவைத் தொடர்ந்து நடந்தாள்.

"ஆமா, இப்ப விசு எங்கே?"

"அவரோட பிரைவேட் ரூம்ல..." வடிவேலு புதிதாக ஒரு பாதையில் அவளை அழைத்துச் செல்லத் தொடங்கினான்.

"ஏய்! எங்க இந்தப் பக்கமா போறே? வேற வழி மாதிரி தெரியுது..."

"ஆமா மேடம்... யாரும் உங்களைப் பார்க்கக் கூடாதுன்னுதான். ஏற்கனவே இளைய மகாராஜாவை எங்கேயோ போயிட்டு வந்தார்னு சொல்லி, பயங்கரமா திட்டி முடிச்சிருக்காங்க. இப்ப அவர் ரூமுக்கு நீங்க போறதைப் பார்த்தா, அவரை முப்பது வயது வரைவிட்டு வைக்காம இப்பவே தீர்த்துக் கட்டிடுவாங்க..."

"ஏய், நீ என்ன சொல்றே?"

"உள்ளதைச் சொல்றேன் மேடம். இந்த வேலையில நான் இருக்கக் காரணமே இளைய மகாராஜாதான். படிச்சுட்டு வேலையில்லாம மதுரையில் கிடந்த என்னை இங்கே சேர்த்ததே அவர்தான். என்னை இங்கே வேலைக்குச் சேர்க்க அவர் எவ்வளவு கஷ்டப்பட்டார் தெரியுமா? பேர்தான் இளைய மகாராஜா. ஆனா, அதிகாரம் பண்றதெல்லாம் மத்தவங்க..."

அறையில் சோபா மேல் கவலைப் பந்தைத் தட்டிக்கொண்டு சோர்வாகத் தெரிந்தான் விசு.

அர்ச்சனாவைப் பார்த்துவிட்டு எழுந்து வந்தான். நகர்ந்துகொள்ளத் தொடங்கினான் வடிவேலு. கிளம்ப எத்தனித்தவனை விசு தடுத்தான்.

"வடிவேலு... கார்வார் கருணாகரனை அப்புறமா என்னை வந்து பார்க்கச் சொல். எனக்கும் அர்ச்சனாவுக்கும் இருக்கற காதலைப் பத்தி யாருகிட்டேயாவது சொல்லிடப் போறாரு... ஜாக்கிரதை! நான் எச்சரிச்சேன்னு சொல்லு..."

தலையாட்டிவிட்டு நகர்ந்து கொண்டான் வடிவேலு. கதவு தாழிடப்பட்டது. வேகமாக அர்ச்சனா பக்கம் திரும்பினான்.

"அர்ச்சனா... என்னை ரொம்பத் தவிக்க விட்டுட்டே... ஆமா, விஷ்ணுசித்தன்கிட்ட முழு விஷயத்தையும் கறந்துட்டியா?"

அர்ச்சனா உடனே உதட்டைச் சுழித்தாள். கலாநயம் மிக்க சுழிப்பு. அந்த வேளையாகப் பார்த்து மாராப்புச் சேலை சற்று

லேசாக விலகிக்கொள்ள, விமானப் பாதையில் விமானம் இறங்கியதுபோல் விசுவின் பார்வை வேகமாக மையத்தில் இறங்கியது.

அர்ச்சனா புரிந்துகொண்டு அதற்குத் திரை போட்டாள்.

"கொஞ்சம் விலகிடக்கூடாதே..." சிணுங்கினாள்.

"சரி, விஷயத்துக்கு வா... என்ன ஆச்சு?"

"மரக்கிளை முறிஞ்சதுதான் மிச்சம் விசு..."

"புதிர் போடாதே அர்ச்சனா... என்ன நடந்திச்சு?" விசுவின் எரிச்சலான கேள்விக்குச் சகலத்தையும் சொல்லி மரக்கிளை முறிந்தவரை நிறுத்தினாள் அர்ச்சனா.

"அப்ப கேள்விப்பட்ட கதையில் உனக்குத் துப்பு கிடைக்கலையா?"

"நிறைய..."

"என்ன அது?"

"இந்தக் கொலைகள் ஒரு பழிக்குப் பழி வாங்கும் நடவடிக்கை..."

"யாரை யார் பழிவாங்கினாங்க... வாங்கறாங்க?"

"உங்க வர்க்கம் நூறுகுடிக் கூட்டத்தைப் பழி வாங்கிடுச்சு. அவங்க இப்ப உங்களைப் பழிவாங்கறாங்க..."

"அப்ப எதிரி நூறுகுடிக் கூட்டத்துல இருக்கானா?"

"நிச்சயமா!"

"யார் அது தெரியறதுக்குள்ளதான் மரக்கிளை விழுந்து, காரியம் கெட்டுப்போச்சு..."

"விஷ்ணுசித்தனுக்கு ஒண்ணும் ஆகலையே?"

"உயிருக்கு ஆபத்து இல்லே..."

"அப்ப மிச்சக் கதையைப் பின்னால தெரிஞ்சுக்கிட்டா போச்சு..."

"வா, போகலாம்..." அர்ச்சனாவையும் அழைத்துக்கொண்டு நடந்தான் விசு.

"அது ஒரு பக்கம் விசு... இன்னொரு பக்கம் அந்த மூங்கில் பெட்டியில் என்ன இருக்குன்னு பார்த்தாகணும்..."

அப்போது பார்த்துத் திம்திம்மென்று காசண்டிகள் மோதும் சத்தம் கேட்டது. சாளரம் வழியாக எட்டிப் பார்த்தான் விசு. வெளியே திகுதிகுவென்று தீப்பந்தங்கள் தெரிந்தன. அதன் ஒளியில், ஒருவர் தலையில் மிகப்பெரிய மஞ்சள் துணியால் மூடிய கூடை... அர்ச்சனாவும் வந்து எட்டிப் பார்த்தாள்.

"என்ன விசு இது?"

"அதுக்குள்ள திருவிழா வந்திடுச்சா என்ன?" விசுவின் உதட்டில் முனகல்.

"திருவிழாவா?"

"ஆமா அர்ச்சனா... நூறுகுடிக் கூட்டத்து திருவிழா வேங்கைப் பொன்னியை வழிபட்டு வீர விளையாட்டெல்லாம் ஆடிக்காட்டுவாங்க... சமஸ்தானத்துக்கு முதல் மரியாதை செய்வாங்க. நாங்களும் பதில் மரியாதை செய்யணும்..."

அந்தக் கூட்டம் இப்போது அரண்மனை வாசலை அடைந்து, ஆடிப்பாடத் துவங்கியது.

அதைத் தொடர்ந்து விசுவின் அறையை நோக்கிச் சிலர் வரத் தொடங்கினர். அறைவாசலில் நிற்கும் விசுவைப் பார்த்து, "இளைய மகாராஜாவைப் பெரிய ராணி கூட்டிட்டுவர சொன்னாங்க..." என்றனர்.

அரண்மனை வாசல் மண்டபத்தில் எல்லோரும் திரண்டிருந்தார்கள். பட்டுச் சால்வை போத்தியபடி பாண்டியம்மாள் தெரிந்தாள். ஆட்டத்தில் ரசித்திருந்தாள்..

பக்கத்தில் திவ்யமங்களம். அவங்களுக்குப் பக்கத்தில் வளையாம்பிகை! வளையாம்பிகையை அப்போதுதான் பார்த்தாள் அர்ச்சனா.

"யாரு விசு அது?"

"அவங்கதான் என் அண்ணி!" விசு பேசி முடிக்க, ஒருவர் ஓடிவந்து விசுவின் தலையில் பட்டுத் தலைப்பாகை அணிவித்தார். கூட்டம் குலவையிட்டது. ஒருவன் விரலைக் கீறி ரத்தப்பொட்டு வைத்தான்.

"நூறுகுடிக் கூட்டத்துப் பேரு விளங்க, நல்ல ஆனை கட்டி ஆளும் இந்த ராசாமாருங்க எல்லாச் செல்வங்களும் பெற்று வாழ, தமுக்கு கொட்டுங்கடா..." ஒருவன் கவிதையாய்க் கத்த, கூட்டம் உடனே தமுக்குக் கொட்டியது.

"ராசா, இந்த வட்டம் திருநாளுக்கு அம்பது நாளும் எங்ககூட இருந்து கௌரவிக்கணும்..." என்றார் வயதான ஒருவர். கூட்டத்தில் இருசனும் தென்பட்டான். சோர்வாகத் தெரிந்தான். கொஞ்சம் குடித்திருந்த போதை கண்களில்!

கூட்டத்தில் ஒருவன் படுவீரமாய்த் தென்பட்டான். அவன் மேனி முழுக்க நெளியும் பாம்புகள்! அர்ச்சனா அவனை ஆச்சரியமாகப் பார்த்தாள்.

அவன் விசுவை நெருங்கி வந்தான். ஒரு நல்ல பாம்பை மாலையாகப் போட அவன் தயாரானான்! அது வாயைப் பிளந்து சீறிக் கொண்டிருந்தது. அப்படியே மாலையாக விசுவின் கழுத்தில் விழப்போன சமயம், வளையாம்பிகை அலறியபடியே மயக்கமானாள்!

❖ ❖ ❖

அத்தியாயம் 17

எல்லோருடைய கவனமும் வளையாம்பிகை மீது செல்ல, அர்ச்சனா மட்டும் புத்திசாலித்தனமாக விசுவைப் பிடித்துப் பின்னால் இழுத்தாள்.

"பயப்படாதீங்க.... ஒண்ணும் செய்யாது இது... தெய்வநாகம்" என்றான் பாம்பு வைத்திருந்தவன். திவ்யமங்களம், வளையாம்பிகையைத் தாங்கியபடியே கத்தத் தொடங்கினாள்.

"தேவர்! என்ன இதெல்லாம்? அவனைப் போகச் சொல்லுங்க. விசுவோட நிலைமை தெரிஞ்சும் இதென்ன விளையாட்டு...?"

"பாண்டியம்மாளும் பதட்டத்துடன் காணப்பட்டாள்."

இதற்குள் தண்ணீர் வந்தது. வளையாம்பிகை முகத்தில் சிலீரென்று பரவியது!

"என்ன ராணிம்மா நீங்க... மாடன் நம்ப விசுவாசமான நூறுகுடியான். பாம்பு பிடிக்கறதுல கில்லாடியான ஆள். அவனைப் பார்த்துப் பயப்படறீங்களே... இவன்கிட்ட இருக்கற எந்தப் பாம்புக்கும் பல்லு கிடையாதும்மா..."

"அர்ச்சனாவுக்கு அதைக் கேட்ட பிறகுதான் மூச்சே வந்தது. விசுவை நெருங்கி நின்றுகொண்டான். பின்னர் அனைவரும் உள்ளே செல்லத் தொடங்கினர்."

"சரி, சரி... எல்லாம் கிளம்புங்க! திருவிழா அமர்க்களமா நடக்கட்டும். ராசாமாருங்க எல்லாம் தவறாம வந்து கலந்துக்கிடுவாங்க..." என்று திடுமென்று கூட்டத்தில் தென்பட்ட தில்லைநாயகம் கத்தத் தொடங்கவும், திரும்பவும் மேளச்சத்தத்தோடு கூட்டம் விலகத் தொடங்கியது.

மாடன் மட்டும் அப்படியே நின்று கொண்டிருந்தான். அர்ச்சனா அவன் அருகில் வந்தாள். தேவரும் அவனை நெருங்கி வந்தார்.

"என்ன மாடா, கிளம்ப வேண்டியதுதானே?"

"ஐயாவைத் தனியா பார்க்கவே முடியறதில்லீங்க... அதுதான் பார்க்கலாமுன்னு..."

"என்ன விஷயம்?"

"எனக்கு ஐம்பதாயிரம் ரூபாய் வரை வாங்கித் தர்றதா சொன்னீங்களே... அது சிலோன் ரூபாயா வாங்கித் தந்தா நல்லா இருக்கும்!"

விசுவும், அர்ச்சனாவும் அவன் பேசுவது புரியாமல் பார்த்தனர். உடனே தேவர், விசுவைப் பார்த்து அவனுக்குப் புரியட்டுமே என்று பேசத் தொடங்கினார்

"இளைய மகாராஜா! மாடன் நல்லா பாம்பு பிடிப்பான். நம்ப அரண்மனைத் தோட்டத்துல ராஜநாகங்க நிறைய நடமாடறதா சொன்னாங்க! மாடனாலதான் அதைப் பிடிக்க முடியும். அவனோ அப்ப சிலோன் போகணும்னு தயாரா இருந்தான். நான்தான் 'ஐம்பதாயிரம் ரூபாய் தரேன்'னு சொல்லி அவனை இங்கே இருக்க வெச்சேன். இவ்வளவு செய்தும் பெரிய மகாராஜாவை ஒரு பாம்புகிட்ட இருந்து காப்பாத்த முடியாமப் போயிடுச்சு."

"ஆமா இளைய மகாராஜா. உங்க அண்ணன் இறந்த அன்னிக்குக்கூட நான் ரெண்டு ராஜநாகம் பிடிச்சேன். தில்லைநாயகம் ஐயாகிட்ட காட்டி பணம் கொடுங்கன்னு சொன்னேன். நானும் சிலோனுக்கு உடனே போகவேண்டி வந்திச்சு. எனக்கு இங்க இருக்கப் பிடிக்கலை. அதுக்குள்ள என்கூட வந்த சிநேகிதன் ராஜநாயகத்தை மாடு முட்டி, அவன் செத்துட்டான்! அவன் சிலோன்ல பெரிய கேடி...

நானும் அவனும் இருசன் குடிசையில்தான் தங்கியிருந்தோம். அவன் கொஞ்சம் சிலோன் ரூபாயை வெச்சிருந்தான். அதை

இருசன்தான் வெச்சிருந்ததா நினைச்சுப் பிடிச்சுக்கிட்டு போயிடுச்சு போலீஸ். அவன்தான் திட்டம் போட்டு ராஜநாயகத்தைக் கொன்னுட்டதா சந்தேகப்பட ஆரம்பிச்சிடிச்சி."

"நல்லவேளை... இருசன் ஜாமீன்ல வந்துட்டான். மிச்சத்தை நீங்க சொல்லி இருசனை விடுவிக்கணும். இளைய மகாராஜா எனக்கும் பணம் தந்தா ரொம்ப உதவியா இருக்கும். இதுவரைக்கும் எட்டு ராஜநாகம் பிடிச்சிருக்கேன்."

விசு அதைக் கேட்டு அப்படியே ஆடிப் போனான். இதற்குள் தில்லைநாயகம் வந்து சேர்ந்தார்.

"ஏய், நீ இன்னும் போகலையா...? போ, போ! அப்புறமா வா! உன் பணத்தை யாரும் இல்லேங்கப் போறதில்ல. இளைய மகாராஜா! உங்களை பெரிய ராணி உள்ளே கூப்பிடறாங்க..." என்றார்.

விசு திரும்பி உள்ளே நடக்கத் தொடங்கின வேளை... அக்கௌன்டண்ட் எதிர்ப்பட்டார். வந்தவர் மாடனைப் பார்த்துவிட்டுச் சலித்துக்கொண்டார்.

"ஏய்யா பாம்பு பிடிக்க ஐம்பதாயிரமா? பகல் கொள்ளையா. இருக்கேய்யா... ராஜா இறந்து கிடக்கச்சேகூட இளைய மகாராஜா ரூமுக்குள்ளேயே வந்து என்னை பணம் கேக்கறே! உன்னையெல்லாம் சும்மாவிடக் கூடாதய்யா..." என்று கத்தினார்.

"அக்கௌன்டண்ட், உங்களுக்கும் இவனைத் தெரியுமா?" விசு அவரை நிறுத்திக் கேட்டான்.

"ஆமாம் இளைய மகாராஜா. அர்ச்சனா உங்களுக்கு போன் பண்ணின சமயத்துலதான் மாடன் இங்க வந்து பணம் கேட்டு ரகளை பண்ணிக்கிட்டிருந்தான்" என்றார். அவன் உடனேயே இனி நிற்பது தவறு என்கிற மாதிரி கிளம்பிவிட்டான்.

"அப்படியென்றால் அன்று போனில் கேட்ட குரல் இவன் குரல் தானா?" - விசுவுக்குள் கேள்வி உடனேயே எகிறியது. அர்ச்சனாவுக்குள்ளும் அதே கேள்வி!

பாண்டியம்மாள் விசுவை நெருங்கி, "போய் நல்லா ரெஸ்ட் எடுத்துக்க" என்று சொல்லிவிட்டு அர்ச்சனா பக்கம் திரும்பினாள்.

"தில்லைநாயகம் உனக்குத் தங்க ஏற்பாடு பண்ணித் தருவாரும்மா" என்றாள். தலையசைத்தாள் அர்ச்சனா. அப்போது பருமனாக ஒருவன் தோளில் பருத்த பெல்ட்டோடு பாண்டியம்மாளை நெருங்கி வந்து அவள் காதுகளில் ஏதோ கிசுகிசுத்தான்!

'இவனேதான்... இவனேதான்... அன்று விசுவோடு நான் பேசியதை ஒளிந்திருந்து ஒட்டுக் கேட்டவன்' அவனைப் பார்த்த அர்ச்சனாவுக்குள் ஒரு பட்சி அலறியது.

"விசு...!" கிளம்ப எத்தனித்தவனை வேகமாக அழைத்தாள்.

விசு உடனே நெருங்கி வந்தான். முகத்தில் புதிதாய் பயரேகை பரவிக் கொண்டிருந்தது.

"எதுக்குக் கூப்பிட்டே அர்ச்சனா...?"

"அன்னிக்கு நாம் பேசிக்கிட்டிருந்தப்ப ஒட்டுக் கேட்டிக்கிட்டிருந்தவன் இவன்தான்..."

விசுவின் பார்வை அவன்மேல் தாவியது. பதிலோ பாண்டியம்மாளிடமிருந்து வந்தது.

"அவனை என்னடா சந்தேகமா பார்க்கிறே? நான்தான் அவனை அனுப்பி உங்களைக் கண்காணிக்கச் சொன்னேன்! யாரோ ஒரு பொண்ணு வந்து உன் ரூம்ல பேசிக்கிட்டிருப்பா... எது வேணும்னாலும் நடக்கலாம்... நாங்க வேடிக்கை பார்த்துக்கிட்டிருக்க முடியுமா?"

அர்ச்சனா முதன்முறையாகக் கிள்ளப்பட்டது போலானாள். விசுவோ அதைக் கேட்டு அப்படியே காற்றுப்போன ஒரு பலூனைப்போல் ஆனான்.

அர்ச்சனா எதையெல்லாம் சொல்லிச் சாபத்தைச் சதி என்றாளோ அவை ஒவ்வொன்றும் சதி இல்லை, சாதாரண நிகழ்ச்சி என்கிற மாதிரி உடைபட்டுக் கொண்டிருக்கின்றன.

பழையபடி சாபத்தின் பலம் விசுவுக்குள் நங்கூரத்தைப் போட்டுவிட்டது. 'எங்கே போனாலும் உன்னைவிட மாட்டேன் உனக்கும் ஆயுள் முப்பது வயதுதான்' என்று அது சவால்விட்டு சிரிப்பதுபோல் ஒரு பிரமை விசுவின் மனத்தில் தட்டியது.

இப்போது பாண்டியம்மாளை நோக்கி திவ்யமங்களம் வந்தாள்.

"எப்படிம்மா இருக்கா வளையாம்பிகை?" பாண்டியம்மாள் கேட்டாள்.

"பரவால்லைம்மா..."

"ஜாக்கிரதையா கவனிச்சுக்கணும். வளையாம்பிகையை மட்டுமில்ல... விசுவையும்தான்!"

விசு உடனே அதைக் கேட்டுத் திரும்பினான்.

"என்ன பாட்டி சொல்றீங்க?"

"ஆமா விசு... நீ நடந்துக்கறது சரியில்லை. இந்தப் பொண்ணுக்கும் உனக்கும் சிநேகம் இருக்கு. உன் இஷ்டப்படி நடக்க எங்களால முடியாது. அரண்மனை சம்பிரதாயங்களை மீற நினைக்காதே. வேங்கைப் பொன்னி கோவப்பட்டா நாம தாங்கமாட்டோம். ஒரு பத்தினி சாபத்துக்கே பதில் சொல்ல முடியலை" என்ற பாண்டியம்மாள் அப்படியே அர்ச்சனா பக்கம் திரும்பினாள்.

"இதோ பாரும்மா... வந்த இடத்துல வேலையை மட்டும் பார். காதல் கீதலெல்லாம் வேண்டாம். இவனைக் கல்யாணம் பண்ணிக்க ஆசைப்படாதே. அது பகல் கனவைவிட மோசமானது. இந்த அரண்மனைக்கான வாரிசு எப்படி வரணும்கறது பெரியவங்க பல பேர் தீர்மனிக்கிற விஷயம். என் எச்சரிக்கையை மீறினா ஒரு விநாடிகூட சமஸ்தான எல்லையில் நீ இருக்க முடியாது. ஜாக்கிரதை!"

பாண்டியம்மாளின் கட்டுவிட்டுத் தெறிக்கும் பேச்சில் எல்லோரும் உதறிப் போயிருந்தனர். அர்ச்சனாவுக்குள் நடப்பது

எல்லாம் இயல்பான விஷயங்களா, இல்லை ஏதாவது திட்டமிடுதலா என்கிற குழப்பம் முட்டையிட்டு குஞ்சும் பொரித்தது.

விசுவின் முகம் பேயறைந்த மாதிரி உருமாறியிருந்தது. மெள்ள சோர்வாக அங்கிருந்து நடக்கத் தொடங்கினான்.

அர்ச்சனாவுக்கு அவனை உடனே தூக்கி நிறுத்த மனம் துடித்தது.

"அம்மா... வாங்க. உங்க அறைக்குப் போகலாம்" தில்லைநாயகம் வந்து அர்ச்சனாவை அழைத்துச் சென்றார்.

அறைக்குள் நுழைந்தவளைத் தில்லைநாயகம் தயக்கமாகப் பார்க்க....

"என்ன விஷயம்?" கேட்டாள்.

"வேண்டாம்மா... இளைய மகாராஜாவை மறந்துடுங்க. பார்க்க நிஜமாலுமே ராணி மாதிரி இருக்கீங்க. நீங்க பூவோட பொட்டோட இருக்கணும். அதுக்காகச் சொல்றேன்..." என்றார் தில்லைநாயகம். அர்ச்சனா பதில் பேசாமல் முதலில் அவரை வெறித்தாள். பின், "நீங்க உங்க வேலையைப் பாருங்க..." என்றாள்.

"எதிர்பார்த்த பதில்தான்!" பதில் குரல் வேறு திசையிலிருந்து வந்தது. திரும்பிப் பார்த்தாள்.

கார்வார் கருணாகரமூர்த்தி!

"நல்லது சொல்றார் தில்லைநாயகம். நானும் சொன்னேன். நேர்ல சொல்லத் தயங்கிக்கிட்டு லெட்டர்ல சொன்னேன்... அதான் ரோஜாப்பூவோட லெட்டர் பார்சல்... அதை அனுப்பியது நான்தான்..." என்றார்.

தன் சந்தேகத்தில் பாக்கி இருந்த ஒரே விஷயம்கூட இதோ இப்போது உடைந்துவிட்டது இருவரையும் வெறித்தாள்.

"உங்களுக்கெல்லாம் விசுவோட சாவுல அவ்வளவு நம்பிக்கையா?" பெருமூச்சோடு கேட்டாள்.

"என்ன செய்ய...? காப்பாத்தற பரிகாரம் அந்த மூங்கில் பெட்டியில இருக்கு. அதைத் திறந்து பார்க்க பெண் குழந்தை பிறக்கணும். ஆனா..."

அப்போது பார்த்து திடுதிடுவென சிலர் குறுக்கும் நெடுக்கும் ஓடினார்.

"என்னப்பா... என்ன விஷயம்?"

"வளையாம்பிகை ராணிக்கு பிரசவ வலி எடுத்திருக்கு."

அர்ச்சனாவுக்கு அவர்கள் உரையாடல் பாண்டிக்குட்டியை ஞாபகப்படுத்தியது. தன் அக்கா செல்லம்மாளை அவன் சமஸ்தானத்தைவிட்டுப் போகச் சொன்னதையும் அந்த வாரிசாவது நன்றாக இருக்கட்டும் என்று சொன்னதையும் அர்ச்சனா நினைத்துக் கொண்டிருக்கும்போதே தில்லைநாயகமும் கருணாகரனும் செய்தி கேட்டு வேகமாக அங்கிருந்து கிளம்பிவிட்டிருந்தனர். அர்ச்சனாவுக்குள் புதிதாக ஒரு நம்பிக்கை கிழக்கு வான சூரியனாய்க் கிளம்பியது.

"விசு...! சாபமில்ல... சதிங்கறதை நிரூபிக்க இதோ இன்னொரு ஆதாரம்... வளையாம்பிகை வயத்துல இருக்கறது பெண்தான். ஆண் குழந்தைன்னு இவங்க பொய் சொல்றாங்க. நான் அதை நிரூபித்துக் காட்டறேன்" தீர்க்கமான எண்ணத்தோடு செல்லம்மாளை பார்க்கக் கிளம்பினாள் அர்ச்சனா.

"செல்லம்மாளை முதல்ல சமஸ்தானத்தைவிட்டு மதுரைக்குக் கூட்டிகிட்டுப் போகணும். இவங்க இங்க திணறணும்... அதே நேரத்துல வளையாம்பிகையின் பிரசவத்தை ரொம்ப கூர்மையா கவனிக்கணும். பெண் பிறந்தா இவங்க என்ன செய்வாங்கன்னு பார்க்கணும்!"

நினைவுகளோடு செல்லம்மாளின் குடிசையை நோக்கி ஓடினாள். அந்தக் குடிசைக்கு வெளியே சிலர் உட்கார்ந்திருந்தனர்.

"வாங்கம்மா வாங்க...! என்ன விஷயம்?" அரிக்கேன் விளக்கைத் தூக்கியபடி ஒருவர் கேட்டார்.

"செல்லம்மா எங்கே?"

"அதுக்குப் பிரசவ வலி கண்டுடிச்சு. தூக்கிகிட்டுப் போயிருக்காங்க..."

அர்ச்சனாவின் பொட்டில் பூச்சி பறந்தது.

"ஆமா, வலி எப்ப எடுத்திச்சு?"

"நீங்க விஷ்ணுசித்தன்கூடப் பேசிக்கிட்டே அந்தப் பக்கம் போனீங்களே... அப்பவே..."

அதற்குமேல் அங்கு நிற்க விரும்பாதவளாக விறுவிறுவென அரண்மனையை நோக்கி நடக்கத் தொடங்கினாள்.

'வளையாம்பிகையை இப்போது என்ன செய்து கொண்டிருப்பார்கள்?' கேள்வி வளைத்தது. 'அது எப்படி சொல்லிவைத்த மாதிரி ஒரே நேரத்தில்?' அடுத்த கேள்வி, வளைத்த கேள்வியை நெரித்தது.

'யாரோ ஒருத்தருக்குத்தான் இயற்கை வலி. இன்னொருவருக்கு வலி வரவழைக்கப்பட்டிருக்கிறது!' ஊகம் ஒன்று அவளுக்குள் சொடக்குப் போட்டது.

மறுபடியும் அரண்மனைக்குள் நுழைந்தவளை எதிர்கொண்ட வடிவேலு, "அம்மா, அநியாயம்மா!" என்றான்.

"என்ன?"

"ராணிக்கும் இடுப்பு வலி... நூறுகுடிக் கூட்டத்துச் செல்லம்மாளுக்கும் இடுப்பு வலி... ரெண்டு பேருக்கும் ஒரே இடத்துல ராஜவைத்தியம் நடக்குது!"

"என்ன?! செல்லம்மா இப்ப இங்கதான் இருக்காளா?"

"ஆமா...! வடக்கு வாசல் பக்கம் போய்ப் பாருங்க."

அர்ச்சனா வடக்கு வாசல் பக்கம் ஓடினாள். அங்கே வாசலுக்கு முன்பான வனப்பான அறைக்கு வெளியே கைகட்டி மௌனித்த நிலையில் தேவர்.

அவர் அருகில் கூனிக்குறுகியவனாகச் சோலை. பதட்டக் குவியலோடு பாண்டியம்மாள். இறுகக் கண்களை மூடிய நிலையில் திவ்யமங்களம்.

"விசு..." நெருங்கி மெள்ள அழைத்தாள் அர்ச்சனா.

"விசு, மறுபடியும் சொல்றேன்... சாபம்லாம் சுத்த ஹம்பக் விசு..." என்றாள்.

விசு, மெள்ள அவள் பக்கம் திரும்பினான். "ஹம்பக் சரி... ஆனா, எப்படி நம்பறது...? எனக்குப் பொய் நம்பிக்கை ஊட்டாதே அர்ச்... ப்ளீஸ்! இப்ப பிறக்கற குழந்தையாவது பெண்ணா இருக்கட்டும். அதுக்காகப் பிரார்த்தனை பண்ணு!"

"பிரார்த்தனைக்கு அவசியமே இல்லை. பெண் குழந்தைதான் பிறக்கப்போகுது. ஆனால், அது ஆணா மாறப்போகுது!"

"பாண்டிக்குட்டி சொன்னதை வெச்சுப் பேசறியா?"

"விசு... என் பேர்லயா உங்களுக்குச் சந்தேகம்?"

"இப்படி இருக்கு சூழ்நிலை..."

"இப்பவும் சூழ்நிலை எனக்குத்தான் சாதகமா இருக்கு விசு... ஒரே நேரத்துல எப்படி ரெண்டு பேருக்கும் பிரசவ வலி வரும் சொல்லுங்க...? அப்படியே வந்தாலும் அவங்க ரெண்டு பேருக்கும் ஒரே இடத்துல டிரீட்மெண்ட் தர உங்க சமஸ்தான கௌரவம் எப்படி இடம் கொடுத்துச்சி?"

"மனிதாபிமானத்தைச் சந்தேகப்படாதே அர்ச்சனா... பிரசவ வேதனைங்கறது ஏழை, பணக்காரன் எல்லாருக்கும் பொதுவானது. அந்தச் சந்தர்ப்பத்துல் உதவி செய்யறது உலக இயல்பு. என் சமஸ்தானப் பெண்கள் ஒண்ணும் கல்நெஞ்சுக்காரிகள் கிடையாது."

தன் கேள்விகளுக்குப் பட்பட்டென்று பதில் தந்த விசுவை, அர்ச்சனா முதல்முறையாக நம்பிக்கை இழந்து பார்க்கத் தொடங்கினாள்.

"விசு...ப்ளீஸ் விசு! என்னை நம்புங்க...!" மனதுக்குள் மறுக்கினாள்.

அறைக்குள்ளேயோ தீவிரமாகப் பிரசவப் போராட்டம்!

ஒரு கட்டத்தில் கதவு திறந்துகொள்ள... குழந்தை அழும் லேசான சத்தம் கேட்டது.

“செல்லம்மாளுக்கு ஆண் குழந்தை” குரல் ஒன்று கேட்டது. சோலை உடனே துள்ளிக் குதித்தான். தேவர் காலிலும் பாண்டியம்மாள் காலிலும் விழுந்து எழுந்தான்.

தன்னை நெருங்கி வந்து காலில் விழப்போனவனை விசு தடுத்தான். விசுவைப் பரசவத்தோடு பார்த்தன அவன் விழிகள்.

“இளைய மகாராஜா... கவலைப்படாதீங்க. இந்தப் பிரசவத்துல கட்டாயம் உங்களுக்கு விமோசனம் ஏற்படும். பொண்ணுதான் பிறக்கப்போகுது” என்றான்.

விசு அவனை நன்றியோடு பார்த்தான்.

“தாயே! வேங்கைப் பொன்னி! தயவு செய் அம்மா...” திவ்யமங்களம் முனகிக் கொண்டிருந்தாள்.

“ஆமா... உங்க அண்ணிக்கு ‘ஸ்கேன்’ டெஸ்ட் நடக்கலையா?” அர்ச்சனா மெள்ள வாய் திறந்தாள்.

“பாட்டிக்கு அதுல இஷ்டமில்லே... ஒருவேளை ஆணா இருந்துட்டா என்ன பண்றது? அந்த உண்மை மெள்ள தெரிஞ்சா பரவாயில்லையேன்னு அவங்க மனசு அப்படி நினைக்கலாம்மில்லியா?”

விசு கேள்வியின் முடிவில் அர்ச்சனாவை வெறித்தான்.

“ஏன் விசு அப்படிப் பார்க்கறீங்க?”

“ஒண்ணுமில்லை அர்ச்சனா! எனக்காக நீ தவிக்கறதை நினைச்சா பாவமா இருக்கு... அதுதான்!”

“நான் தவிக்காம யார் தவிப்பா?”

“நீ எதுக்காக இந்த அல்பாயுசுக்காகத் தவிக்கணும்?”

“ப்ளீஸ்... அப்படிப் பேசாதீங்க...”

“வேற எப்படிப் பேசணும் அர்ச்சனா! உன் சந்தேகம் இங்ககூடப் பொய்யா போச்சே! ‘செல்லம்மாளுக்கு ஆண் குழந்தை பிறக்கும். ஆனால், பெண்ணா மாறும்’ன்னு சொன்னே. நடக்கலையே? நீ சந்தேகப்பட இன்னும் ஏதாவது பாக்கி இருக்கா?”

அர்ச்சனாவின் நெற்றிப் பரப்பில் வியர்வைப் பந்தம். அதைத் துடைத்தபடி சங்கடமாகப் பின்னால் செல்லத் தொடங்கினாள். தேவருக்கு நடப்பதெல்லாம் சற்றுச் சிரிப்பாக இருந்தது.

"நீ கவலைப்படாதம்மா... உன் தவிப்பு எனக்கு நல்லா புரியுது. வளையாம்பிகைக்குப் பொண்ணு பொறந்துட்டா உங்களைச் சேர்த்து வைக்கறது எனக்கு ரொம்ப சுலபம். இவங்கள்லாம் அவ்வளவா வெளி உலகைப் பார்க்காதவங்க. காதல், அன்புங்கறதைப் பத்தி எதுவுமே தெரியாது இவங்களுக்கு. இது ஒரு விநோத சமஸ்தானம். அந்த வேங்கைப் பொன்னியை வேண்டிக்க... பொறக்கறது பொண்ணா இருக்கட்டும். மத்ததைப் பிறகு பேசுவோம்..."

தேவர் ஆறுதலாகப் பேசிவிட்டு விலகிக்கொள்ள, அறைக்குள்ளே பிரசவப் போராட்டம் மெள்ள உச்சியை நோக்கிச் சென்று கொண்டிருந்தது.

'வளையாம்பிகைக்குப் பொண்ணு பொறக்குமா? இந்த ராசாவாவது தங்குவாரா?' கேள்விக்கு விடையாக அரண்மனையின் மூடிய அந்த அறைக்கதவு திறந்து கொண்டது. மெள்ள தாதி எட்டிப் பார்த்தாள். வெறிக்கும் பாண்டியம்மாளைப் பக்கமாய் அழைத்தாள். தாதியின் கண்களில் ஜலப்பிரவாகம். அது சந்தோஷத்தாலா, இல்லை துக்கத்தாலா?

நெருங்கிய பாண்டியம்மாளை உதடு துடிக்கப் பார்த்தவள் அப்படியே திருப்பி விசுவைப் பார்த்தாள். கைகளை ஆசீர்வதிப்பதுபோல் தூக்கினாள்.

"என்னடீ ஆச்சு... ஆணா, பொண்ணா?" குரல் வெடித்தது பாண்டியம்மாளிடம்.

"பொண்ணும்மா பொண்ணு! நல்லா தளதளன்னு செக்கச் சிவக்க இளவரசி மாதிரி பொண்ணு...!"

"அப்படியா!" கதவைத் தள்ளிக்கொண்டு உள்ளே ஓடினாள் பாண்டியம்மாள். திவ்யமங்களம் பின்தொடர்ந்தாள். தேவர்

கைகளைக் குவித்துக் கண்களை மூடி நன்றி சொல்லத் தொடங்கினார்.

விசுவுக்குள் பறப்பதுபோல் ஓர் உணர்வு... அர்ச்சனாவைச் சூழ்நிலையை மறந்து இழுத்து பிடித்தான்.

"இப்ப என்ன சொல்றே அர்ச்...?" அவளைக் கேள்வியால் இடித்தான்.

அர்ச்சனாவுக்குள் சந்தோஷம் மெள்ள நிமிரத் தொடங்கியது. நிஜமாகவே எல்லாம் இயல்பாகத்தான் நடக்கின்றன. நாம்தான் சதி அது இது என்று குழம்பிவிட்டோமா? அப்பா சொன்னதுபோல் ஒரு சதி வேலை ஏறத்தாழ தொண்ணூறு வருஷம் இடைவிடாமல் செயல்பட சாத்தியமே இல்லைதான்... உலகில் நம்மால் புரிந்துகொள்ள முடியாத எவ்வளவோ விஷயங்களும் இருக்கத்தான் செய்கின்றன!

மனத்தில் தளும்பும் எண்ணங்களோடு விசுவை அவள் பார்த்த அதே விநாடிகளில், குழந்தைக்கு முதன்முதலாகக் கொடுக்கத் தயாரான சர்க்கரைத் தண்ணீரில் வெண்ணிறத்தில் பவுடர்போன்ற ஒன்றை ஒரு மறைவில் இரண்டு கரங்கள் கலக்கத் தொடங்கியிருந்தன.

❖❖❖

அத்தியாயம் 18

சர்க்கரைத் தண்ணீர் அந்த பவுடரைத் தன்னுள் வாங்கிக்கொண்டு, சற்றே நிறம் மாறிக் குமிழ்களை உடைய விட்டது!

குழந்தையோ செக்கச்சிவக்க தொட்டிலில் கால் கைகளை உதைத்துக் கொண்டிருந்தது.

தலைமுடிகளில் இன்னமும்கூட பனிக்குடத்தின் பிசுபிசுப்பு நீங்கியிருக்கவில்லை. விழியை விரிக்கச் சிரமப்பட்டது அந்த மழலை. புது உலக வெளிச்சம் கண்களைக் கூசவிட்டது.

பக்கமாய் வந்து நிற்கும் பாண்டியம்மாளை, திவ்யமங்களத்தை, தேவரை அது பார்க்கத் தெரியாமல் பார்த்து மிரண்ட சாக்கில் உதட்டைக் குவித்து அழவும், நெகிழ்ந்து போனாள் பாண்டியம்மாள்.

“என் தங்கமே...” திருஷ்டி கழித்தாள் திவ்யமங்களம். பக்கமாய் வளையாம்பிகை. பிறந்திருப்பது ஆணா, பெண்ணா என்பதுகூடத் தெரியாமல் மயக்கத்தில் இருந்தாள். எல்லோருடைய பார்வையும் அவள் பக்கம் சென்றது.

“ரொம்ப கஷ்டப்படுத்திட்டாங்க. கீழே விழுந்ததுல நல்ல அடி... நல்லவேளை... பாப்பாவுக்கு ஒண்ணும் ஆகலை. சிசேரியன் கேஸ்னாலே எப்பவும் இப்படித்தான்...”

டாக்டரம்மாவை மீறி வயதான மருத்துவச்சியிடம் இருந்து கருத்து வந்தது. அர்ச்சனா திரும்பியிருந்தாள்.

“என்னது அடியா? நடந்திருப்பது சிசேரியனா?” மனத்தில் முட்டிய வினாவோடு ஊன்றவும் தொடங்கினாள்.

அர்ச்சனா வந்து நிற்பதில் ஒரு பக்கம் வேதனை கீறினாலும், பேத்தியைப் பார்த்த மகிழ்ச்சியில் எல்லாம் மறந்துபோனது பாண்டியம்மாளுக்கு.

தேவர் பஞ்சாங்கத்தைப் பிரித்துக் கொண்டிருந்தார்.

விசு, காலை உதைக்கும் மழலையையே பார்த்து ரசித்துக் கொண்டிருந்தான். பக்கத்து அறையில் கிடந்த செல்லம்மாளின் ஆண்வாரிசைப் பற்றி யாருமே நினைத்துப் பார்த்த மாதிரி தெரியவில்லை.

திவ்யமங்களம் தன் கழுத்து ரத்னஹாரத்தைக் கழற்றித் தன் பேத்தியின் கழுத்தில் முதலாவதாகப் போட்டாள்.

அரண்மனையே செய்தி கேட்டுக் குழுமத் தொடங்கியிருந்தது.

“சாபம் தீரப்போகுது...”

“பூ மாதிரி பெண் கொழந்தை...”

“இந்த ராசாவாச்சும் நிலைக்கட்டும்!” கருத்துக்குள் கும்மியடித்த சமயம்...

“கொஞ்சம் பொறுத்து நல்ல நேரமா பார்த்துப் பெரியராணி தன் கையால குழந்தைக்குச் சர்க்கரைத் தண்ணிவிட்டா போதும். கொஞ்சம் குழந்தை கத்தட்டும். கத்தினாதான் வயிறு விரியும். தொண்டை வழி சீராகும். ரத்த ஓட்டத்துல வேகம் ஏற்படும்” டாக்டர் சொல்லிக் கொண்டிருந்தார்.

தேவர் உற்சாகம் பொங்க பாண்டியம்மாளை நெருங்கி நின்றார்.

“என்ன தேவர்... நல்ல நேரத்துலதான் என் பேத்தி பொறந்திருக்காளா?”

“ஆகா! அருமையான நேரம். மகம் நட்சத்திரம்! மகத்துல பெண்பிறந்தா ஜெகத்தையே ஆளுவாங்கறது பெரியவங்க வாக்கு?”

“அப்படியா!” சிலிர்த்துப் போனாள் பாண்டியம்மாள்.

“தேவர்... இனி விசுவைப் பத்திக் கவலையில்லை. அவனைக் காப்பாத்திடலாம்தானே?”

"அவசரப்படாதீங்க... பிறந்த சிசுவைக் கண்ணும் கருத்துமா பாத்துக்கணும். இது அந்த ஓலைப்பெட்டியைத் திறந்து உள்ளே இருக்கறதைத் தன் கையால் எடுக்க மூணு வயசாவது ஆகணும். இப்போ நல்லது நடக்க ஆரம்பிச்சிருக்கு. அதைத் தொடர்ந்து நடக்க விடுவோம். இப்ப நம்ம கவனமெல்லாம் குழந்தையை ஜாக்கிரதையா பாத்துக்கிறதுலதான் இருக்கணும்."

"ஆமா... ஆமா... நீங்க சொல்றது வாஸ்தவம்தான். குழந்தையை ஜாக்கிரதையா பாத்துக்கணும். டாக்டர்... நீங்க இனி எங்கேயும் போகக்கூடாது. இங்கதான் இருக்கணும். என்ன?"

டாக்டரம்மா பெரிதாகத் தலையை ஆட்டினார்.

"யார் இந்த டாக்டரம்மா?" அர்ச்சனாவிடம் நெளிச்சல். விசு மெள்ள இந்த சமயத்தில் அர்ச்சனாவிடம் உரசினான்.

"ஏய் அர்ச்... கொஞ்சம் அந்தப்பக்கம் வா!"

அவளும் நகரத் தொடங்கினாள். அவன் தன் அறையை நோக்கிச் செல்ல, அர்ச்சனாவும் ஓசைப்படாமல் பின்தொடர்ந்தாள்.

அந்தக் கம்பீர அறைக்குள் நுழைந்த மறுவிநாடி, கதவைச் சாத்திவிட்டு நச்சென்று அர்ச்சனாவை இறுக்கிப் பிடித்தான். அவள் உதட்டைத் தேடி மீசை உறுத்தும் தன் உதட்டைக்கொண்டு சென்று ஈரம் சொட்டக் கவ்வினான்.

அவளால் கத்தக்கூட முடியவில்லை. அவன் கைப்பிடிகளில் அசாத்திய பலம் தெரிந்தது.

அவள் உதட்டைச் சற்றே விட்ட நொடியில் அர்ச்சனா பலமாகச் சிணுங்கினாள்.

"விசு... என்ன இது? ரேப் பண்ற மாதிரி..."

"இப்ப எனக்கு இருக்கற சந்தோஷத்துல பண்ணினாலும் பண்ணிடுவேன் அர்ச்சனா..."

"மை காட்! முதல் இரவு த்ரில்லைக் கெடுத்துடாதீங்க."

“ஸ்டுப்பிட்... சும்மா சொன்னேன்! குழந்தையைப் பாத்தியா? எவ்வளவு அழகா இருக்கு.”

“பார்த்தேன்... ஸ்வீட் பேபி! போட்டோவுல பார்த்த உங்கண்ணன் ஜாடை அப்படியே இருக்கு.”

“கடவுள் என்னைக் கைவிடலே அர்ச்சனா. நான் யாருக்கும் ஒரு கெடுதலும் பண்ணலை. அதனாலதான் எனக்கு நீ கிடைச்சே! இப்ப அந்தப் பெண் குழந்தையும் கிடைச்சிருக்கு.”

பரசவத்தோடு விசு பேசிய சமயம் அவனைச் சந்தேகத்தோடு வெட்டினாள் அர்ச்சனா.

“ஆமா... உங்க அண்ணிக்கு அடிபட்டுட்டதா பேசிக்கிட்டாங்களே... கவனிச்சீங்களா?”

“ஏன், அதுக்கென்ன இப்போ?”

“சிசேரியன்னுகூடச் சொன்னாங்க. அப்ப இயற்கையா வலி எடுக்கலையா?”

“யாருக்கு இதெல்லாம் தெரியும்? இப்ப எதுக்கு இதெல்லாம்... பிரசவம்தான் நல்லபடியா முடிஞ்சுடுச்சே! உனக்கு எப்பவும் வேண்டாத ஆராய்ச்சிதானா?”

கோபமாக அவளை ஏறிட்டான். அர்ச்சனாவின் நெற்றி பில் ஊசி இறங்கியது. அவன் சந்தோஷம் சுளைசுளையாகப் பிடுங்கப்படுவதுபோல் உணர்ந்தவள், விநாடியில் சுதாரித்தாள்.

“ஸாரி விசு... எதார்த்தமாக கேட்டேன். ரொம்ப நாளைக்குப் பிறகு என் விசு உற்சாகமா இருக்கறதைப் பார்க்கறேன். அதைக் கெடுக்க விரும்பலை. ஆனா, ஒரு விஷயத்துக்காகக் கவலைப்படாம இருக்கவும் முடியலே...”

“என்ன பாட்டி பேசின விஷயம்தானே?”

“ஆமா விசு... என்ன எவ்வளவு தாழ்வா பேசிட்டாங்க. எப்படி விசு நீங்க இவங்களை மீறி என்னை...?”

"நான் என் வாழ்க்கையில் முதல்முதலா பயந்த ஒரே விஷயம் இந்த சாபம்தான். அதையும் எடுத்த எடுப்புல நம்பலை, அனுபவங்களால நம்ப வேண்டியதாப்போச்சு. மற்றபடி யாருக்கும் எப்பவும் பயப்படறவனில்லை நான். நீ கவலைப்படாதே. நீ இல்லாத வாழ்க்கையை என்னால நினைக்கவே முடியாது."

விசு பேசி வாய் மூடிய சமயம் வாசல் பக்கமாக யாரோ வரும் சத்தம். மூடிய கதவுக்குப் பின்னால் இருந்தும் கதவைத் திறக்கும் ஒலி.

திறந்தபோது தேவர்!

"வாங்க தேவர்..."

"என்ன இளைய மகாராஜா, திருப்திதானே?"

"எதுக்குத் தேவர்...?"

"எதுக்கா? உங்களுக்கான விமோசன தேவதை பிறந்திருக்கா. எதுக்குன்னு கேக்கறீங்களே?"

"ஓ... அதைச் சொல்றீங்களா? எல்லாம் கடவுள் அருள் தேவர்."

"ஏதேது... பெரிய வார்த்தையெல்லாம் பேச ஆரம்பிச்சிட்டீங்க..."

"நம்ம கையில ஒண்ணும் இல்லேங்கறதைத்தான் நல்லா பாத்துட்டோமே!"

"இந்தப் பணிவுதான் உங்களுக்கு மறுவாழ்வு கொண்டு வந்திருக்கு. உங்களை வாழ்த்தத்தான் வந்தேன்."

"வாழ்த்தினா போறாது தேவர். பாட்டி மாறணும்!"

"ஓ... நீங்க உங்க கல்யாணக் கவலையைச் சொல்றீங்களா? கவலைப்படாதீங்க. பெரியராணிகிட்ட நான் பேசறேன். அவங்க பரம்பரை வழக்கத்தை மாத்த விரும்பலை. அதோட ஒருத்தருக்கு வாக்கும் கொடுத்துட்டாங்க..."

"யாருக்கு?"

"சரியா தெரியலை. அது அந்த வீரநாட்டாருக்குத்தான் தெரியும். நாம் யாரை விரும்பினாலும் அவர் வேங்கை பொன்னிகிட்ட

சம்மதம் வாங்கி தந்தால்தான் கல்யாணம் நடக்கும்கறது சமஸ்தான நிலை...”

“இவர் யார் சம்மதம் வாங்கித்தர?”

“அப்படிப் பேசாதீங்க தம்பி. நமக்கும் வேங்கைப் பொன்னிக்கும் இடையில் அவர்தான் பாலம். அவர் சொந்த விருப்பு வெறுப்புக்கு இந்த சமஸ்தானத்துல இடம் இல்லாம போகலாம். ஆனா, ஆத்தா விருப்பத்தை நாம தட்ட முடியாதே.”

“என்ன தேவர் பயமுறுத்தறீங்க?”

“பயமுறுத்தலை... உள்ளதைச் சொல்றேன். உங்க காதல் இந்த சமஸ்தானத்துக்குப் புதிய விஷயம்தான். ஏன் காதலே இந்த சமஸ்தானத்துக்குப் புதிய விஷயம்தான். இங்க அன்பு நதி ஓடி நான் பார்த்ததே இல்லை. அதிகார நதிதான் எப்பவும் வத்தாம ஓடியிருக்கு. உங்க தலைமுறைதான் அன்புக்கு அறிமுகம் சொன்ன தலைமுறையே...”

தேவர் பேசின சமயம் அர்ச்சனா மெள்ள விசுவின் தோளின் மேல் தன் மோவாயைப் பதித்துக்கொண்டு படபடப்பான விழியோடு தேவரையே வெறிக்கத் தொடங்கினாள்.

தேவருக்கும் அது புரிந்தது.

“கவலைப்படாதம்மா... ராஜாவுக்குத் தான் சாப விமோசனம் கிடைச்சாச்சே. இனி எதுக்குக் கட்டுப்பாடுகளும் வரைமுறைகளும்...? எல்லாத்தையும் மீறினால்தான் உங்க கல்யாணம் நடக்கும்னா அதை நான் பாத்துக்கறேன்.”

“இப்ப பிரச்சனை அந்த ஓலைப்பெட்டிதான்! இந்தப் பெண் குழந்தை அங்கே போய்த் தன் கையால் அதைத் திறந்து, அந்தப் பரிகாரக் குறிப்பை எடுத்துத் தரணும். அதுக்குள்ள என்ன இருக்குன்னே யாருக்கும் தெரியாது. பரிகாரமும் எப்படிப்பட்டதோ? அதைச் செய்து முடிக்கிற வரையில் யாருக்கும் நிம்மதி கிடையாது. இந்த சமஸ்தான சாப பிரச்சினையில் இதுவரை அரைக் கிணறுதான் தாண்டியிருக்கோம். அதை மறந்துடக்கூடாது.”

தேவர் விளக்கின விநாடிகளில் குறுக்கிட்டது தொலைபேசி. விசு ரிஸீவரை எடுத்தான்.

"ஹலோ, யார் பேசறதுங்க?"

"விசு... ஜமீன் இளைய மகாராஜா!"

"ஐயாங்களா... அர்ச்சனா அம்மா இருக்காங்களா?"

"உம்... என்ன விஷயம், யார் நீங்க?"

"நான் அவங்க வேலைக்காரி வசந்தி பேசறேன்..."

"ஓ நீயா! இரு அவளைப் பேசச் சொல்றேன்..."

ரிஸீவர் அர்ச்சனாவின் காதுக்கு மாறியது.

"என்ன வசந்தி...?"

❖ ❖ ❖

அத்தியாயம் 19

“பொறந்த குழந்தை செத்துப்போச்சு...” என்ற செய்தி அசுரப் பரிமாணத்தோடு பரவத் தொடங்கியது.

“என்னது! குழந்தை செத்துப்போச்சா? வந்த தேவதை வாசலோட போயிட்டாளா... இந்தச் சமஸ்தானத்துக்கு விமோசனமே கிடையாதா?”

மனக்கேள்வியோடு அப்படியே மல்லாந்துவிட்டாள் திவ்யமங்களம்.

“இது எப்படி டாக்டர் ஆச்சு?” டாக்டரைப் பாண்டியம்மாள் குடைய, டாக்டரின் விழிகளில் விதிர்ப்பு.

“எப்படின்னு சொல்ல... சீனித்தண்ணி மூச்சை அடைச்சிருக்கும்!” திக்கித்திக்கிப் பேசினவர் அந்தப் பிஞ்சின் மார்பை லேசாகப் பிசைந்தும், காதை வைத்துப் பார்த்தும் உதட்டைச் சுழித்தபடி நிமிர்ந்தார்.

“எல்லாம் ஆத்தாவோட வேலை. வஞ்சியம்மா சாபம்...!”

குழுமிவிட்ட கூட்டத்தில் யாரோ முணுமுணுத்துக் கொண்டார்கள்.

பாண்டியம்மாள் நெற்றிப் பொட்டில் வியர்வைப் பந்தல்... கண்களில் நீர் உருண்டை.

தேவர் ஓடி வந்திருந்தார்.

“என்னாச்சு ராணிம்மா, என்னாச்சு?” பதைத்துப் போய்க் கேட்டார்.

“என்னத்தைச் சொல்வேன் தேவர்... வந்த லட்சுமி வாசலோட போயிட்டா தேவர். என் வம்சம் இனி விடியப் போறதேயில்லை. விசுவாவது தங்குவான்னு நம்பினேன். இப்படி ஆயிடுச்சே...”

ஒரு பட்டுச்சால்வையில் அந்த சிசுவை உருட்டிச் சுருட்டி மார்போடு கட்டியணைத்து அந்த ராஜாங்கக் கிழவி சிந்திய கண்ணீரில் அனலின் ஆவி அந்தரம் ஏறியது.

தேவர் பேச்சு மூச்சற்றுப் போனார்.

செல்லம்மாளை அண்டி, தன் ஆண் குழந்தையை அரவணைத்துக் கொண்டிருந்த சோலை சோகமாக எழுந்து வந்தான். சூழ்ந்து நிற்பவர்களைப் பார்த்தான். உழுது போட்ட நிலம்போல் முகம்; அதில் நெளிந்து பாயும் கிணற்று நீர்போல் கண்ணீர்.

பலர் முகத்தில் சாபச் சிந்தனை அத்துமீறியிருந்தது. ஆத்தா வஞ்சி... கருணை செய்யமாட்டியா நீ? பொண்ணுன்னா பூவாச்சே. பூவுன்னா இதமாச்சே. இதமான நீ இப்படி இரும்பா இடிக்கலாமா? இந்த வாரிசுக என்ன பாவம் ஆத்தா செய்தாக...?

ஒருவர் வாய்விட்டழுத சமயம் அர்ச்சனாவும் செய்தி கேள்விப்பட்டு வந்து சேர்ந்திருந்தாள்.

இன்னமும் விசு வந்திருக்கவில்லை.

"இளைய மகாராஜாவுக்குத் தெரியுமா?"

"இன்னும் தெரியாது. தெரிஞ்சா இடிஞ்சே போயிடுவார்..."

"இடிஞ்சு மட்டுமா... இறந்தே போயிடுவாரே என் விசு. ஐயோ விசு..." அர்ச்சனா மனத்தில் பதட்டம் தந்தியடித்தது. குழந்தையை எட்டிப் பார்த்தாள். சுருண்டுவிட்டிருந்தது.

அந்தப் புறாக்குஞ்சு. நுங்கு இதழ்களில் மட்டும் லேசாகக் கருமை!

வளையாம்பிகை இன்னமும் மயக்கத்தில்தான் இருந்தாள்.

அர்ச்சனா மூளை செல்களில் மீண்டும் ஒரு வக்கிரச்சூடு.

"எப்படிங்க இறந்திச்சு...?" பக்கத்தில் நிற்கும் அரண்மனை ஊழியன் ஒருவனிடம் மிக மெலிதாகக் கேட்டாள்.

"ஆசையா சீனித்தண்ணி குடுத்தாங்க. ஒரு மடக்குத்தான் குடிச்சிருக்கும்... அதுக்குள்ள செத்துப்போச்சு..."

"தண்ணி குடிச்சா சாகுமா?"

"டாக்டருக்கே புரியலை. பேய் முழி முழிக்கிறார் பாருங்க... எல்லாம் வஞ்சியம்மா சாபம். அந்த ஓலைப் பெட்டியைக் கடைசிவரை யாருமே திறக்கப் போறதில்லை. இந்த இளைய மகாராஜாவும்..."

அவன் பூடகமாகப் பேச்சை முடித்துக்கொண்டான். பக்கத்தில் பாயசக் கிண்ணம் ஆறி அவலாகிவிட்டிருந்தது.

அர்ச்சனா இதயம் துடிக்க லேசாகக் குழம்பி, வழக்கமான தனது யுகப்பாதைக்குள் நுழைந்தாள்.

'இதுவும் ஏதாவது சதிவேலையா? இல்லை நிஜமாகவே சாபத்தின் சக்தியா?'

கவலையோடு தேவரை நெருங்கினாள்.

தேவர் நிஜமாகவே சோர்ந்து போயிருந்தார்.

"அடிமேல் அடிம்மா... யாருக்கும் இந்தத் துன்பம் வரக்கூடாது" உதட்டில் விசாரம்.

"எங்க கண் எதிர்லேயே இந்தச் சமஸ்தானம் அழியப்போகுது. சொத்தெல்லாம் கோயிலுக்குத்தான் போகப்போகுது.." தில்லைநாயகம் இடையில் நுழைய... கார்வார் கருணாகரமூர்த்தி கண்களைக் கசக்கி எதுவோ பேச வாய் திறந்த சமயம், "ஹேய்ய்..." என்று ஓளங்கலாய் ஒரு சத்தம். ரவிக்கைக்கூடத் தரித்திராத நூறுகுடிக் கூட்டத்து இளம்பெண் ஒருத்தி பெரிதாகத் தன் தலைமுடியை அவிழ்த்து ஆட்டியபடி சாமி வந்த பாவனையில் விழிகளை அகட்டி விரிக்க, ஓடிவந்து இரண்டுபேர் அவளை நெருங்கிப் பிடிக்க... அவள் தேகம் ஜல்லிக்கட்டு மாடுபோல் திமிறியது.

"நான் வஞ்சி வந்திருக்கேன்..." என்றாள் அவள். குரலில் அசாத்திய ரௌத்திரம்.

"ஆத்தா..." சகலரும் உடனே தரையில் சாஷ்டாங்கமாக விழுந்தனர். திவ்யமங்களமும், பாண்டியம்மாளும் தயங்கி நிற்க, "நீங்களும் விழுங்க..." என்று அதட்டினாள் அவள்.

இருவரும் தயக்கத்தோடு விழுந்தனர்.

தேவர் நின்று நிதானித்து நோக்க, அர்ச்சனா, 'இது ஏதடா புதிய பூதம்?' என்று பார்க்க, தில்லைநாயகம் கை கட்டிய பணிவோடு, "ஆத்தா, என்ன தப்பு ஆத்தா செஞ்சோம்?" என்று அந்தப் பெண்ணிடம் கேட்டார்.

"ஒரு தப்பா? ரெண்டா தப்பா? ஓராயிரம் தப்புடா."

"எடுத்துச் சொல் ஆத்தா, திருத்திக்கிறோம். இப்படிப் பச்சை மண்ணை நீ தட்டிப் பறிக்கலாமா?"

"அதோட விதி அவ்வளவுதான்.... இந்தச் சமஸ்தானத்துக் கடைசி வாரிசு போக்கு சரியில்லை, ஒழுங்கா இருக்கச்சொல்..."

"என்ன ஆத்தா தப்பு பண்ணினார் அவர்?"

"அல்பாயுசுக்காரனுக்கு எதுக்குடா அழகான பொண்ணு?"

"புரியலை ஆத்தா..."

"அவன் வாசிக்கப்போன இடத்துல நேசிச்ச பொண்ணு ஒருத்தி இங்கே இருக்கா. அவளை ஒதுங்கிக்கச் சொல். அவள் ஒதுங்கலேன்னா முப்பது வயசு இல்லே... முன்னாலேயே இளையவன் கதை முடிஞ்சிடும்!"

"ஐயோ ஆத்தா! அப்படி நீ செய்யலாமா!"

"நான் சொல்றதைச் செய். பூவோட பேரைக்கொண்ட ஒருத்தி, நல்ல பொன்போல மனசுகொண்ட ஒருத்தி, கழுத்தில் காசு மச்சம்கொண்ட ஒருத்தி இந்தச் சமஸ்தான எல்லையில் இருக்கா! அவதான் இளையவன் பத்தினி. அவ வயித்துல நானேவந்து பிறந்து சாபம் தீர்ப்பேன். மீறினா நடுவிலேயே இளையவன் என் விருந்தாவான்..."

"ஆத்தா, நீயே வந்து பிறந்து சாபம் தீர்ப்பியா... சந்தோஷமாத்தா... சந்தோஷம்!"

தில்லைநாயகம் கன்னத்தில் போட்டுக்கொள்ள, அவள் மயங்கி விழ... எல்லோரும் மெள்ள நிமிர்ந்தனர். மயங்கி விழுந்தவள் வாயிலிருந்து ரத்தக்கசிவு. உத்ரத்தில் நாக்கைக் கடித்துக்கொண்டு விட்டிருந்தாள்.

எல்லோரும் அந்த ரத்தத்தை எடுத்துப் பொட்டாக வைத்துக்கொள்ள, அர்ச்சனா பரிதவிப்பின் எல்லைக்கே போயிருந்தாள்.

எல்லாமே அற்று, கையறு நிலைக்குப் போய்விட்டதுபோல் தோன்றியது. ஆனால், சூழ்ந்திருந்தவர்களிடம் அசாத்திய நிசப்தம்.

தேவர், அர்ச்சனாவை நெருங்கி வந்து காதைக் கடித்தார்.

“தாயி... நீ முதல்ல உன் ரூமுக்குப் போ. பெரிய ராணி கூச்சல் போட்டு வேற மாதிரியாயிடப் போகுது. கவலைப்படாம போ. மத்ததைக் காலைல பேசிக்கலாம்...”

அர்ச்சனாவும் விவேகத்தோடு நகர்ந்துகொள்ளத் தொடங்கினாள். கண்களில் நீர் முட்டியது.

‘விசுவுக்கு விமோசனமே கிடையாதா?’

‘குழந்தை சாவு இயல்பானதா?’

‘என்னால் விசுவோடு சேரமுடியாதா?’

‘யார் அந்தக் காசு மச்சக்காரி?’

‘விசு...’ வாய்விட்டு விம்மினாள். தனது அறைக்குப் போக மனமின்றி, விசுவின் அறையை நோக்கிப் போய்க் கதவைத் தட்டினாள்.

தூக்கக் கலக்கத்தோடு கதவைத் திறந்தவன் விக்கித்து அவளை உள்ளிழுத்தான்.

“என்ன அர்ச்சனா? இப்பத்தானே போனே... அதுக்குள்ள?”

அவள் பதில் பேசவில்லை. உரிமையோடு அவன் மார்பில் சாய்ந்துகொண்டு, “விசு... விசு...” என்று கேவினாள்.

“ஏய்... என்ன ஆச்சு? ஏன் அழறே?”

"எல்லாமே போச்சு விசு..."

"என்ன சொல்றே... விஷயத்தைச் சொல்!"

"பொறந்த குழந்தை செத்துப்போச்சு!"

"மைகாட்! எப்ப?"

"கொஞ்சம் முந்தி... மறுபடியும் சாபம் பத்தி சீரியஸான விவாதங்கள். ஒருத்திக்கு சாமிகூட வந்திடுச்சு..."

"விளக்கமா சொல்..."

"யாரோ காசு மச்சக்காரியாம்! அவளைத்தான் நீங்க கல்யாணம் பண்ணிக்கணுமாம். அப்பதான் நல்லதாம்! இல்லேன்னா... இல்லேன்னா..."

"இதெல்லாம் யார் சொன்னா?"

"அதான் ஒருத்திக்குச் சாமி வந்துதுன்னு சொன்னேனே..."

விசு அப்படியே அப்பளமாய் நொறுங்கிச் சரிந்தான். பேச்சு மூச்சற்ற ஸ்தம்பிப்பு...

'என் சந்தோஷத்தின் ஆயுள்கூட சில மணிகள்தான்' எனும் நம்பமுடியாத நிஜத்தில் புதைந்து போனான். அடுத்து என்ன செய்வது பற்றி யோசிக்கக்கூட முடியவில்லை.

"விசு.... நீங்க என்னைப் போகச் சொல்லிவிடுவீங்களா? பெரியவங்க பேச்சைத்தான் கேப்பீங்களா? என்னால இதை நம்பவும் முடியலை, நம்பாம இருக்கவும் முடியலை. என் அறிவை அனுபவங்கள் விழுங்கிடுச்சு. பயம்தான் இப்ப மனசு முழுக்க... சே! இதென்ன வாழ்க்கை!"

குமுறினாள் அர்ச்சனா.

அவளுக்கு ஆறுதல் சொல்லக்கூடத் தெரியவில்லை விசுவுக்கு. திடுமென்று கதவு தட்டப்பட்டது. கதவுக்கு அப்பால் கருணாகரன்... "இளைய மகாராஜா... உங்களைத் தேவரய்யா அழைச்சுக்கிட்டு வரச் சொன்னார். யாராவது கேட்டா மதுரை போயிட்டதா சொல்லச் சொன்னார்..."

விசு இயந்திரம்போல் அவரைப் பின்தொடர்ந்தான். அர்ச்சனாவும் கண்ணீரைத் துடைத்துக்கொண்டு பின்னால் நடந்தாள்.

"அம்மா! இந்த நிமிஷத்துலேருந்து நீங்க இங்க இல்லை. அப்படி நடிக்கணும்! இப்படியே போனா புலித்தலை மாட்டின அறை வரும்... அதுதான் தேவரய்யாவோட இன்னொரு அறை. அங்க போய் இருங்க. மத்ததைத் தேவர் சொல்வார். சாமி வந்ததைக் கேட்ட நிமிஷத்துலேருந்தே ராணியம்மா உங்களைத்தான் தேடினாங்க. 'மொதல்ல அவளை வெளியே அனுப்புங்க. ஆத்தா வார்த்தை எனக்கு வேதம்'ன்னு ஒரே கத்தல்..."

அர்ச்சனா பயத்தோடு தலையாட்டிவிட்டு வேறு பக்கம் திரும்பி, தேவர் அறை நோக்கிச் செல்ல, இறந்த குழந்தை இருக்கும் இடத்தில் தேவரைப் பார்க்கச் சென்றான் விசு.

அறைக்குள் சென்று கதவைச் சாத்திக்கொண்ட அர்ச்சனா, அறையின் உட்புறத்தைப் பார்த்தாள். சுவர் முழுக்க வேங்கைத் தலையும், கரடித் தலையும் பாடம் செய்து மாட்டப்பட்டிருக்க, பெரிய ராஜநாகம் ஒன்றும் சீறிய பாங்கில் பாடம் செய்யப்பட்டு அவளை வரவேற்றது.

தேக்கு மேஜை மேல் துளசி மாலையும் ருத்திராட்ச உதிரிக் கொட்டைகளும் ஒரு கோப்பையில் கிடக்க, எதிரே சிறிய சிவலிங்க வடிவம் நல்ல நீலக்கல்லில் பளபளப்பாய் மின்னியது. அதன் நெற்றியில் சந்தனப் பூச்சு. 'நித்தியமும் எனக்குப் பூஜை ஆராதனைகள் உண்டு' என்று சொல்லாமல் சொல்ல, அதையே வெறித்தாள். பக்கமாய் உயரமான ஜன்னல். ஜன்னலுக்கு அப்பால் கிழக்கு வானம்!

வானத்தின் அடிப்பரப்பில் வெளிச்சக் கசிவு. சூரியன் பூஜ்யத்தின் மறுபகுதியில் மேற்குக்கு வந்து, இந்தியக் கிழக்கை நிமிண்டிக் கொண்டிருந்தான்.

'அடடா... விடியவே போகுதா?' கண்களைக் கசக்கி விட்டுக்கொண்டு கொட்டாவி விட்டவள், லேசாய்க் கண்களைச் சொக்கவிட்ட சமயம்...

“குழந்தையை வேகமா புதைக்கச் சொல்லி உத்தரவு வந்திருக்கு. மச்சக்காரி செவ்வந்தியைத் தளுக்கா அலங்கரிச்சுக்கிட்டு கூட்டத்தோட கூட்டமா துக்கம் விசாரிக்க வரச்சொல்...”

“அந்த மதுரைக்காரக் குட்டியைக் காணோம். பெரிய ராணி விரட்டியிருக்கணும். சனியன் ஒழிஞ்சுது! நல்ல சேதியைப் போய்ச் சொல்லு வேகமா!”

“குழந்தையைச் சீக்கிரமா புதைக்கணும். அது ரொம்ப முக்கியம். ஆறு மணி நேரம் மேல போனா, வாய்வழியா நீர் கசிஞ்சு விஷ வாடை வெளியே வந்து காலை வாரிடும். ஜாக்கிரதை!”

அர்ச்சனாவின் காதுகளில் விழுந்த கர்ணகடூர விஷயம் நிமிர்ந்து குரல் வந்த திக்கைப் பார்க்க... பெரிதாக வெட்டிவேர்த் தடுப்பு தென்பட, அப்பால் தேவர் அறைக்கான இன்னொரு வழிக்கதவு!

தன்னைச் சுத்தமாய் வெளித்தெரியாதபடி ஒரு வேங்கை உருவம் மறைத்துக் கொண்டிருப்பதும் அப்போதுதான் தெரிந்தது. அந்த வேங்கையைப் போலவே ஓசைப்படாமல் விழிகளை மிரள விட்டாள் அர்ச்சனா!

❖ ❖ ❖

அத்தியாயம் 20

நடப்பதெல்லாம் சதிதான்... சந்தேகமேயில்லை! நமது மூளையை நன்றாகச் சலவை செய்துவிட்டார்கள்!

அர்ச்சனா தனக்குள் சொடக்குப் போட்டுக்கொண்ட மறுவிநாடி மனத்தை அதுவரை ஆக்கிரமித்திருந்த பயமும் பதட்டமும் விலகி ஒருவகை தைரியம் மெள்ள வியாபிக்கத் தொடங்கியது.

‘விசுவிடம் இனி வெட்டியாகப் பேசக்கூடாது. எல்லாவற்றையும் நிரூபித்துக் காட்ட வேண்டும். ஆமாம் யார் இவர்கள்? எத்தனை முறை இந்த முகம் தெரியாத மனிதர்களைப் பற்றியே சிந்திப்பது?’

அவள் தனக்குள் கேள்விக்குறிகளுடன் நின்று கொண்டிருந்த சமயம் மறைவாகப் பேசிக் கொண்டிருந்த இருவரும் அங்கிருந்து கிளம்பிவிட்டிருந்தார்கள்.

மெள்ள நிமிர்ந்தவள், இன்னொரு வழியாக அறைக்கு வெளியே வந்தாள். புதுப்பாதை ஒன்று தென்பட்டது. பளபளப்பான அரண்மனையின் ஒரு பகுதி அது என்பது புரிந்தது.

‘இந்தப் பாதை எங்கே போகிறது?’ கேள்வியோடு நடந்தவள் எதிர்ப்பட்ட ஒரு மரக்கதவைத் தொட்டு இழுத்தாள். பின்பக்கம் பார்த்துத் திடுக்கிட்டுப் போனாள்.

குதிரை லாயம்போல் ஒரு சூழ்நிலை! அரண்மனையின் தட்டுமுட்டுச் சாமான்கள் தூக்கி எறியப்பட்ட ஒரு குவியலாகக் காணப்பட்டது. நடுவே நூலாம்படையோடு சற்றே முறிந்த நிலையில் தென்பட்டது இரண்டு பல்லக்குகள். இரண்டின் சிவிங்க வளைவிலும் துருவேறிக் கறுத்துவிட்ட மணிகள்.

விஷ்ணுசித்தன் குறிப்பிட்ட அதே பல்லக்கு! ராணி ரத்னாவதியும் அவள் வாரிசுகளும் ஏறி களித்த பல்லக்கு...

'சரித்திர மிச்சங்கள் நாங்கள்' என்று தரித்திரமாய்த் தென்பட்டவற்றைப் பார்த்தாள். உடைந்த சிம்மாசனங்கள், ஒடிக்கப்பட்ட தொட்டில்கள், கிழிந்த திரைச்சீலைகள், குதிரைச் சேணங்கள், சாரட்டின் உடைந்த விளக்குகள்...

ஒரு சமஸ்தானம் கழித்துக் கட்டிய அந்த பொருட்களின் நடுவே பாம்பு மாதிரி சுருண்டு கிடந்த ஒன்றைப் பார்த்தாள்.

பயத்தோடு தொட்டபோதுதான் தெரிந்தது, அது ஒரு சவுக்கு என்று.

முதலைத்தோல் சவுக்கு. முள் முள்ளாய் நரிப்பல் வைத்துக் கட்டப்பட்டது. முனை மழுங்கிப் போயிருந்தது.

சவுக்கைப் பெரிதாகச் சொடக்கினாள். 'விசுக்'கென்ற சத்தத்தோடும், பாம்பு வளைசலோடும் மேலேறிக் கீழிறங்கியது. ஆவலாய் இன்னொரு சொடக்கல்!

இந்த முறை தலைக்கு மேல் மூங்கில் பரண்மேல் விளிம்பில் தென்பட்ட ஒரு தாமிரத்தட்டின் மேல் சவுக்கு மோதி அதைக் கீழே தள்ளியது.

பச்சையாய்ப் பாசி படிந்த மாதிரி பளபளப்பின்றித் தென்பட்ட அதைக் குனிந்து கையில் எடுத்தாள். நிறைய பூவேலைப்பாடுகள் தெரிந்தன. சில எழுத்துக்களும் தென்பட்டன!

சேலைத் தலைப்பில் துடைத்துவிட்டு அதைப் படிக்கத் தொடங்கினாள் அர்ச்சனா.

'கோட்டைப்புரம் சமஸ்தானத்துத் துரோகியும் சுதேசியுமான நண்டுவடாகனின் தலையைக் கிள்ளி இந்தத் தட்டில் வைத்து எடுத்து வர வேண்டியது.'

'தட்டைத் தலையில் தாங்கி நூறு குடியார் பார்க்க வரும் படியும், பின்னர் தட்டோடு தலையைப் புதைக்கும்படியும் ராஜா வேங்கைராஜன் உத்தரவு.'

'இந்தக் கட்டளைத் தட்டைச் சுமக்கும் படியாய்க் குழந்தைசாமிக்கு ஆக்ஞை பிரதியாய் நூறு தென்னை மரம் இவன் கைக்கொள்ள வேண்டியது.'

படித்தவள் அப்படியே விக்கித்துப் போனாள். 'தலையைக் கிள்ளித் தட்டில் வைத்து...' என்கிற வரிகள் அவள் கைகளை நடுங்கவிட்டன.

'தட்டோடு தலையைப் புதைக்கும்படியும்' என்கிற வரி, மூளையோடு ஒரு மோதல் நடத்தியது. 'புதைக்கப்பட வேண்டிய ஒரு தட்டு எப்படிப் பரணுக்கு வந்தது?'

அந்த சமயம் பார்த்து இலைதழை சரசரக்க யாரோ வரும் சத்தம். சட்டென்று தட்டோடு ஓர் ஓரம் பதுங்கினாள்.

நூறுகுடிக் கூட்டத்தவர் இருவர் வந்திருந்தனர். வந்தவர்கள் அப்படியே தரைமேல் உட்கார்ந்து கொண்டனர். பேச ஆரம்பித்தனர். அரண்மனைக்குள் இதுதான் தாங்கள் ஒதுங்கும் இடம் என்கிற மாதிரி...

"யாரு குழி தோண்டப் போயிருக்கா?" ஒருவன் கேட்டான்.

"பெரியசாமி" இன்னொருவனிடமிருந்து பதில் வந்தது.

"பாவம்லே இந்தச் சிசு. வயித்துலயே தீர்க்கமாக இப்படி வளரவிட்டுக் கொன்னுட்டாக!"

"பாவம் மட்டும் பார்க்காதே. நம்ம விஷயத்துல பாவம் பார்த்தவங்களா இவங்க?"

"ஏலே! குழந்தை என்ன பாவமாடா பண்ணிச்சு?"

"இந்த இளைய மகாராஜாகூடத்தான் உத்தமரு. அதுக்காக அவரை விட்ற முடியுமா?"

"வரவர பெரிசு போக்கே எனக்குப் பிடிக்கலை."

"வேணாம்! அலுத்துக்காதே... அந்தாளுக்கு உடம்பெல்லாம் காது. ஏன்னு கேள்வி கேக்காதவன்தான் அதுக்கு வேணும். நீ இப்படி அலுத்துக்கறது தெரிஞ்சா உனக்கு மங்களம் பாடிடும்.

அந்த நாள்ல நாம சமஸ்தான அடிமை. இந்த நாள்ல இந்தப் பெரிசுக்கு அடிமை. சொல்றதைச் செய்திட்டுப் போய்கிட்டே இருப்போம். முன்ன மாதிரியா இருக்கு நம்ம நிலை? இந்த சமஸ்தானத்துல முக்கால் இப்ப நம்மளதுதானே? எல்லாம் யாரால்? அந்தப் பெரிசால!"

"வாஸ்தவம்தான். பெரிசு நல்லது பண்ணாலும் உசுரைக் கிள்ளும்போது மனசு துவண்டு போகுது. அதுலயும் இந்தச் சிசு முகத்தைப் பாத்தியா? ராஜகளை!"

"பையனா பொறந்திருந்தா முப்பது வயசாவது தங்கியிருக்கும். பொண்ணாப் பொறந்து முப்பது நிமிஷம்கூடத் தங்கலையே..."

"ஆமா, ஓலைப் பெட்டியை யாரு காவல் காக்கறா?"

"இன்னிக்கு முறை யாருதோ? யாருக்குத் தெரியும்?"

"அதுல என்ன இருக்குன்னு இப்படிப் பெரிசு அதுக்கு பயப்படுது?"

"உலகத்துல பெரிசு பயப்படற ஒரே விஷயம் அதுதான்...!"

அவர்கள் பேசப்பேச அர்ச்சனா விழிகள் அகன்றுகொண்டே போயின. மெள்ள நிமிர்ந்து அவர்கள் யாரென்று பார்க்கத் தொடங்கினாள். முதுகு தெரிந்து அவள் கோபத்தை நிமிண்டியது. இந்த இவர்களைப் பார்க்காமல் விடக்கூடாது. இவர்களைக் கொண்டு இவர்கள் விமரிசிக்கும் அந்தப் 'பெரிசு' யாரென்று தெரிந்து கொள்ளாமல் விடக்கூடாது.

சாமர்த்தியமாக முன்னால் உள்ள ஒரு உடைந்த நாற்காலியைத் தள்ளிவிட்டாள்.

எண்ணெய் படிந்த முரட்டு முகங்கள்!

அர்ச்சனா மனத்தில் அப்படியே ஒட்டிக்கொண்டார்கள்.

"என்னடா சத்தம்?" ஒருவன் கேட்டான்.

"பெருச்சாளி வேலையாயிருக்கும்..." பதில் வந்தது அர்ச்சனாவுக்குத் சாதகமாக.

"சரி கிளம்புவோம்... வந்து நேரமாச்சு! அரண்மனையில தேடுவாங்க."

"ஆமா, நாம போய்த்தான் கிழிக்கப் போறோமாக்கும். அங்க அந்தத் தில்லைநாயகம் வெச்சதுதான் சட்டம்."

"தில்லைநாயகம், தேவரோட கைத்தடியாச்சே. ஆடாம இருப்பானா...? நம்பளைப்படுத்தாம இருந்தா சரி..."

"எங்க... இந்த இருசனை போலீஸ்ல மாட்டிவிட்டுப் பாடாப்படுத்திட்டானே?"

"அதான் இருசன் வெளிய வந்துட்டானே. அப்புறம் என்ன கவலை?"

"எல்லாம் பெரிசோட பெரிய மனசு. வாஸ்தவத்துல இருசனுக்கு ஓர் எழவும் தெரியாது. நம்பளைப்போல நாலஞ்சு பேர் செய்யற கோளாறுகளுக்குச் சில நேரம் இப்படி அப்பாவிங்க மாட்டிக்கிறாங்க."

"சரி கிளம்பு... பேசிக்கிட்டிருந்தா பேசிக்கிட்டேயிருக்கலாம்."

"இருப்பா போவோம். நேத்து நம்ம கூட்டத்துல பொண்ணு ஒருத்திக்குச் சாமி வந்திச்சே பாத்தியா?"

"ஆஹா! எல்லாம் பெரிசோட வேலை. நல்ல தத்ரூபமா பண்ணுனா... 'உன் அக்கா மகள் செவ்வந்தி இளைய ராணி ஆகணும்னா சொன்னபடி செய்'ன்னு பெரிசு சொல்லிச்சு. இது வேங்கைப் பொன்னி உத்தரவுன்னு சொல்லவும் அவ மறுபேச்சு பேசலை... ஆத்தா பேருக்குத்தான் எவ்வளவு மதிப்பு பாத்தியா? பெரிய ராணி, சின்ன ராணின்னு சமஸ்தானமே நடுங்குது..."

"ஏன் உனக்கு நடுக்கமில்லையா?" 'ஆத்தா எல்லாம் பொய்... நீங்க பண்றது பித்தலாட்டம். மாட்டினா பெண்டு கழண்டுபோவும்'னு சொன்னான் நம்ம ராசப்பன். அவனை ஆத்தா எதிரே கூட்டிப் போய் நிறுத்தி 'இப்ப சொல்லு பாப்போம்'னு பெரிசு சொல்லிச்சு. அவனும் திரும்ப அதையே சொன்னான். என்ன ஆச்சு? வாயால மூக்கால் ரத்தம் கக்கிச் செத்தான்! வேங்கைப் பொன்னி

பொல்லாதவடா. உலகத்துல நமக்குப் புரியாத எவ்வளவோ விஷயங்கள் இருக்கு. பெரிசு நமக்கு அடிக்கடி சொல்ற மாதிரி நதிமூலம், ரிஷிமூலம் பார்க்கக்கூடாது. பாக்க நினைச்சா ராசப்பன் கதிதான். பெரிசு சொல்றதைச் செய்வோம். சொகமா இருப்போம், எதுக்கு வேண்டாத ஆராய்ச்சியெல்லாம் பண்ணிக்கிட்டு...”

“சரி கிளம்பு. இந்த அரண்மனையில் இப்படி ஓர் ஒதுக்குப்புறம் இல்லேன்னா நாம உக்காந்து பேசக்கூட முடியாது. ஆமா, ஆத்தா திருவிழா வந்திருக்கே. இந்த வட்டம் என்ன விசேஷம்?”

“வழக்கம்போல வில்லுப்போட்டி உண்டு. அந்தப் பட்டணத்துப் பொண்ணை இந்தச் சந்தர்ப்பத்துல தீர்க்கறதா இருந்திச்சி. நல்லவேளை அதுவே சரியாயிடுச்சு. ஆளைக் காணோம்! ஆனாலும் அந்தப் பொண்ணுக்கு ராங்கி அதிகம். ரொம்பத்தான் நம்ம சமஸ்தானத்தை நோண்டிப் பார்த்தா. விடுமா பெரிசு? தன் கையைக்கொண்டே தன் கண்ணைக் குத்தற மாதிரி எல்லாத்தையும் திருப்பிவிட, விஷயம் ஒரு மாதிரி சரியாயிடுச்சு. பெரிசுக்கு உடம்பெல்லாம் மூளை!”

அவர்கள் அதிகம் பேசிவிட்ட பாவணையில் நகர்ந்து கொண்டார்கள். அர்ச்சனா வாய் பிளந்துவிட்டிருந்தாள்.

சூரியனின் விளிம்பு தெரிந்தது. இங்கும்கூட மர்மங்கள் மெள்ள விலகி விளிம்பு தெரிந்துவிட்டது.

பெரிசு எனும் இந்த பழக்கவழக்கச் சொல்லுக்கு உரிய அந்த நபர் யார்?

தேவரா? தில்லைநாயகமா?

இல்லை, கதை சொன்ன விஷ்ணுசித்தனேவா?

வினாக்கள் தேளின் கொடுக்காய்க் கிள்ள, நடையில் வேகம் கூடியது. கதவைத் திரும்பவும் திறந்து மூடிக்கொண்டு பத்திரமாக அந்தத் தட்டைச் சேலைத் தலைப்பில் மறைத்தபடி நடக்கத் தொடங்கினாள்.

திரும்ப அறைக்குள் நுழைந்தபோது தலைகீழாய்த் தேவர்!

அறை மையத்தில் எந்தப் பிடிமானமும் இன்றிச் சிரசாசனத்தில் நட்ட மரம்போல் தென்பட்டவர், அர்ச்சனா தட்டுடன் வருவதைப் பார்த்து நேர்படத் தொடங்கினார்.

“எங்கம்மா போயிட்டு வரே?”

“சும்மா வெளியே...”

“நீ வெளியே போய் வரவேண்டிய நேரமா இது? பெரிய ராணிக்குத் தெரிஞ்சா உன்னைக் குண்டுக்கட்டா தூக்கி சமஸ்தானத்துக்கு வெளிய விட்டுடுவாங்க...”

அர்ச்சனாவிடம் மௌனம்.

“ஆமா, அது என்ன தட்டு?”

“குதிரை லாயம் மாதிரி இருக்கே அதுல கிடைச்சுச்சு.”

“அங்கெல்லாம் எதுக்கம்மா போனே... மோசமான இடம் அது! சில நூறுகுடியானுங்க அங்க போய் பீடி, சிகரெட் பிடிச்சுட்டு வர்ற இடம். பேய் இருக்கிறதா ஒரு நம்பிக்கை வேற!”

“எனக்கு எந்தப் பேயும் தெரியலை!”

காதில் விழுந்த விஷயங்களால் மனத்தில் ஏற்பட்ட பாதிப்பைச் சற்றுக் கடுகடுப்பாய்த்தான் சொல்லிவிட்டதற்காக வருந்தியதுபோல் முகம் தூக்கினாள் அர்ச்சனா.

“ஆமாம்... ஏன் ஒரு மாதிரி பேசறே?” தேவர் நறுக்கினார்.

“அது இருக்கட்டும்... விசு இப்ப எங்க இருக்கார்?”

“குழந்தை பக்கத்துல...!”

“நீங்க இங்க வந்துட்டீங்களே?”

“யோகாசனங்கள் என்னோட காலை நேர கட்டாயப் பயிற்சி. எந்த நிலையிலயும் அதை நான் விடறதில்லை. செய்துட்டுப் போகலாம்னு வந்தேன். எங்க அந்த தட்டைக் காட்டு...”

தயக்கத்தோடு அதை நீட்டினாள். வாங்கிப் பார்த்தவர் முகத்தில் ஈயாடவில்லை.

"ஏம்மா, இது குதிரை லாயத்திலயா கிடைச்சது?"

"ஆமா?"

"நிஜம்மாவா?"

"இதுல எதுக்கு நான் பொய் சொல்லணும்?"

அந்த தட்டை உற்றுப்பார்த்தவர் அப்படியே நொறுங்கியது போலானார். அவர் மனக்கண்ணில் அந்த தட்டின் மேல் நண்டுவடாகன் எனும் நடராஜனின் கிள்ளி எடுக்கப்பட்ட தலைதெரிந்தது! கண்களில் சரசர என்று நீர் தேங்கிவிட்டது.

"ஏன் அழறீங்க?"

"எப்படி அழாம இருக்க முடியும்? இந்த சமஸ்தானத்தை நிர்க்கதிக்குத் தள்ளிவிட்டிருக்கும் வஞ்சியம்மாவோட புருஷன் நண்டுவடாகன் தலையைத் தாங்கின தட்டாச்சே இது!"

"அப்ப இதுல இருக்கற மாதிரி நடந்திச்சா?"

"உனக்கு விஷ்ணுசித்தன் சொல்லலையா?"

"பாதிதான் சொன்னார். மறுபாதிக்குத்தான் மரக்கிளை வில்லனா வந்துடுச்சே!"

"மிச்சத்தையும் அவன் கிட்டேயே கேட்டுக்கோ. என்னால சொல்ல முடியாது. சொல்ல எனக்குத் தைரியமும் கிடையாது."

பேசிவிட்டு விருட்டென்று கிளம்ப எத்தனித்தவர் ஒரு விநாடி நின்று திரும்பிப் பார்த்துவிட்டு நிதானமாக, அதே சமயம் அழுத்தமாகச் சொன்னார்.

"இந்த அரண்மனை ஒரு மர்ம பூமி! எனக்கே புரியாத பல புதிர்கள் இங்கே உண்டு. இறங்கினா மீளமுடியாத புதை குழிகளும் இங்கே உண்டு. உன் நல்லதுக்குச் சொல்றேன்... ஜாக்கிரதை. உனக்கு நான் இப்ப அடைக்கலம் கொடுத்திருக்கேன்... காரணம் இளைய மகாராஜாவுக்காகத்தான்..."

"இந்த அரண்மனை வாரிசுகள்ல அவர் ஒருத்தர்தான் யோக்கியர். கஜேந்திரன்கூட சபலி! ஆகையால், அவர்

விருப்பத்தை என் விருப்பமா நினைச்சு உங்க காதலைக் கல்யாணத்துல நான் முடிக்கணும்னா இந்த அறையை விட்டு நீ வெளியே வரக்கூடாது."

பேசிவிட்டு நடக்கத் தொடங்கியது அந்தக் கிழட்டுத் தேகம். எதிரே கையில் சூட்கேஸ் சகிதம் வசந்தி! கூடவே கார்வார் கருணாகரமூர்த்தி.

தேவரைக் கைகூப்பினாள் வசந்தி.

"யாரும்மா நீ?"

"அர்ச்சனாம்மாவோட சிநேகிதி வசந்தி!"

"சரி, சரி உள்ளே போ! இன்னிக்கு வெளிய வராதீங்க."

பேசிவிட்டுப் பரபரப்பாய் நகர்ந்த தேவரை விநோதமாகப் பார்த்தாள். இதற்குள் அர்ச்சனா குரல் அவளை எதிர் கொண்டது.

"ஹாய் வசந்தி!"

"பாத்தும்மா..." அவர்களை உள்ளே பதுக்கிவிட்டு நகர்ந்து கொண்டார் கார்வார் கருணாகரன்.

அர்ச்சனாவுக்குள் மயில் அகவியதுபோல் ஒரு மகிழ்ச்சி.

"நல்லவேளை வசந்தி நீ வந்தே..."

"ஏம்மா... என்ன விஷயம்?"

"வசந்தி... என் அனுபவங்களைச் சொன்னா அசந்து போயிடுவே. அந்த அரண்மனை ஒரு மகா கேடுகெட்ட இடம். தொட்ட இடமெல்லாம் மர்மம்!"

"உங்க காதல் தெரிஞ்சு போச்சின்னீங்களே...?"

"ஆமாண்டீ... விசு கைமீறிப் போயிடுவாரோன்னு பயமா இருக்கு. இனி நாம் எடுக்கப்போற நடவடிக்கையிலேதான் எல்லாமே இருக்கு."

அர்ச்சனா சொல்லிவிட்டுத் தனது அனுபவங்களை விவரித்தாள். அவள் முடித்தபோது வசந்தியின் இமைகளில் மரண வெறிப்பு.

"ஏய், என்ன சத்தத்தையே காணோம்?" உசுப்பினாள் அர்ச்சனா.

"என்னத்தம்மா பேச... வீடு கூட்றது, காய்கறி நறுக்கறது, டி.வி. பார்க்கறது. நடுநடுவே மாச நாவலை எழுத்துக் கூட்டிப் படிக்கறதுன்னு சவட்டு வாழ்க்கை வாழ்ந்தவ நான். எனக்கு இதையெல்லாம் கேட்டா இப்படிக்கூட நடக்குமான்னுதான் தோணுது. ஆனா, நாம் மலைச்சிடக் கூடாதும்மா. ரெண்டுல ஒண்ணு பாத்துடணும்."

"சபாஷ் வசந்தி, ஒரு நல்ல ஐடியா கொடு பார்ப்போம்."

அர்ச்சனாவின் நிமிண்டலைத் தொடர்ந்து நெடுநேரம், மோவாயை வருடிய வசந்தி பொறி தட்டின மாதிரி திரும்பினாள்.

"அம்மா... இப்ப ரொம்ப முக்கிய விஷயமே அந்தக் காசு மச்சக்காரியோட குறுக்கிடுதான். இளைய மகாராஜாகிட்ட இருந்து உங்களைப் பிரிக்கற வில்லத்தனத்துக்கு முதல் அடி கொடுக்கணும். அப்புறமா அந்த ஓலைப்பெட்டியைத் திறந்து பாத்துட வேண்டியதுதான்!"

"கரெக்ட்! அதுக்கு என்ன பண்ணலாம்?"

"மனுஷங்களால் அதைத் தடுக்க முடியாது. அந்த வேங்கைப் பொன்னியையே வரவழைச்சு நான் தப்பா சொல்லிட்டேன்'னு ஒரு டகால் அடிக்க வேண்டியதுதான்."

"என்னடீ சொல்றே...? எனக்குப் புரியலை!"

"வேங்கைப் பொன்னி என்ன நூறுகுடிக் கூட்டத்துப் பெண்கள் மேலதான் வருவாளா என்ன? என்மேலயும் வருவா! நேத்துத்தான் டி.வியில் ஒரு கிராமிய நிகழ்ச்சி பார்த்தேன். ஒரு புரொபசரம்மா என்னம்மா சாமியாடிக் காமிச்சாங்க தெரியுமா? அவங்களை நான் தூக்கிச் சாப்பிட்டுக் காட்டறேன்."

❖ ❖ ❖

அத்தியாயம் 21

காலைச் சூரியனின் உஷ்ணத்தில் பளபளத்த சமாதிக்கு அருகில் எல்லாரும் குலுங்கி அழ, அந்தப் பச்சை மண் மெள்ள உள்ளே கிடத்தப்பட்டது.

சற்றுமுன்தான் மயக்கம் தெளிவிக்கப்பட்ட வளையாம்பிகை அழக்கூடச் சக்தி அற்றவளாய்த் திவ்யமங்களத்தின் தோள்மீது துவண்டுபோய் விழுந்திருந்தாள்.

சமாதித் தோட்டத்துக்கு வெளியே சோகம் கப்பிய முகத்தோடு நூறுகுடிக் கூட்டம். அங்கங்கே தீவு தீவாய் அரண்மனை முக்கியஸ்தர்கள் சிலர்.

இடையே நெம்பிக்கொண்டு பேனாவைத் திறந்தார் ஒருவர்! டைரி போன்ற நோட்டைப் பிரித்துக்கொண்டு, "எக்ஸ்கியூஸ் மீ!" என்று தில்லைநாயகத்தை நாடினார்.

"சார்! குழந்தை எப்படிச் செத்திச்சு...? எப்ப செத்திச்சு?"

"நீங்க யாரு... எதுக்குக் கேக்கறீங்க?"

"என்ன சார் மறந்துட்டீங்களா... பத்திரிகையாளன் சார் நான்!"

"உங்களுக்குத் தகவல் எப்படிக் கிடைச்சது? எப்படி வந்தீங்க இங்கே...?" கத்தாத குறையாகக் கேட்டார்.

"எப்ப இது வித்தியாசமான சமஸ்தானம்... விசித்திரங்கள் நடக்கற இடம்னு தெரிஞ்சுப்போச்சோ, அப்பவே எங்க கவனம் இங்கே விழுந்தாச்சு. இதெல்லாம் எங்க தொழில் ரகசியம். நீங்க தயவுசெய்து உங்களைப் பத்தியும் கொஞ்சம் சொல்றீங்களா?"

தில்லைநாயகம் விதிர்க்கத் தொடங்கினார்.

“பெரியராணிக்கு இது தெரிஞ்சா என்னை உரிச்சுடுவாங்க. கஜேந்திரர் சாவை நீங்க செய்தியாக்கினதே அவங்களால தாங்க முடியலை. சார்! இதெல்லாம் சமஸ்தான உள் விஷயம். உங்க தலையீடு வேண்டாம்.”

“இருக்கலாம். ஆனா, ஆராய வேண்டிய அதிசயங்கள் இவை. ஆன்மீகத்தோட சக்திக்கு, ஐ மீன் தர்மம்னு சொல்ற விஷயத்துக்கு எவ்வளவு சக்தி இருக்குன்னு காட்டற விஷயம் இது. மேல்நாட்டுல ஆவிகளை போட்டோ எடுத்து காட்டி வியக்க வெச்சிருக்காங்க. நாங்க இங்க இறந்தவங்க சாபத்தோட சக்தியைக் காட்டி வியக்க வைக்க விரும்பறோம். இதனால் தப்பு பண்ண நினைக்கறவங்களுக்குப் பயம் வரும். பெண் இனத்துக்கும் தன் சக்தி என்னன்னு தெரியவரும் இல்லையா?”

நிருபரின் பேச்சு தில்லைநாயகத்தைப் பிறாண்டியது. அங்குள்ள கூட்டத்தில் ஓரிடத்தில் மறைவாக நமுட்டுச் சிரிப்போடு நூறுகுடிக் கூட்டத்துப் பெண்போல சாதாரணமாகத் தென்பட்ட வசந்தி எல்லாவற்றையும் ரசித்துக் கொண்டிருந்தாள்.

தானும், அர்ச்சனாவும் செய்த போன்காலின் மகிமை அவளுக்குக் குஷியைத் தந்தது. அதே சமயம் குழந்தையின் சாவு கன்னக்கதுப்பில் மோர்சிங் வாசித்தது.

‘என்ன ஒரு கொடுமை?! மனத்தைக் கட்டி முறித்தது. தங்கள் துவக்கத்தின் முதல் காய் பிரமாதமாக நகர்ந்து வெளி உலகின் பார்வை இந்த சமஸ்தானத்தின் மேல் ஆழமாக இருப்பதை இந்த நிருபர் மூலம் காட்டியாகி விட்டது. இனி சதிகாரர்களுக்குள் ஒரு சலனம் ஏற்படலாம்.’

அடுத்து...?

மூன்று நாட்கள் போனதே தெரியவில்லை. ராஜ சோகத்துக்குக் கட்டியம் கூறுகிற மாதிரி நூறுகுடி கூட்டத்தினரும் தங்கள் திருவிழா சந்தோஷத்தை அந்த மூன்று நாட்களும் தள்ளி வைத்துவிட்டனர். நான்காம் நாள்...

உறுமி மேளச்சத்தமும், செண்டையும் சப்திக்க, ஜவ்வந்திச் சலங்கைகள் முட்டி மோதிக் குலுங்க, கால்களில் நாட்டியம் எனும் வளைவுகள் குடியேற, ஒரு கூட்டம் அரண்மனையை நோக்கி நடக்கத் தொடங்கியிருந்தது.

அதன் முன்னால் விறைப்பாக வீரநாட்டார்!

வீரநாட்டாரை ஒட்டி ஒரு பெண் தலையைச் சரிந்த சூரியகாந்தமாய்க் கவிழ்த்துக்கொண்டு அள்ளிக் கொசுவம் உடுத்தி நடந்து வர, அவள் வளை கழுத்தில் காசு அகல மச்சம்!

மேல் மாடியில் திரைச்சீலைத் தடுப்பை ஒரு ஜன்னல் பின்னாலிருந்து தூக்கிப் பார்த்துவிட்டு உள்ளே ஓடினார் தில்லைநாயகம்.

"என்னா சத்தம்?"

"நம்மாளுக வாராங்க. வீரநாட்டார் வாராரு!"

"என்ன விசேஷம்?"

"திருவிழா தள்ளிப் போயிருச்சில்லே? திரும்ப அதைக் கட்டி இழுக்கறாங்க. அதோட குழந்தை சாவுக்கு வீரநாட்டார் துக்கம் கேக்க வரவேயில்லையே..."

"அவருதான் அமாவாசைக்கு முன்னும் பின்னும் நாலு நாள் உக்காந்த இடத்தைவிட்டு நவுராம உபவாசம் இருக்கறவராச்சே..."

சத்தம் இப்போது அரண்மனை வாயில் முன்னால் நன்றாகவே கேட்டது. சோகமாய்ப் பாண்டியம்மாள் உட்பட, சகலரும் எழுந்து வந்தனர்.

"தெண்டனிடறோம் ராணி..." வயதான ஒருவர் வீரநாட்டாரைப் பிளந்துகொண்டு முன்வந்தார். வாத்தியங்கள் நின்றன. நிசப்தம்.

சோகம் கப்பிய அரண்மனை முகங்கள் மத்தியில் மழிக்கப்படாதபடி தாடியோடு படுவிசாரமாய் விசு.

வீரநாட்டார் அவனைப் பார்த்தபடியே வாய் திறந்தார், "நான் உபவாசம் இருந்து மீண்டப்பதான் தெரியும் குழந்தை பிறந்து இறந்த

விஷயமே! எல்லாம் ஆத்தா செயல். அதுக்காக வருத்தப்படாம இருக்க முடியுமா? நாமெல்லாம் மனுஷங்களாச்சே..."

வீரநாட்டாரின் பேச்சு கூட்டத்தை நெக்கியது. கூட்டத்தோடு கூட்டமாய்ப் பத்தோடு பதினொன்றாய்த் தேவரை ஒட்டி நிற்கும் வசந்தி அதைக் கேட்டு உள்ளுக்குள் கோபமானாள்.

'மனுஷங்களாமுல்ல இவங்க?'

"பச்சை மண்ணுக்குத் தீட்டு கிடையாதும்பாங்க. இருந்தும் மூணு நாள் எதுவும் செய்யலை, இன்னியிலயிருந்து வேங்கைப் பொன்னிக்குத் திருநாள் ஆரம்பம். முகூர்த்தம் தப்பிடாம தொடங்கி நடக்கணும். இளைய மகாராஜா எல்லாம் மறந்து முன்னே வந்து நின்னு நடத்தி வைக்கணும். ராணிமார்கள் துக்கம் மறந்து அவ அருளுல கரையணும். இனி நடப்பது எல்லாம் நல்லதுக்கே" என்று வீரநாட்டார் சொல்லிவிட்டுப் பக்கத்துப் பெண்ணைப் பார்க்க, அவள் மெள்ள நடந்து சென்று பாண்டியம்மாள், திவ்யமங்களம் காலில் விழுந்தாள்.

"ராணியம்மா... இளைய மகாராஜாவுக்குப் பெண் தேடற சிரமம் இனி நமக்கில்ல. இவதான் ஆத்தா அருள்வாக்குல சொன்ன வருங்கால இளைய மகாராணி!"

விசு சதை கிள்ளப்பட்ட வலியோடு அதிர்ந்து அவளைப் பார்த்தான். 'அள்ளிமுடிந்த செம்பட்டை முடிக்கொண்டை, பருத்த குங்குமப் பொட்டு, விபூதிக் கீறல், கழுத்தில் ஒரு பவளமாலை, அதை ஒட்டிய ஒரு காசு அகல மச்சம், மதர்ப்பான தேகம், மாநிறம்!'

பாண்டியம்மாள் அவளை உற்றுப்பார்த்தாள். பக்கமாய் அழைத்தாள். வாகாய்க் காட்டிக்கொண்டாள். கண்களில் நீர் உருண்டை!

"ஆத்தா சொன்னதுனால உனக்குச் சம்மதமா, இல்லை மனப்பூர்வமா சம்மதிக்கிறியா?" கேட்டாள்.

"ரெண்டும்தான்!" அவளிடமிருந்து மெள்ளப் பதில் வர, விசு வெட்டிக் கொல்லப்பட்ட மாதிரி முகமாற்றம் பெற, வைத்த

கண் வாங்காமல் கூடியிருந்தவர்கள் பார்க்க, திடுமென்று ஒரு சலசலப்பு.

வளையாம்பிகை வந்து கொண்டிருந்தாள்.

“பச்சை உடம்புக்காரி வந்துக்கிட்டிருக்கா...” கூட்டம் ஆயாசிக்க, வந்தவள் நேராக வீரநாட்டார் காலில் விழுந்தாள். நிமிர்ந்து அழுதாள்.

“அழுவாத தாயி... எல்லாம் அவ செயல்! உன்னை ராணியாக்கினதும் அவ! இப்ப இப்படிச் சோகமாக்கினதும் அவதான். எல்லாம் நம் விதி...” என்றார் வீரநாட்டார்.

கண்ணீரைச் சுண்டிவிட்டு வளையாம்பிகை திடுமென்று உடம்பு நடுங்க சாமி வந்தவள்போல ஆட ஆரம்பித்தாள்.

“ஆத்தா வந்துட்டா... ஆத்தா வந்துட்டா...” சிலர் மாய்ந்து புலம்ப வசந்தியின் தேகமும் சேர்ந்து கொண்டது!

“ஹேய்ய்ய்...” படு உக்ரமாய் சத்தமிட்டாள் வசந்தி. கூட்டத்தின் நாடிகள் நடுங்க, பாண்டியம்மாளும், திவ்யமங்களமும் கைகட்ட, தேவர் உற்றுநோக்க, தில்லைநாயகம் வழக்கம்போல் முன்வந்து, “ஆத்தா... வந்துட்டியா ஆத்தா?” என்று கேட்க, வளையாம்பிகை பேச ஆரம்பித்தாள்.

“டேய்... எவண்டாவன் இங்க கொலைகாரன், எவண்டா இளையவனுக்கு எதிரா கத்தி தீட்றவன்...?”

“ஆத்தா, நீ பேசறது புரியலையே...” தில்லைநாயகம் பயந்தபடி கேட்க,

“இங்க இளையவனுக்கு எதிரா சிலர் கிளம்பியிருக்காங்க. இளையவன் என் மகன்டா! அவன் நூறு வருஷம் வாழப்போறது நிச்சயம்! அவனுக்கு எதிராக யாரும் எதுவும் செய்யக்கூடாது. அவன் விருப்பம்தான் என் விருப்பம். அவன் விருப்பப்படியே எதையும் செய்யணும். அது கல்யாணமா இருந்தாலும் சரி, எதுவா இருந்தாலும் சரி... இது என் ஆணை!”

"உத்தரவு ஆத்தா... அப்ப நீ சொன்ன பொண்ணு?"

"அவன் விரும்பினா கட்டிக்கிட்டு வாழட்டும். இல்லேன்னா அவன் விருப்பப்படி விட்டுடுங்க."

"அவர் விருப்பம்கூடப் படிச்ச பொண்ணு மேல்தானே ஆத்தா..."

"இருக்கட்டுமே! அவன் யாரை விரும்பினாலும் அவங்க வயித்துல நான் பொறந்து வருவேன்."

"நான் ஆடற இந்த உடம்புக்காரி அசலூர்க்காரி. ஆனாலும் என் பக்தை இவ. எனக்காக உசுரைக் கொடுக்கற பக்தை இவ! என் சொல்லும் இவ சொல்லும் ஒண்ணு. இவளை நல்லபடியா நடத்தணும். மீறினா வாட்டுவேன்... வதைப்பேன்... வாட்டறவங்க கூட்டத்தையே ஒழிப்பேன்..."

வசந்தி மிக வசதியாகத் தனது நிலைக்கு வலு ஏற்றிக்கொண்டு மயங்கிவிழ, வாயில் கொப்பளித்தது ரத்தம்!

வீரநாட்டார் அப்படியே உறைந்து போயிருந்தார். முதல் வேலையாகக் குனிந்து வசந்தியின் வாயில் கொப்பளித்த ரத்தத்தைத் தன் நெற்றிக்கு ஒற்றினார்.

அந்தக் காசு மச்சக்காரியின் முகம் வெளிறிப் போய் இருந்தது. கூட்டம் சலசலவெனக் கடலை உடைக்க, பாண்டியம்மாள் விசுவைப் பார்க்க, அவன் முகத்தில் புதிய பிரகாசம்!

"ராசாவுக்கு நூறு வயசுன்னு ஆத்தாளே சொல்லிட்டா" என்று வீரநாட்டார் சற்று குதூகலமாக முன் வந்தார். பாண்டியம்மாள் முகத்தில் உற்சாக விளைச்சல்!

திவ்யமங்களம் நெருங்கி வந்து அவனை அணைத்துக்கொண்டு பேசினாள்.

"இதுவரையிலும் யார் விஷயத்திலேயும் ஆத்தா இப்படிச் சொல்லலை."

“ஆமாமா... நல்ல காலம் பொறக்கப் போவுதுன்னுதான் அர்த்தம்...” மற்றவர்கள் பேசப் பேச விசுவிடம் இறுக்கம் விலகி மனது மிதக்க ஆரம்பித்தது.

“அப்ப நான் அர்ச்சனாவைக் கல்யாணம் செய்துக்கலாமா?” பட்டென்று கேட்டான்.

“தாராளமா ராசா... தாராளமா!” ஆத்தாளே உங்களுக்கு நூறு வயசுன்னுட்டா. உங்க விருப்பத்துக்கு கல்யாணம் பண்ணிக்கச் சொல்லிட்டாளே... தேவர் எடுத்துக் கொடுத்தார்.

மயக்கம் நீங்கின பாவனையோடு வசந்தியும், வளையாம்பிகையும் கண்விழிக்கத் தொடங்கியிருந்தனர்.

“இப்ப இங்க என்ன நடந்திச்சு?” முகத்தைப் பரிதாபமாக வைத்துக்கொண்டு கேட்டனர்.

“ஆத்தா வந்தா தாயி உங்க பேர்ல...” தேவர் அவர்கள் பக்கம் திரும்ப, “அப்படியா!” என்று இருவரும் வாய் பிளந்தனர். கன்னத்திலும் போட்டுக்கொண்டனர்.

“டேய். வாத்தியத்தை வாசிங்கடா. திருவிழா அமர்க்களமா நடக்கட்டும். இனி என்னடா குறை! இந்த வட்டம் இளைய மகாராஜா எல்லாருக்கும் புதுத்துணி எடுத்துத் தருவார். உங்களுக்கெல்லாம் ஆஸ்பத்திரி, பள்ளிக்கூடம் கட்டித் தருவார். கொண்டாடுங்கடா உல்லாசமா...”

தில்லைநாயகம் மிகுந்த உற்சாகத்தோடு பேச, சகல முகங்களிலும் சந்தோஷம் மத்தாப்பு கொளுத்தியது.

செண்டை திரும்ப முழுங்கியது. உறுமி திரும்ப சீறியது. நாட்டியம் ஜவ்வந்திச் சலங்கைகளைச் சண்டைக்கே இழுத்தது.

வீரநாட்டார் திரும்பி நடக்கத் தொடங்கினார்.

விசுவின் நினைப்பிலோ அர்ச்சனா நிரம்பியிருந்தாள். மூன்று நாட்களாக எங்கே இருக்கிறாள் என்பதே தெரியவில்லையே... அதைத் தெரிந்துகொள்ளக்கூடத் தனக்குத் தோன்றவில்லையே...?

எண்ணங்கள் நிமிண்ட வேகமாகத் திரும்பி நடந்தான். டெலிபோனைத் தொட்டான். மறுமுனையில் சில நிமிடங்களுக்குப் பிறகு காசிநாத்தைப் பிடித்தான்.

“ஹலோ, அர்ச்சனா இருக்காங்களா?”

“நீ யாருப்பா பேசறது?”

“ஐ ஆம் விசு!”

“யார் இளைய மகாராஜாவா? என்ன வேணும் சார் உங்களுக்கு?”

“அர்ச்சனா!”

“வெரி ஸாரி... அவளை மறந்துடுங்க...”

“என்னால முடியாது...”

“ஏன் சார்...! உங்க நிலை தெரிஞ்சும் ஏன் என் பெண் வாழ்க்கையைக் கெடுக்கப் பாக்கறீங்க. அவ இப்ப இங்க இல்லை. டூர் போயிருக்கா...”

“எந்த ஊருக்கு?”

“மிஸ்டர்... உங்களைப் பலமா எச்சரிக்கிறேன். நான் உங்க காதலுக்கு எதிரி கிடையாது. இருந்தும் எச்சரிக்கிறேன்னா உங்களுக்கே காரணம் நல்லா தெரியும்.”

“என் பெண் பூவோட, பொட்டோட வாழணும். அது உங்களுக்கு விருப்பம்னா அவளே வந்தாலும் நீங்க அவளைச் சேர்த்துக்கக் கூடாது.”

டெலிபோன் சட்டென்று முடங்க, சோர்ந்து போய்த் திரும்பியவனுக்குத் தூக்கிவாரிப் போட்டது. எதிரே அர்ச்சனாவும், வசந்தியும்... அதிசயமாய் இவர்களோடு வளையாம்பிகை!

❖❖❖

அத்தியாயம் 22

விசு எதிரே தென்பட்ட மறுவிநாடியே வசந்தி ஓடிச் சென்று கதவுகளைச் சாத்திவிட்டு ஜன்னல்களையும் மூடத் தொடங்கினாள்.

"அர்ச்சனா... நீ இங்கேயா இருக்கே?" விசு அழுத்தமாகக் கேட்டபடி வளையாம்பிகையை ஆச்சரியமாகப் பார்த்தான். "அண்ணி... நீங்க எப்படி இவங்ககூட...?" என்று இழுத்தான்.

"எல்லாத்தையும் விவரமா பேசத்தான் போறோம்" என்ற அர்ச்சனா, வளையாம்பிகையைப் பார்த்து, "நீங்களே சொல்லுங்க... நான் சொன்னா நம்ப மாட்டாரு" என்றாள்.

வளையாம்பிகை தனது சோக முகத்தை விசுவின் எதிரே ஒருவகைக் கடூரத்தோடு நிமிர்த்தினாள்.

"தம்பி... என் குழந்தை இயற்கையா சாகலே. அது கொல்லப்பட்டது!" என்றாள்.

விசு விதிர்த்தான்.

"ஆரம்பத்திலிருந்தே இந்தப் பெண் அர்ச்சனா சொல்லி வந்த மாதிரி, நடக்கறதெல்லாம் சதி வேலைதான் தம்பி. சாபம்னு சொல்லி நம்மை ஏமாத்தியிருக்காங்க, ஏமாத்திக்கிட்டுமிருக்காங்க...!"

"மத்ததை நான் சொல்றேன்" என்ற அர்ச்சனா, வசந்தியைப் பார்த்தாள். அவளிடமிருந்து, 'வெளியே யாருமில்லை... தாராளமாகப் பேசலாம்' எனும்படியான சமிக்ஞை!

"குழந்தை இறந்துபோன இடத்துல விவஸ்தையில்லாம ஒருத்திக்குச் சாமி வந்திச்சில்லையா?"

"ஆமா..."

"அந்த சாமியாட்டத்துலகூட என்னை வெளியே போகச் சொல்லி அது உத்தரவு போட்டு உங்களுக்குன்னு ஒரு பெண்ணையும் சொல்லிச்சில்லையா?"

"அதுக்கெல்லாம் என்ன இப்போ?" விசு கேட்டான்.

"அந்த நிமிஷமே யாருக்கும் தெரியாம எனக்கு அடைக்கலம் கொடுத்தார் தேவர். அவர் அறையில்தான் நான் தங்கியிருந்தேன். குழந்தைக்கு விஷம் கொடுத்த விஷயத்தைப் பத்தி அங்க ரெண்டு பேர் பேசினாங்க. எனக்கு ஷாக்!" தன் பேச்சின் விவரிப்பில் குதிரை லாயம் வரை சென்று அங்கு கிடந்த தட்டை எடுத்து வந்தது வரை சொல்லிவிட்டு ஒரு விநாடி ஆசுவாசித்த அர்ச்சனா, "விசு... நான் சொல்றதெல்லாம் நிஜம். காதால கேட்ட, கண்ணால பார்த்த நிஜம். பேசிக்கிட்டிருந்த நபரை நான் நல்லா அடையாளம் பார்த்து வெச்சிருக்கேன். தயவுசெய்து இதைப் பொய்யின்னு சொல்லிப் பழையபடி முருங்கை மரம் ஏறிடாதீங்க..." என்றாள்.

விசுவின் முகம் கலங்கிக் கலவரப்பட்டிருந்தது.

"அர்ச்சனா... எனக்கு ஒரே குழப்பமா இருக்கு. எதை நம்பறது, எதை விடறதுன்னே தெரியலை" என்றான் விரக்தியாக.

"நான் சொல்றேன் தம்பி... என் மேல நம்பிக்கையில்லையா...?" வளையாம்பிகை கேட்டாள்.

"அண்ணி, நீங்க எப்படி இவங்களோட சேர்ந்தீங்க...?" முக்கியமான அந்தக் கேள்வியை மறுபடியும் கேட்டான்.

"சொல்றேன். குழந்தையின் மரணத்தை என்னால ஜீரணிக்க முடியலை. எனக்கு இயற்கையா வலியெடுக்கவும் இல்லை. மாடிப்படி ஏறும்போது நடுப்படியில் விளக்கெண்ணெய் கொட்டப்பட்டிருந்தது! சறுக்கி விழுந்ததனால வயித்துல அடிபட்டுச்சு! ஆனா பெரிய அடி இல்ல. அப்பகூட எனக்கு இடுப்பு வலி ஏற்படலை. லேசான மயக்கம்தான். அந்த

மயக்க நிலையில் டாக்டர்கிட்ட கொண்டு போனாங்க. 'டாக்டர் இவங்களுக்கும் இன்னிக்குக் குழந்தை பிறந்தாகணும்'னு குசுகுசுன்னு பேசிக்கிட்டாங்க. எனக்கு ஒரே குழப்பம்.

டாக்டரம்மா மாத்தி மாத்தி ஊசி போட்டாங்க. 'பிரசவம்ங்கறது ஆபரேஷன் மாதிரியில்லை. இது ரொம்ப கஷ்டம்...' குழந்தை செத்துடும்னாங்க. அவங்களோ 'செத்தா பரவால்லை. அதுதான் எங்களுக்கு வேணும்'னு சொன்னாங்க! ஆனா, ஏனோ குழந்தை நல்லபடியா பிறக்கறவரை சும்மா இருந்தாங்க.

நான் மயங்கயிருக்கிறதா நினைச்சுப் பேசிக்கிட்டிருந்தாங்க. அப்ப என் மனநிலை இருந்ததை என்னால் விவரிக்கவே முடியாது தம்பி..." வளையாம்பிகை மெள்ளக் கேவத் தொடங்கினாள்.

தொடர்ந்து, "உங்க அண்ணனைக் கட்டிக்க எனக்குத் துளிக்கூட இஷ்டமில்லை. கட்டாயப்படுத்திக் கட்டி வெச்சு என்னை விதவையாக்கினாங்க. இப்ப என் உயிருக்குயிரான குழந்தையைக் கொன்னு என்னை அநாதையாவே ஆக்கிட்டாங்க. இதுக்கு ஒத்துழைச்ச டாக்டரம்மா எங்கேன்னே தெரியலை."

"ஒரு விஷயம்கூட இயல்பா நடக்கலை. எங்கேயோ யாரோ சதி பண்றாங்கன்னு தோணிச்சு! இனியும் பொறுக்கக் கூடாதுன்னு தேவரைப் பார்த்துப் பேசப் போனேன்.

என் கேள்விகளுக்கு அவரால் சரியான பதில் சொல்ல முடியாமல் நழுவினார். 'பல வருஷமா இந்த சமஸ்தானத்தை உங்களுக்குத் தெரியும். உண்மையைச் சொல்லுங்க'ன்னு அழுதேன். 'சத்தியமா எனக்கு எதுவும் தெரியாது. நிச்சயமா நீ நினைக்கிற மாதிரியில்ல இது. சாபத்தோட வேலைதான்'னு அவரு சொன்னாரு. 'அதே சமயம் நீ சொல்றதைக் கேட்டா சந்தேகப்படாம இருக்க முடியலை'ன்னும் சொன்னாரு."

"அப்படிச் சொன்னவர் 'கவலைப்படாதே... நான் தில்லைநாயகத்தை விட்டு எல்லாத்தையும் கவனிக்கச் சொல்றேன்'னு கிளம்பிவிட்டார். அந்த அறையிலதான்

இவங்களை நான் சந்திச்சேன். இவங்க நான் சொல்றதை ஆமோதிச்சாங்க. 'நாமெல்லாம் ஒண்ணா சேர்ந்தா இந்த மர்மத்தைக் கண்டுபிடிக்கலாம்'னாங்க."

"எங்க திட்டத்தோட முதல் கட்டம் வைரத்தால வைரத்தை அறுக்கறதுதான்! அதை இன்னிக்கும் கொஞ்சம் முந்தி செய்து உங்க கல்யாணச் சிக்கலை நீக்கிட்டோம். இனி அடுத்த முக்கியமான கட்டம் ஒண்ணு இருக்கு..."

வெகு நீளமாகப் பேசிய வளையாம்பிகை அதைக் கேட்டு அயர்ந்துவிட்டிருந்த விசுவைப் பார்த்தாள்.

அவன் மிக ஆவலாகக் கேட்டான்: "என்ன அண்ணி அது?"

"அந்த ஓலைப் பெட்டியைத் திறந்து பார்த்துட வேண்டியதுதான்!"

"சாபமே பொய்ங்கற நீங்க, பரிகாரம் இருக்கிறதா சொல்ற அதை எதுக்குத் திறந்து பார்க்கணும்?"

"பரிகாரத்துக்காக இல்லை... இந்த மர்மங்களுக்குக் காரணமான நபர் அந்த மூங்கில் பெட்டிக்குப் பயப்படறான்னு அர்ச்சனா சொன்னது மறந்துப்போச்சா உங்களுக்கு?"

"ஓஹோ... அப்ப அதைத் திறந்து பார்த்தா அவன் ஏன் பயப்படறாங்கறதுக்குக் காரணம் தெரிய வருமோ?"

"நிச்சயமா... வெட்டியா அதைக் காவல் காக்க, அதைத் திறந்து பார்க்கறவங்க செத்துடுவாங்கன்னு சொல்லி பயமுறுத்த, மீறித் திறந்து பார்த்தவங்களைத் தீர்த்துக்கட்ட... என்ன காரணம்னு பார்த்தால்தான் தெரியும்!"

விசு ஆமோதிப்பதாகத் தலை அசைத்தான்.

"விசு..." அர்ச்சனா குழைவாக அழைத்தாள்.

"என்ன அர்ச்..."

"இனியாவது நம்பறீங்களா? தைரியமா ஆம்பளையா லட்சணமா எனக்குத் துணை நிப்பீங்களா?"

“கட்டாயம்” என்றபடி கட்டைவிரலைக் காட்டினான். “இனியும் நான் கலங்கிச் சோர்ந்தா என்னைவிட இளைச்ச வாயன் இருக்க முடியாது. ரெண்டுல ஒண்ணு பாத்துட வேண்டியதுதான். கவலைப்பட்டு, கவலைப்பட்டு எனக்கு அலுத்துப்போச்சு. அர்ச்சனா, எப்படிச் சொல்வேன் என் வேதனையை...”

அவன் முகத்தில் சலனம் சங்கமித்தது.

“போதும்... வேதனைப்பட்டது, கவலைப்பட்டது, குழம்பியது எல்லாம் போதும். இனியும் சுதாரிக்கலைன்னா தொலைஞ்சோம். நூல் பிடிச்ச மாதிரி செயல்படணும். ஓகே...?”

அர்ச்சனாவின் தினவு மிகுந்த பேச்சைத் தொடர்ந்து மூன்று பேரும் அவன் முன் கையை நீட்ட, கரங்கள் உறுதியோடு ஒன்றுபட்டன.

“சரி... அடுத்த திட்டம் என்ன?”

“அந்த ஓலைப்பெட்டியைத் திறந்து பாக்கறதுதான். ஆமா, அது இப்ப எங்க இருக்கு விசு...?”

“பூஜை அறையில!”

“காவல் ரொம்ப பலமோ...?”

“நான் அந்தப் பக்கம் அதிகம் போனதில்லே.”

“இப்ப நாம அங்க போகணும். அதுக்கு என்ன வழி?”

“நான் சொல்றேன்” வளையாம்பிகை முன் வந்தாள்.

“எப்படி?”

“நான் பலமுறை போய் பூஜை செய்திருக்கேன். அந்த மூங்கில் பெட்டிக்கு மேல ஒரு சதுர விமானம் உண்டு. அதுக்குக் கண்ணாடி ஜன்னல்கள் உண்டு. அந்த ஜன்னல்களைத் திறக்க அரண்மனை மாடிக்குப் போகணும். மாடியில் அந்த ஜன்னல் வழியா பார்த்தா அந்தப் பெட்டி தெரியும். எப்பவும் அங்க ரெண்டு பேர் இருப்பாங்க...”

“மாடியில் அவங்களுக்கென்ன வேலை?”

“அவங்க சமஸ்தானக் காவலாளிங்க. இரவுலதான் அவங்களுக்குக் காவல் காக்கற வேலை. பகல்ல அவசியமில்ல. இருந்தும் அங்கேயே இருப்பாங்க. அதை யாரும் பெரிசா நினைச்சு விசாரிச்சதில்லை.”

“ரொம்ப சுலபம். நானும் வசந்தியும் இப்ப வேங்கைப் பொன்னி பக்தைகள். பூஜை செய்யப்போறதா சொல்லி அங்கப் போகலாம். போன இடத்துல திறந்து பாக்கறதுதான் எப்படின்னு...?”

விசு உடனேயே முன்வந்தான்.

“அதுக்கு நான் இருக்கேன்... மேல காத்தாட போற மாதிரி போய்க் காவல் காக்கறவங்களோட பேச்சுக் கொடுத்து என் பக்கம் திரும்பறேன். நீங்க காரியத்தை முடிச்சுடுங்க.”

“சரி... எப்ப...?”

“இன்னிக்கு சாயந்திரமே...”

“அப்ப... அர்ச்சனா நீ...?”

“பாக்கிக் கதையை நான் தெரிஞ்சுகிட்டு வந்துடறேன்.”

“அது எதுக்கு இப்போ?”

“என்ன விசு இது பைத்தியம் மாதிரி. யார் அந்தப் பெரிசுங்கறதைத் தெரிஞ்சுக்க வேண்டாமா?”

“நீ பாத்து வெச்சிருக்கற அந்த நூறுகுடியான்கள் ரெண்டு பேரைக் கேட்டா தெரிஞ்சு போயிடுது.”

“அப்படிக் கேட்டா காரியம் கெட்டே போயிடும். எப்ப நாம் சாமியாடி அவங்க திட்டத்துக்கு ஒரு பிரேக் போட்டோமோ, அப்பவே அவங்க சுதாரிச்சிருப்பாங்க. நமக்கு சரியா இப்ப அவங்க திட்டம் போட்டுக்கிட்டிருப்பாங்க. அவங்க ஆளுகளுக்கு எச்சரிக்கை பறந்துக்கிட்டிருக்கும். நாம் பிடிச்சு வளைக்கற நபர்கள் உண்மையைச் சொல்லலாம்; சொல்லாமல் சாகவும் தயாராகலாம். செத்து வெச்சா சிக்கல்! முதல்ல அவங்க பிடிபடறதே சிக்கல்...”

“சரி... விஷ்ணுசித்தன் சொல்றதை வெச்சு சதிகாரனை நீ கண்டுபிடிச்சுடுவியா?”

"துல்லியமா இல்லேன்னாலும் ஓரளவுக்கு... இதுல ரொம்ப முக்கியம் அந்த நபரின் நடவடிக்கைகளுக்குக் காரணம் தெரியணும். பழிவாங்கற செயல்னு ஒரு வரியில் சொன்னா அதுல உயிர்ப்பு இல்லை. உங்க பாட்டி, அம்மா அத்தனை பேரையும் நம்ப வைக்கக் காரண காரியங்கள் நமக்கு வேரடி மண்ணா தெரியணும். அதுக்காகவாவது அந்தச் சரித்திரப் பின்னணி தெரியணும்" அர்ச்சனா சொன்னாள்.

"சரி... நீ இப்ப இங்க வந்துவிட்டது என்னோட பாட்டி, அம்மாவுக்குத் தெரியுமா?"

"வெளியே போனாத்தானே திரும்பி வந்தது தெரிய...?"

"போயிட்டதா நினைச்சுக்கிட்டிருக்காங்க..."

"அப்ப வந்துட்டதா சொல்லிடுங்க."

"நல்லது... நீ பாத்துச் செயல்படணும் அர்ச்சனா. உனக்குத் துணைக்கு வேணும்னா வடிவேலுவைச் சேர்த்துக்கோயேன். தங்கமானவன் அவன்..."

"ஓகே ஆல் தி பெஸ்ட்!"

பாதரச உருண்டையாய் ஜ்வலிப்போடு மேற்குப் பக்கமாய்ச் சூரியன் சரியத் தொடங்கிவிட்ட வேளை...

கையில் ஓர் அகல் விளக்கெரிய, வளையாம்பிகை பூஜை அறை நோக்கி நடக்கத் தொடங்கினாள். பின்னாலேயே வசந்தி. அவள் கையிலும் ஒரு விளக்கு.

"நீ அர்ச்சனாவோட சிநேகிதியா?" திவ்யமங்களம் கேட்டாள்.

"ஆமா!"

"உனக்கெப்படி எங்க வேங்கைப் பொன்னி பத்தித் தெரியும்?"

"கேள்விப்பட்டிருக்கேன். அதோட பராசக்தி பக்தை. வெள்ளி, சனி விரதம் இருக்கறவ."

"நல்லதும்மா... கிளம்புங்க...!" திவ்யமங்களம் ஊக்குவிக்க இருவரும் கிளம்பினர். பாண்டியம்மாள் ஓய்விலிருந்தாள்.

கிளம்பினார்கள். அதைப் பார்த்துவிட்டு விசு மெள்ள அரண்மனையின் மாடிமேல் ஏறத் தொடங்கினான். இடப்பக்கம் திரும்பினான். பிரமாண்ட அரண்மனைத் தோட்டம். அதனூடே வகிடெடுத்த மாதிரி ஓர் ஒற்றையடிப் பாதை!

அதில் ஒற்றி எடுத்த நடையில் அர்ச்சனா! பின்னாலேயே வடிவேலு, கையில் ஒரு பழக்கூடை!

"வடிவேலு... நீ இந்தச் சாபத்தைப் பத்தி என்ன நினைக்கிறே...?"

"பெரிய குழப்படி விஷயம்மா இது. பாம்புன்னு அடிக்க முடியலை. பழுதுன்னு மிதிக்க முடியலை..."

"சாபமெல்லாம் ஒண்ணுமில்லை. சதின்னு தெரிஞ்சா என்ன பண்ணுவே?"

"அம்மா, என்ன சொல்றீங்க?"

"போகப் போக புரிஞ்சுக்குவே. இனி நான் சொல்ற மாதிரி நீ நடந்துக்கணும்."

"நல்லதும்மா!"

இருவரும் மீண்டும் குடிசைப் பகுதிக்குள் நுழையவும் யாரையும் காணோம்.

"எல்லோரும் திருவிழான்னு கோயிலுக்குப் போயிருக்காங்க..." வடிவேலு பதில் சொல்ல, ஒரு குடிசையில் விஷ்ணுசித்தன் மட்டும் காலில் கட்டோடு படுத்துக் கிடந்தான்...

"தாத்தா..."

"யாரது?"

"நான்தான் அர்ச்சனா!"

"யாரு... கதை கேட்ட பட்டணத்துக்குட்டியா?"

"ஆமா... எப்படி இருக்கே?" வாஞ்சையான விசாரிப்போடு நெருங்கிப் பக்கமாய் அமர...

“இந்த வயசுல எனக்கு இப்படி வேதனை தாயி...” என்று விஷ்ணுசித்தன் முனக, கைவசம் கொண்டு சென்றிருந்த பழக்கூடையைப் பிரித்து அவன் எதிரே விரிக்க, சித்தன் விழிகள் தீப்பிடித்துக் கொண்டன.

“தாயி... உனக்குத்தான் எம்மேல எவ்வளவு பாசம்!” எச்சில் ஒழுகத் தழுதழுத்தான். அவள் ஆரஞ்சை உரித்தாள். வாயில் ஊட்டிவிட்டாள். பக்குவமாய் மனத்துக்குள் நுழைந்து, “மீதிக் கதையைச் சொல்லாம விட்டுட்டியே தாத்தா...” என்று குழைந்தாள்.

“அந்த வயித்தெரிச்சல் கதையைக் கேட்டு என்ன தாயி பண்ணப்போறே?” என்று ஆசுவாசிப்போடு நிமிர்ந்து கதைக்குள் நுழைய ஆரம்பித்தான் விஷ்ணுசித்தன்.

“தாத்தா... எனக்கு வேற எதுவும் வேண்டாம்... வஞ்சியம்மா பத்தி மட்டும் சொல்லு. அவ புருஷனை வெட்டித் தலையைத் தட்டுல வெச்சு எடுத்து வந்தாங்களாமே, அதைச் சொல்லு...”

அந்தச் சரித்திர ரணகளத்தில் குறிப்பிட்ட வடுவைச் சுட்டிக் கேட்க சித்தன் உற்சாகமானான். மனக்குதிரையைப் பின்னுக்கு அனுப்ப, அது இந்த நூற்றாண்டின் துவக்கத்தில் ஒரு நல்ல ஐப்பசியின் முகூர்த்தத்தில் போய் நின்றது.

‘டும்... டும்... டும்...’ உடுக்கை பிய்த்து உதறும் சத்தம். கோடங்கி வீரநாட்டான், வேங்கைப் பொன்னி எதிரே உடுக்கை மீது விரலைக்கொண்டு யுத்தம் முட்டிக் குறி சொல்ல ஆரம்பித்த வேளை! சுற்றிலும் நூறுகுடிக் கூட்டம் அதில் நிமிண்டலாய் விஷ்ணுசித்தன்.

“ஆத்தா... எம் மக அம்மையில் இருந்து மீளுவாளா?”

“பத்து நாள் செல்லும்!”

“எம் புருஷனுக்குச் சமஸ்தானத்துல உச்ச (பெரிய) வேலை கிட்டுமா?”

“தினம் வந்து தெண்டனிட்டா கிடைக்கும்.”

"அப்போது குளம்புச் சத்தம்...!"

"ராசா வந்துட்டாங்களா?" கூட்டம் வினாவோடு திரும்ப, மாலையும் கழுத்துமாய்க் குதிரையில் இருந்து இறங்கியது நண்டுவடாகனும் வஞ்சியம்மாளும்!

❖ ❖ ❖

அத்தியாயம் 23

மாலையும் கழுத்துமாக மணமக்களாய் குதிரையை விட்டு இறங்கிய நண்டுவடாகனையும், வஞ்சியம்மாளையும் பார்த்துக் கூட்டம் செருமியது.

வீரநாட்டார் உடுக்கை யுத்தத்தை முடித்துக்கொண்டு பிரக்ஞை மீண்டிருந்தார்.

"வடாகா, என்ன கூத்துடா இதெல்லாம்?" கேட்டார்.

"கூத்து இல்லே... மனசு ஒப்பிச் செய்துக்கிட்ட கல்யாணம்!"

"ஏன், நாங்க செஞ்சு வைக்கமாட்டோமா?"

"வைப்பீங்க! கூடவே அந்த ராஜாமாருங்க முன்னால போய், முதல் மரியாதைங்கற பேர்ல எங்க சுயமரியாதையைப் போட்டு மிதிச்சு, ராஜப்பிரசாதங்கற அசிங்கத்துக்கும் துணை போவீங்க..."

"ராஜப்பிரசாதம் அசிங்கமில்லே... அது குலப்பழக்கம்..."

"கேடுகெட்ட விஷயம் ஒரு பழக்கமா?"

"வேணாம்... அதிகம் பேசாதே! ஏற்கெனவே உன்னைப் பத்தி நிறைய பிராது... சமஸ்தான வேலியை அடிக்கடி தாண்டறதாகவும், இங்க வர்ற வெள்ளைத்துரைமார்களை பத்தித் தப்பு பேசறதாகவும்... இப்போ இதுவும் சேர்ந்தா கேக்க வேணாம்..."

"என்ன செய்வீங்க? பேசற நாக்கை இழுத்து வெச்சு நறுக்குவீங்களா?"

விஷயத்தை வேங்கைராஜன் செவிகளில் சேர்ப்பித்தபோது, அவர் விழிகளில் வெம்மை கொப்பளிக்க ஆரம்பித்தது. காலில் பாய்ந்த துப்பாக்கிக் குண்டின் பாதிப்புகளிலிருந்து ஓரளவு

குணப்பட்டிருந்தார். இப்போது மீண்டும் குண்டுபட்டதுபோல் துடிக்க ஆரம்பித்தார்.

விஷயமறிந்த ரத்னாவதி உள்ளூர மகிழ்ந்து போனாள். சமஸ்தானத்தை எதிர்க்கவும் இரண்டு பேர் கிளம்பிவிட்டதில் அவளுக்கு உள்ளூர சந்தோஷம். ஆனால், வெளியே காட்டிக்கொள்ளாமல் மௌனம் சாதித்தாள்.

இறுதியாக, ஏறுமாறாகப் பேசிய நண்டுவடாகன் ராஜாக்கள் பாதங்களில் நூறு முறை விழுந்து எழுந்திருக்க வேண்டும் என்றும்... எழுந்த கையோடு வஞ்சியம்மாளை அலங்கரித்து ராஜப்பிரசாதத்துக்கு அனுப்ப வேண்டும் என்றும் தீர்ப்பாயிற்று.

"இதுக்கு நாங்க நாண்டுக்கிட்டுச் சாவோம்... போய்ச் சொல்லுங்க. இந்த சமஸ்தான நூறுகுடியான்களைப்போல ரோஷம் செத்து வவுறு வளர்க்கமாட்டோம். காலம் எவ்வளவோ மாறிக்கிட்டிருக்கு. மனுஷனை மனுஷனா மதிக்கச் சொல்லுங்க. இந்தியாவே அடிமைத்தனத்தை எதிர்த்து, வெள்ளைக்கார நாயிங்களைத் துரத்தத் துடிச்சிக்கிட்டிருக்கு..."

நண்டுவடாகனின் கட்டுவிட்டுத் தெறித்த பேச்சைத் தொடர்ந்து வேங்கைராஜன் கட்டளையிட்டார்:

"நாட்டாரைக் கூப்பிட்டு அவனைக் கொடிக்கம்பத்துல கட்டிப்போட்டுச் சோறு தண்ணியில்லாம காயப்போடச் சொல்லு. மூணு நாளைக்கு ஒரு பொட்டுத் தண்ணி யாரும் கொடுக்கக் கூடாது. வர்றவங்க போறவங்க வேடிக்கை பார்க்கட்டும்..."

வேங்கைராஜன் உத்தரவை ஒருவன் முரசைக் கொட்டி முழங்கியபடி அரண்மனைத் தோட்டத்தைச் சுற்றிவரத் தொடங்கினான்.

வேங்கைப்பொன்னி ஆலயத்தைச் சுற்றி ஜனங்கள் திரண்டு ஒன்று சேர, வீரநாட்டார் நடுநாயகமாய் நிற்க... இழுத்து வராத குறையாக அழைத்து வரப்பட்டிருந்தான் நண்டுவடாகன்.

"மண்டியிடு வே!" வீரநாட்டாரால் மண்டியிட வைக்கப்பட்டான். "ராஜாக்கள்கிட்டேயிருந்து பிராது வந்து தீர்ப்பு ஆகியிருக்கு. அதிகம் பேசறியாம்ல நீ?" வீரநாட்டார் கேட்டார்.

“பேசறதுக்குத்தானே வாய்?” அந்த நிலையிலும் எதிர்க்கேள்வி கேட்டான். கூட்டம் மௌனித்து சகலத்தையும் நோக்கியது. விஷ்ணுசித்தன் வாயில் ஜொள்ளு ஒழுக அனைத்தையும் பார்க்க, வீரநாட்டார் அவனை வெறித்தார்.

“ராசாமாருங்க உத்தரவுப்படி இவனைக் கொடிக்கம்பத்துல வெச்சுக் கட்டுங்க. மூணு ராவு, மூணு பகல் பச்சைத் தண்ணிகூடக் காட்டக்கூடாது...”

உத்தரவைக் கேட்டு எல்லோரும் விதிர்க்க...

“என்ன குத்தம் செஞ்சேன் நான்? எதுக்கு இந்தத் தண்டனை?” நண்டுவடாகன் உக்கிரமாகக் கேட்டான்.

ஒருவர்கூட அவனுக்கு வக்காலத்தால் எதிர்ப்பேச்சு பேசவில்லை!

தாண்டவன் வந்து ஆலயத்தின் முன்னால் உள்ள கொடிக்கம்பத்தில் நண்டுவடாகனின் கைகளைப் பின்னுக்கு இழுத்துப் பிணைத்துக் கட்டினான்.

செய்தி கேட்டு ஓடி வந்திருந்தாள் வஞ்சியம்மாள்.

திமிறிக்கொண்டு நிற்கும் நண்டுவடாகனைப் பார்த்து கண்ணீர் வடித்தாள். ஞாபகமாக அவளை, அவளது தாத்தா பாண்டியக்கருப்பர் இழுத்துச் சென்றார்.

“வரமாட்டேன்.... என் புருஷனை விட்டு வரமாட்டேன்...” அடம்பிடித்தாள் அவள். தரதரவென்று அவளை இழுத்துச் சென்றார் பாண்டியக்கருப்பர்.

கோயிலுக்கு வெளியே ஒரே ஒருவன் ஜமுக்காளத்தைப் போர்த்திக்கொண்டு வந்து காவலுக்கு நின்றான். கைகளில் தீப்பந்தம்.

ஒருநாள்...

இரண்டு நாள்...

மூன்றாம் நாள் முடிந்த நான்காம் நாள் காலை...

தரை மேல் மண்டியிட்டு தலை தாழ்ந்து போய்த் தொங்க... முனகல் சத்தமும் தேய்ந்து, விடியல் சூரியனின் முதல்கிரணக்

கதிரைத் தோளில் வாங்கிச் சிலிர்த்தபடி நிமிரக்கூட சக்தியற்றவனை, காத்திருந்த மாதிரி அண்டி வாரியணைத்துக் கொண்டாள் வஞ்சியம்மாள்.

கைவசமிருந்த மண்கலயத்து நீரை முகமெல்லாம் வாரித்தெளித்து, கைகளால் நீரை அள்ளி உதட்டைப் பிளந்து உள்ளேயும் செலுத்தினாள்.

உயிர்ப்பந்தை மெள்ள உருட்டியபடி விழிகளைத் திறந்து பார்த்தான் நண்டுவடாகன். கைக்கட்டை ஒருவன் அவிழ்த்துவிட, வஞ்சியம்மாள் மடிமேல் துவண்டு விழுந்தான் நண்டுவடாகன்.

“ஏங்க... எப்படிங்க இருக்கு? இனி எதுவும் பேசாதீங்க! நமக்கெதுக்குங்க பொல்லாப்பு?”

“வஞ்சி... இனிதான் நான் அதிகம் பேசணும். எனக்காக ஒருத்தர்கூடப் பரிஞ்சு வரலை பாத்தியா? இந்தக் கூட்டம் அப்படிப் பயப்படக் காரணமென்ன? ‘வந்தே மாதரம்’ங்கர வார்த்தை வெள்ளைக்காரனுங்களுக்கு எதிரா சொல்றதுன்னு நான் நினைச்சேன். இப்ப ராசாமார்களுக்கு எதிராவும் சொல்லலாம்கறதைப் புரிஞ்சுட்டேன். வந்தே மாதரம்! வந்தே மாதரம்!”

நாவண்ணங்களை நனைத்த நீரின் பலத்தோடு அவன் சொன்ன ‘வந்தே மாதரம்’ கூட்டத்தை உலுக்கிய வேளை... ரத்னாவதி தனது பரிவார சகிதம் வந்து கொண்டிருந்தாள். கைவசம் ஒரு மூங்கில்பெட்டி!

“அந்த மூங்கில் பெட்டிதானா இப்ப சமஸ்தானத்துல இருக்கற மூங்கில் பெட்டி!” கதைப்போக்கில் சரியான கேள்வியைக் கேட்ட அர்ச்சனாவை, விஷ்ணுசித்தன் ஆமோதிப்பாய் வெறித்துப் பார்த்தான்.

அர்ச்சனா கைக்கடிகாரத்தைப் பார்த்துவிட்டுச் சூள் கொட்டிக்கொண்டாள்.

‘அந்த மூங்கில் பெட்டிகிட்ட இந்த நேரம் வளையாம்பிகையும், வசந்தியும் போயிருப்பாங்க’ என்று நினைத்தவள், ‘என்னவாயிருக்கும்?’ என்ற கேள்விக்குள் ஊஞ்சல் கட்டினாள்.

விடையை வளையாம்பிகை தேடிக் கொண்டிருந்தாள். சுற்றிப் பார்த்துவிட்டு அந்தப் பெட்டியை நெருங்கினாள். அப்போது மேலே இருக்கும் நபர்களை விசு கைதட்டி அழைக்க, அதிசயமாக அரண்மனையின் மேற்புறம் தென்பட்ட விசுவைப் பார்த்து அவர்கள் திகைத்துத் திரும்ப... வளையாம்பிகை துளியும் தாமதிக்காமல் மூங்கில் பெட்டியைத் தொட்டு மேலே அமுக்கிக் கொண்டிருக்கும் காய்ந்த மாலைகளின் சரங்களைக் கலைத்தபடி பெட்டியைத் திறக்க, வசந்தி ஆவலாக உள்ளே எட்டிப் பார்த்துவிட்டு விழிகளைப் பயத்தோடு விரித்து அப்படியே விதிர்த்துப் போனாள்.

அந்தப் பெட்டியிலிருந்து ஒரு வகை துர்வாடை மெள்ளக் கிளம்ப, வசந்தியின் விழிகள் படபடப்பை மறந்து வெறித்துத் தள்ள, கறுப்புப் பாப்பாவில் ஒரு பயம் ஒரு பிளாட்டிங் பேப்பர் இங்க்போல் உறைந்து போயிற்று. ஏறத்தாழ அதே நிலையில் வளையாம்பிகை.

இத்தனைக்கும் காரணமாக அந்தப் பெட்டிக்குள் ஒரு மண்டை ஓடு சகிதம் சில துண்டு விரல்கள் எலும்பு நறுக்கல்களாய்த் தெரிந்தது! தொட்டால் காகிதத்தைத் தொட்ட உணர்வைத் தரும் வகையில் மடங்கிக் கிடந்தது ஒரு பச்சைநிறப் பட்டுப் புடவை! கூடவே ஒரு கருகமணி மாலை!

“என்னங்க இதெல்லாம்?” வசந்தி கிசுகிசுப்பாய்க் கேட்க, வளையாம்பிகை திரும்பத் திறந்து சங்கடத்தோடு உள்ளே கையைவிட்டுச் சேலையை வெளியே எடுக்க முனைய, அதன் மடிந்த பக்கங்களில் இருந்து சக்கென்று விழுந்தது பழுபேறிய ஒரு காகிதக்கட்டு.

அதில் நெளிநெளியான ஆரம்ப காலத்து மை எழுத்து! பார்க்க ஓர் உயில் போன்ற தோற்றம். விரித்துப் பார்க்கப் போனவளைத் தடுத்தாள் வசந்தி.

தனது புடவை மடிப்பை விரித்துக் கூடையை அப்படியே கவிழ்க்கச் சொன்னாள். வசந்தியின் சேலைத் தலைப்பில் சகலமும் விழுந்து அடங்க, ஒன்றே ஒன்று கீழே சிதறியது.

அதை இருவரும் உற்றுப்பார்க்க, அருவருப்பு வயிற்றைக் குமட்டியது. ஒரு பிஞ்சுக் குழந்தையின் மிகச் சமீபமாகத் துண்டிக்கப்பட்ட விரல்!

வளையாம்பிகை நடுக்கத்தோடு அதையும் எடுத்துச் சேலைத் தலைப்பில் போட, வசந்தி வாரிச் சுருட்டியபடி நடக்கத் தொடங்கினாள்.

வளையாம்பிகை மூங்கில் பெட்டியைத் திரும்ப அதே இடத்தில் வைத்து மூடி, மாலைச் சரங்களை எடுத்து மேலே போட்டு அவசர அவசரமாகத் திரும்பும்போது, யாரோ பார்த்துக் கொண்டிருப்பதுபோல் ஒரு பிரமை!

தனது ஊகம் சரிதான் என்கிற மாதிரி பக்கமாய் யாரோ நகர்வதுபோல் சலசலப்பு.

'ஓடு வளையாம்பிகை!' என்றது மூளைச் செல் ஒன்று. ஓட கால் எடுத்தவளின் முன்னால் புன்னகையோடு எதிர்ப்பட்டாள் பாண்டியம்மாள்.

"என்னம்மா பூஜை முடிஞ்சாச்சா?" உதட்டில் கேள்வி பயம் விலகாமல் 'உம்' கொட்டினாள் வளையாம்பிகை.

"சரிசரி... எங்கே உன்கூட வந்த அந்தப் பொண்ணு?"

"போயிட்டா..."

"அவளை எல்லாம் இனி இங்கே அழைச்சு வராதே. இது பவித்திரமான இடம். நம்ம கால்கள் மட்டுமே இங்கே படலாம்."

பேசிவிட்டு உள்ளே நுழைந்த பாண்டியம்மாள் பரமபக்தியோடு மூங்கில் பெட்டியைப் பார்த்து கன்னத்தில் போட்டுக்கொண்டு திரும்பி நடந்தாள்.

எதிர்ப்பட்டான் நூறுகுடியான் ஒருவன்! கைவசம் பிரசாதத்தட்டு.

"என்னப்பா கையில?"

"வேங்கைப் பொன்னி பிரசாதம் ராணிம்மா!"

"ஏது?"

“இன்னிக்குத் திருவிழாவுல முதல் பூஜை நம்ம சமஸ்தான முறையாச்சே!” பேசிக்கொண்டே பிரசாதத் தட்டிலிருந்து விபூதி, குங்குமத்தைத் தந்தான். விபூதியை நெற்றியில் இட்டுக் கொண்டதுபோக மிச்சத்தைப் பாண்டியம்மாள் வாயில் போட்டுக்கொண்டாள். வளையாம்பிகையும் அப்படியே செய்தாள். தேங்காய்ப் பழத்தட்டைக் கைகளில் வாங்கிக்கொண்டாள். அவன் பணிவோடு நகர்ந்துகொள்ள பாண்டியம்மாள் நடக்கத் தொடங்கினாள்.

“உன்னைப் பார்த்தா எனக்குப் பரிதாபமா இருக்கு. இந்த சமஸ்தானத்து ராணியாகிக் கொடிகட்டிப் பறக்க வேண்டியவ நீ. உன்னால விடியும்னு நினைச்சேன். விடியாமலே போச்சு. இந்த சமஸ்தானத்துக் கடைசி மிச்சம் விசு. அவனையும் இழந்துட்டா இந்த சமஸ்தானமே இருண்டு போயிடும். நாம் இருந்தும் இல்லாமல் போயிடுவோம். இந்த சொத்தெல்லாம் அப்புறம்...?”

“என்ன அத்தை சொல்றீங்க நீங்க?”

“ஒண்ணுமில்லம்மா... நம்ம சமஸ்தானப் புகழ், அந்தஸ்து, கௌரவம் எல்லாமே ஒவ்வொரு நாளும் ஒவ்வொண்ணா சாகற மாதிரி படுது என் மனசுக்கு. கனத்த மனசோட இந்த சமஸ்தான ராணியானேன். பிரியமில்லாத கல்யாணம்தான். ஆனா பிள்ளைக் குட்டின்னு ஆன பிறகு, இது நம்ம இடம்கற உணர்வு வந்திடுச்சு. எனக்காவது பேரன் இருக்கான் உனக்கு?”

வளையாம்பிகை குமுறத் தொடங்கினாள். ‘குழந்தைச் சாவு ஒரு சதி என்பதை இந்த ராஜ கிழவி முன் கொட்டிவிடலாமா?’

‘எல்லாமே சதி அத்தை! திட்டமிட்டு நம்மை அமங்கலியாக்கிய சண்டாளர்கள் மத்தியில் நாம் இருக்கிறோம். மூங்கில் பெட்டியைத் திறந்து பார்த்தவர்கள் உடனே செத்துப்போய் விடுவார்கள் என்பதெல்லாம் கட்டுக் கதை. இதோ நான் உயிரோடு...’

நினைப்பைக் கண்களில் பிடித்து அதை நாவண்ணங்களில் ஒலியில் தோய்த்து வெளியே அனுப்பத் துர்மானித்து வாயைத்

திறந்தாள் வளையாம்பிகை. ஆனால், வார்த்தைக்குப் பதிலாக நெஞ்சைக் கீறிக்கொண்டு கொப்பளிப்பாய் எகிறியபடி வெளியே சிதறியது ரத்தம். அப்படியே ஒடிந்து விழுந்தாள் வளையாம்பிகை.

பாண்டியம்மாள் உடனேயே அலற, பாய்ந்து வந்தனர் பலர். வேகமாக வந்து சேர்ந்தார் தேவர்.

"என்ன ஆச்சு ராணிம்மா?"

"என்னத்த சொல்வேன் தேவர்... நல்லாத்தான் பேசிக்கிட்டிருந்தா... திடீர்னு இப்படி ஆயிடுச்சு..."

தேவர் நாடி பிடித்துப் பார்த்தார். நல்லவேளை துடிப்பிருந்தது.

"தூக்குங்கடா டாக்டர்கிட்ட!"

"என்ன திறந்து பாத்துட்டீங்களா வசந்தி?" இது விசு.

"பார்த்தது மட்டுமா? அள்ளிக்கிட்டே வந்துட்டோம்!"

"எங்கே அண்ணி?"

"அவங்களைத்தான் எதிர்பார்த்துக்கிட்டு இருக்கேன்..."

"நீ ஏன் தனியா வந்தே...?"

"அவங்க பெட்டியை மூடி வைக்கறச்சே நான் திரும்பிட்டேன். உடனே வருவாங்கனு பார்த்தா காணோம்..."

"ஆமா, உள்ளே என்ன இருந்தது?"

"நீங்களே பாருங்க..."

அவசர அவசரமாகச் சேலைத் தலைப்பை மேஜை மீது உதற... தென்பட்டவற்றைப் பார்த்து ஒரு விநாடி ஆடிப்போனான் விசு.

"என்ன இதெல்லாம்...?"

"எனக்கு ஒரே குழப்பம். இதைப் பாருங்க. ஏதோ உயில் மாதிரி..."

விசு வாங்கினான்.

"உயில் மாதிரியில்ல... உயிலேதான்... சரியாவே எழுத்துத் தெரியலையே... எங்கே அந்த லைட்டைப் போடு..."

வசந்தி சுவிட்சைத் தொட்டு லைட்டைப் போட காத்திருந்த மாதிரி அவள் விரலைத் தீண்டி உடம்பை தூக்கி ஒரு அரக்கனைப்போல் எறிந்தது அபூர்வமாகக் கசிந்த மின்சாரம்!

"அம்மா..." அலறியபடி விழுந்தாள் வசந்தி.

திடுக்கிட்டுத் திரும்பினான் விசு. பதறியபடி உயிலை மறைத்துவிட்டு அவளை நெருங்கினான்.

"வசந்தி... வசந்தி..." தொட்டு உசுப்பினான். வசந்தி துவைத்துப் போட்ட துப்பட்டிபோல் துவண்டு போய்க் கிடந்தாள்.

"அப்பல்லாம் இந்த வேங்கைப் பொன்னி கோயிலை சுத்தி ஒரே மூங்கில் காடா இருக்கும். பாம்பு சகவாசம் அதிகம். ஒரு நாள் ராணி ரத்னாவதியை ஒரு பாம்பு கடிக்க வந்தது. அப்ப ஒரு மூங்கில் மரம் அது மேல விழுந்து பாம்பு செத்துப்போச்சு. ஆத்தாதான் மூங்கிலா வந்து விழுந்து தன்னைக் காப்பாத்திட்டதா ராணி ரத்னாவதி நினைச்சாங்க."

அதுக்கு நன்றியா அதே மூங்கில் மரத்து மூங்கிலால ஒரு கைதேர்ந்த நூறுகுடியானை விட்டுப் பெட்டி செய்து அதுல ஆத்தாளுக்குப் பட்டுச் சேலை, ரவிக்கை வெச்சு ஊர்வலமா எடுத்து வந்தாங்க.

அப்பதான் நண்டுவடாகன் கட்டவிழ்க்கப்பட்டு வஞ்சியம்மாள் மடிமேல படுத்த மாதிரி 'வந்தே மாதரம்' சொல்லிக்கிட்டிருந்தான்.

அம்மா... இப்ப நான் சொல்லப் போறதான் பிரதான விஷயம். இந்த சமஸ்தானத்தை நிர்க்கதிக்கு ஆளாக்கின அந்த சாபத்தோட விஷயம்...

"அதான் எனக்கு வேணும் சொல்லு சொல்லு..."

"அம்மா இதை வெளியில பிரஸ்தாபிக்காதே. அவ்வளவு மோசமான விஷயம். பெரியராணிக்குத் தெரிஞ்சா என்னைக் கட்டித் தொங்க விட்டுடுவாங்க..."

விஷ்ணுசித்தன் தன் பேச்சில் பாண்டியம்மாளைத் தொட்டு வளைக்கவும் அர்ச்சனாவுக்குள் ஒரு புதிய பரிமாணம் தோன்றியது.

❖ ❖ ❖

அத்தியாயம் 24

“நீ சொல்லப்போற விஷயத்துக்கும் பெரியராணிக்கும் என்ன சம்பந்தம் தாத்தா?”

ஒன்றும் தெரியாதவள்போல் அர்ச்சனா நிமிண்டவும், விஷ்ணுசித்தன் கனைத்துக்கொண்டான்.

“ஒரு பரிதாபமான ஜென்மம்மா பெரியராணி பாண்டியம்மாள்... பார்க்கக் கொஞ்சம் அதிகாரத் தோரணை தெரிஞ்சாலும், உள்மனசுல ரொம்ப மென்மையானவங்க அவங்க...”

“வஞ்சியம்மாவோட மருமகளாயிருக்க வேண்டியவங்க வேங்கைராஜ கோட்டைப்புரத்தார் மருமகளா ஆயிட்டாங்க! அந்த நாசமாப்போன ராஜப்பிரசாதம், அவங்களோட காதலுக்கு எமனா வந்து சமஸ்தானத்துக்குள்ளே இந்த நூறுகுடிக் கூட்டம் ராஜ அந்தஸ்து பெற ஒரு காரணமாயிடுச்சு!”

அர்ச்சனாவின் விழிகள் அகண்டன. மனத்தில் புரவி பாய்ந்தது. சரித்திரத்தின் ஒரு மிக முக்கியப் பகுதியைக் கவனிக்கிற ஆர்வம் இமைகளை மீறி வழிந்தது.

“வந்தே மாதரம்!

வந்தே மாதரம்...!”

நண்டுவடாகனின் கதறலில் வேகம் கூடியது.

“எலே தடி முண்டம்... வாயை மூடு... ராணி காதுல விழுந்தா திரும்பவும் கொடிமரத்ததுல கட்டி...”

ஒருவன் எச்சரித்து முடிக்கும் முன் ராணி ரத்னாவதி நெருங்கிவிட்டாள். அவனை நின்று நிதானித்து ஏறிட்டாள். லேசாக முறுவலித்தாள்.

இதற்குள் பூசாரி ஓடி வந்தார்.

"வரணும் ராணிம்மா.... வரணும்!" என்று கட்டியம் கூற, வஞ்சியம்மாளைப் பார்த்தபடியே கோயிலுக்குள் நுழைந்தாள்.

பூஜைகள் தொடங்கின. மூங்கில் பெட்டி பவித்ரமாகச் சந்நிதிக்குள் நுழைந்தது. அந்தச் சமயம் பார்த்து பல்லி ஒன்று டப்பு கொட்டியது.

"ராணியம்மா... இந்தப் பெட்டி நுழையற நேரம் விசேஷமான நேரம்... கேட்டீங்களா, பல்லி குறி சொன்னதை..."

பூசாரி கருத்தோடு பெட்டியைத் திறந்து புடவையை எடுத்து அம்மனை அலங்கரித்தார். நூறுகுடிக் கூட்டம் வெளியே நின்றபடியே வெறித்தது.

"எல்லோரையும் உள்ளே வரச் சொல்லுங்க..." ராணியின் வித்தியாசமான ஆணையைத் தொடர்ந்து அந்த ஏழை மக்கள் கோயில் பிரகாரப் படியேறினார்கள்!

"உம்... தைரியமா வாங்க..."

நண்டுவடாகனும், வஞ்சியம்மாளும் தள்ளாடலோடு சகலத்தையும் பார்த்தனர். ரத்னாவதி உடனேயே அங்கிருந்து அகன்று வஞ்சியம்மாளை நெருங்கினாள்!

தோளைத் தொட்டு ஆதரவாக அணைத்து அழைத்தாள்.

"வாம்மா.... கலவைப்படாம கும்பிட்டுக்கோ... இனிமே உங்களுக்கு ஒரு கஷ்டமும் வராது. நானிருக்கேன். என் புருஷன் தப்புக்கு நான் உன்கிட்ட மன்னிப்புக் கேட்டுக்கறேன். இந்த சமஸ்தான எந்த எடுபிடிகளும் உன்னை இனி தீண்டமாட்டாங்க..."

சந்நிதியிலேயே அருள்வாக்குப்போல் பேசியவளை வஞ்சியம்மாள் நெகிழ்ச்சியாகப் பார்த்தாள்.

எல்லாம் முடிந்து ரத்னாவதி திரும்ப, ஒரு ராணியைப்போல் வஞ்சியம்மாளைக் கூட்டம் பார்த்தது.

இந்த விஷயம் மெள்ள சமஸ்தானத்தை எட்டியது.

வேங்கை ராஜனும், சிம்மராஜனும் சினக்குழியில் விழுந்தார்கள்.

"அண்ணி மனசுல என்ன நினைச்சக்கிட்டிருக்காங்க."

தாண்டவனைப் பார்த்துக் கத்தத் தொடங்கினார் சிம்மராஜன். தாண்டவனிடம் மௌனம். "நாம் பார்த்து விலைக்கு வாங்கின அடிமைங்கடா அவங்க..."

தாண்டவன் தொடர்ந்து மௌனித்தான்.

"அண்ணன் என்னடா பண்ணான்? துப்பாக்கியால் அவனைச் சுட்டதற்கு இந்த வடாகனைச் சுட்டிருக்கலாம்..."

மெள்ள வாய்திறந்தான் தாண்டவன். "ராணியை எதிர்க்கிற துணிச்சல் பெரிய ராஜாவுக்கு இல்லை... ஏன்னா...?"

"என்ன ஏன்னா...?"

"இந்த சமஸ்தானத்துச் சொத்துல முக்கால்வாசி அவங்க சீதனமாக்கொண்டு வந்தது... அது மட்டுமில்ல..."

"என்னடா அது மட்டுமல்ல...?"

"அவங்க மலைராஜபுரம் சமஸ்தானம்... நம்ம சமஸ்தானத்தைவிட வலுவான சமஸ்தானம். அவங்களைப் பகைச்சுக்க வேண்டிவரும். அத்தோட, ரத்னாவதி ராணியம்மா தங்கை ரங்கநாயகியை உங்களுக்குப் பேசி முடிச்சா, மலைராஜபுரம் சமஸ்தானமே நமக்கு வந்த மாதிரிதான்... அந்தக் காரியமும் கெட்டுடுமேன்னு யோசிக்கிறார்..."

தாண்டவனின் இந்தப் பேச்சுத்தான் சிம்மராஜனை ஓர் உசுப்பு உசுப்பித் தூக்கி நிறுத்தியது.

ரங்கநாயகிக்காக, அவள் சொத்துக்காக ரத்னாவதியிடம் பணிந்து நல்லவிதமாகப் போய்விட வேண்டியதுதான் என்கிற முடிவுக்குள் அவரைப் பிடித்துத் தள்ளியது!

"இந்த ராஜப்பிரசாதமெல்லாம் ராணிக்குப் பிடிக்கவில்லை. ஆகையால் அதை நீங்க தவிர்க்கறது நல்லது. அப்பத்தான் ரங்கநாயகி உங்களுக்கு..."

தாண்டவன் கோடி காட்டிவிட்டு நகர்ந்துகொள்ளப் பார்த்தான்.

"தெரிஞ்சு செஞ்சாத்தானே நல்லதில்லே... தெரியாம செய்தா?" சிம்மராஜன் எதிர்க் கேள்வியோடு தன்னால் திருந்தமுடியாது. நடிக்க வேண்டுமானால் முடியும் என்று பாவனை காட்டினார்.

காலமும் அதே கதியில் ஓடியது.

ஒரு தற்காலிக அமைதி சமஸ்தானத்தில் நிலவியது.

பல்லக்குகள் ஒதுங்கிக்கொள்ள... சாரட்டுகள் பதிலுக்கு நுழைந்தன!

வஞ்சியம்மாளுக்கு ஓர் ஆண்குழந்தையும் பிறந்தது.

தாதி உடனேயே சொன்னாள்:

"விருச்சிக ராசியில் ஜனிச்சிருக்கான் பிள்ளை. கேட்டை நட்சத்திரம் வேற! கோட்டையை இவன் ஆளவும் முடியும், இடிக்கவும் முடியும், பிறந்த நேரம் சரியில்லே! இவனால எந்தக் கோட்டை சரியப்போகுதோ?"

அர்ச்சனா, விஷ்ணுசித்தனை இடைவெட்டினாள்.

"தாத்தா... இந்த மாதிரி நட்சத்திரம் பார்த்துப் பலன் சொல்றதெல்லாம் நிஜமா?"

"அது அவங்கவங்க நம்பிக்கையைப் பொறுத்த விஷயம்..."

"உங்க நம்பிக்கை இந்த மட்டுல எப்படி?"

"நான் நம்பறேன்... வஞ்சியம்மாள் மகன் விருச்சிக மணி பிறந்த பிறகுதானே இந்த சமஸ்தானமே அழிய ஆரம்பிச்சது... இந்த கோட்டைப்புரம் கொஞ்சம் கொஞ்சமா அடங்கவும் ஆரம்பிச்சது..."

மார்ச் 8, 1908...

நெல்லையின் விசாலமான மைதானம் ஒன்று ஏராளமான சுதேசிகளை, சுதந்திரப் போராட்ட வீரர்களைத் தன்னுள் இழுத்துக் கொண்டிருந்தது.

தலையில் உருமா கட்டிய நிலையில் அங்கு திரண்ட கூட்டத்துக்கு நடுவில் நண்டுவடாகனும் தென்பட்டான். கூட்டம் ஏக உணர்ச்சியோடு காணப்பட்டது.

சுதந்திரப் போராட்ட வீரர்களின் பேச்சு தீர்க்கமாய்க் கிளம்பியது. நாடிநரம்புகளைக் குடைந்தது. போராட்ட உணர்வைத் தீப்பிழம்பாய்க் கக்கியது!

தடையை மீறி நடக்கும் இந்த வெளிப்படையான போராட்டப் பேச்சைக் கேட்டுக் கொதித்துப்போனது போலீஸ்.

"சார்ஜ்!" கத்தினான் ஒரு வெள்ளைக்கார சார்ஜண்ட்.

திமுதிமுவென பூட்ஸ் கால்களைக்கொண்டு புழுதி பரக்கக் கூட்டத்துக்குள் நுழைந்து தடியைச் சிலம்பாய்ச் சுழலவிட்டது போலீஸ்...

கூட்டம் சிதறி ஓட... ஒரு லத்தி நண்டுவடாகன் நெற்றிப் பொட்டில் விண்ணென்று தாக்கியது.

"அம்மா...!" அலறலோடு கீழே விழுந்தான். சமாளித்து எழுந்து அங்கிருந்து தப்பினான். வலி வேதனையோடு பசியும் பட்டினியுமாக சமஸ்தான எல்லையைத் தொட்டபோது, துப்பாக்கியில் தோட்டாவைப் போட்டபடி அதை அவன் நெஞ்சுக்கு நேராக நிமிர்த்தினார் சிம்மராஜன். கூடவே கேள்வி, "வயல் வேலையைவிட வந்தே மாதரம் உனக்கு ஒசத்தியா?"

வடாகனிடம் வலி மிகுந்த மௌனம்.

"போராட்டம் நடத்தற பைத்தியக்காரங்க, நீ... எல்லாரும் வெள்ளையன் காலைப் பிடிச்சுக் கதறப்போறீங்க. அதுக்கு ஒத்திகையா இப்ப நீ என் காலைப் பிடிக்கறே..."

என்றபடி பக்கத்துப் பிரம்பு நாற்காலியில் போய் அமர்ந்தார்.

தலையில் கசிந்த ரத்த வாரிதியைத் துடைத்தபடி அங்கிருந்து நடக்கத் தொடங்கினான் நண்டுவடாகன்.

"எங்கடா போறே?" கத்தினார் சிம்மராஜன்.

"என் பொஞ்சாதி குழந்தையைப் பார்க்க..."

"நீ போகக்கூடாது..."

"அதைச் சொல்ல நீ யாரு?"

"நானா... உன் எஜமான்! உன் கூட்டத்தையே விலைக்கு வாங்கினவன்..."

பேசிக்கொண்டே துப்பாக்கியின் குழலால் மண்டையில் அடிபட்ட அதே இடத்தில் ஓங்கி அடிக்க, வடாகனை மயக்கம் வேகமாக வந்து கவ்வப்பார்த்தது. அந்த நிலையிலும் "வந்தே மாதரம்" என்றவன், துளிக்கூடத் தயங்காமல் எச்சிலை நாவில் திரட்டி சிம்மராஜன் முகத்தில் துப்பிவிட்டு அப்படியே சரிந்தான்.

"டேய் தாண்டவா..." முகத்தில் எச்சிலை வழித்தபடி சிம்மராஜன் போட்ட சத்தம் எட்டு திக்கும் ஊடுருவியது. பக்கத்து மரத்துப் பறவைகளை எல்லாம்கூட கதிகலங்கி வானமேறிவிட்டது.

"இவன் நாக்கை இழுத்து வெச்சு அறுடா!"

கொடூரமான கட்டளையைக் கேட்டு தாண்டவன் கண்கள் மிரண்டன.

"நான் சொல்றதைச் செய். இல்லேன்னா..." சிம்மராஜன் துப்பாக்கி தாண்டவன் மார்பை நோக்கி நிமிர்ந்தது. தாண்டவன் மறுபேச்சுப் பேசாமல் ஒரு பிச்சுவாவை உருவிக்கொண்டு மயங்கிக் கிடக்கும் நண்டுவடாகன் முகம் அருகே குனிந்து...

"ஆ..."

நண்டுவடாகன் நாவறுத்து ரத்தம் சொட்ட எழுப்பிய சத்தம் அந்தப் பகுதியையே கலக்கியது. அரண்மனைக்குள்கூட எட்டியவரை ஊடுருவியது. தரை மேல் நண்டுவடாகன் உடல் தட்டிவிட்ட பந்தாய் எம்பி எகிறி துடித்துக் கொண்டிருந்தது.

"வந்தே மாதரம் சொன்ன அந்த நாக்கை, என்மேல காறி உமிழ்ந்த அந்த நாக்கை ஒரு வெற்றிலை மேல வெச்சு ஊர்வலம் எடுத்துப்போ... அடிமை ஜனங்களுக்கு இது ஒரு பாடம்..."

கூட்டம் வெறித்த விழி மூட மறந்து, பயத்தில் உலர்ந்த நாவால் பேசக்கூட மறந்து சகலத்தையும் பார்த்தது.

வைத்த விழி வாங்காமல் பார்க்கும் அந்தக் கூட்டத்தவர் மத்தியில் நடுக்கத்தோடு, அவிழ்ந்த கோவணத்தைச் சரி செய்யக்கூடத் தெரியாத விஷ்ணுசித்தன்.

கணவனுக்கு நேர்ந்த கதி தெரிந்த வஞ்சியம்மாள் குழந்தையை வாரிக் கட்டிக்கொண்டு நண்டுவடாகன் வலியோடு கிடக்கும் இடத்தை நோக்கிச் சென்று அவன் கால்மாட்டில் விழுந்தாள்.

கேவலில் எச்சிலும் கண்ணீரும் அவன் பாதங்களை நனைத்தன. சிலிர்த்துக் கண்விழித்தான் நண்டுவடாகன். பேசமுடியாமல் ரத்தம் காய்ந்த வாயைத் திறக்கமாட்டாமல் திறந்து அவளை அழைக்கப் பார்த்தான். அவள் அணைப்பில் கிடந்த தன் வாரிசை மெள்ள இழுத்துத் தூக்கி முத்தமிட்டான். உதட்டுக் குருதி அந்த பிஞ்சின் கன்னத்தில் அப்படியே பதிந்தது. உலகிலேயே ரத்த முத்தம் பெற்ற முதல் குழந்தை நான்தான் என்கிற பாவனையோடு அது தந்தையை வெறித்தது.

திரும்பவும் மயங்கிவிட்ட நண்டுவடாகனைப் பார்த்து மனம் பதறிக் கைக்குழந்தையோடு வேங்கைப் பொன்னி கோயிலை நோக்கிக் கிளம்பினாள் வஞ்சியம்மாள்.

"உன் சந்நிதியில் வந்து என் தாலிக் காசை வெட்டிப் போடறேன். நீதான் இந்தக் கொடுமைக்கு முடிவு கட்டணும். தகுந்த கூலி தரணும்."

மனத்தில் இந்தியாவின் ஒட்டுமொத்தப் பெண்களின் தெய்வச்சரண் நிலை.

ஆலயம் திறந்திருந்தது. அலங்கார பூஷதையாக வேங்கைப் பொன்னி. ரத்னாவதி புதிதாக வாங்கிச் சார்த்திய பட்டுப்புடவையில் அற்புத சொரூபம் காட்டி மின்னினாள்.

எதிரே கைக்குழந்தையோடு வந்து நின்றவளைப் பூசாரி பரிதாபமாகப் பார்த்தார்.

“கவலைப்படாதே வஞ்சி... ஆத்தா கைவிடமாட்டா” என்று ஆறுதல் சொல்லிப் பார்த்தார்.

வஞ்சியம்மாள் விழிகளில் குற்றாலம். தாலிக்காசை எடுத்து இரண்டாக வெட்டி உண்டியலில் போட்டாள். பின்னர் ஏதும் பேசாமல் வைத்த கண் வாங்காமல் அந்த ஆத்தா சொரூபத்தையே அவள் பார்த்து நின்ற அதேவேளை... நண்டுவடாகன் மயங்கிக் கிடந்த இடத்துக்குக் கூட்டமாய்ப் புரவிகள் மண்வெளியில் குதித்து வந்தன!

“ஹைய்யா... ஹைய்யா ஹை ஹைய்யா...” எனும் கோரஸான குரல் வேறு. கொத்துக்கொத்தாய் போலீஸ். ஊடே பழுப்பேறிய கிருதா சகிதம் ஒரு பூனை விழி வெள்ளையன்.

தடதடவென்று குதித்து நண்டுவடாகனை அந்தத் துரையின் முன் இழுத்துக்கொண்டு வரத் தொடங்கியிருந்தனர் சில போலீஸார்.

“எங்க இப்ப சொல்லேன் வந்தே மாதரம்னு...” அவனை இழுத்துச் செல்லும்போது ஒரு போலீஸ்காரன் கிண்டலடிக்க கச்சிதமாக அங்கே வந்து சேர்ந்தார் வேங்கைராஜன் முழு போதையில்.

“என்ன துரை... திருப்திதானே?” கேள்வி வேறு படுகெத்தாக.

துரை “பரமதிருப்தி” என்றான்.

இதற்காக ஒரு பார்ட்டி இருப்பதாகச் சொல்லி விருந்துக்கும் அங்கேயே அழைப்பு வைத்தான்.

“அதுக்கென்ன துரை... வந்துட்டாப்போச்சு...”

துரையின் குதிரை போலீஸ் கூட்டத்தோடும் நண்டுவடாகனோடும் நகர்ந்துகொள்ள, வேங்கைராஜன் வந்த புலிதளுக்கு நடைபோட்டுக் கோயில் பக்கம் செல்லத் தொடங்கியது.

விஷ்ணுசித்தன் இந்தக் கட்டத்தை விவரிக்கும்போது கண்களில் நீர் திரண்டிருந்தது. அர்ச்சனா சிலை போலாகியிருந்தாள்.

வடிவேலுவுக்குள் ஒரு சத்திய ஆவேசம், அதைக் கேட்க கேட்க உருகித் திரண்டிருந்தது.

வெளியே அர்ச்சனாவை யாரோ தேடிக் கொண்டிருந்தார்கள்.

“எங்கே அந்த மதுரைக்காரப்பொண்ணு? இந்தப் பக்கம் வந்துச்சா? அரண்மனைக்குள்ள இளையராணி வளையாம்பிகையம்மா செத்துட்டாங்களாம். அரண்மனையே திமிலோகப்பட்டுக்கிட்டிருக்கு. ஒரே மாசத்துலதான் எத்தினி சாவுங்க!”

ஒருக்களித்துக் கதவு சாத்தப்பட்டிருந்த குடிசைக்குள் இது எதுவுமே காதில் விழாமல் விஷ்ணுசித்தனின் விவரிப்பில் திரும்ப உள் நுழைந்திருந்தாள் அர்ச்சனா.

நண்டுவடாகன் கைதானதைக் கேள்விப்பட்டுக் கண்ணீர் அலையடிக்க, கைக்குழந்தையோடு ஒற்றையடிப் பாதையில் திரும்பிக் கொண்டிருந்தாள் வஞ்சியம்மாள். எதிரே புரவி வழி வேண்டிக் கனைக்க மெள்ள நிமிர்ந்தார் வேங்கை ராஜன்.

வஞ்சியம்மாளின் சோகத்தையும் மீறிய இளமையின் ஆட்சியில் அவரது பார்வை ஊடுருவியது.

குருதியில் செயல்பட்டுக் கொண்டிருக்கும் போதை மானம், அவமானம், நியாய உணர்வு, வெட்கம், நிதானம் என்று ஏகப்பட்ட விஷயங்களைக் கொன்றபடி காமப்பந்தை ஆவேசமாக உருட்டிக்கொண்டு உடம்பெங்கும் பாய்ந்தது.

அவள் மிரண்டாள்.

“உன் புருஷன் இனி எந்நாளும் வரமாட்டான். நான்தான் இனிமே உன் புருஷன்...” கேலியோடு கழுத்து முத்து மாலையை உதட்டுக்கு ஏற்றி அதை வாயில் வைத்துச் சப்பியபடி ஒரு தினுசாக வெறித்தார் வேங்கைராஜன்.

வஞ்சியம்மாள் திரும்பி ஓடத் தொடங்கினாள். கோயிலின் காவி பூசிய மதில் சுவர்மேல் மோதி நின்றாள். குழந்தை வீறிட்டு அலறத் தொடங்கியது.

சத்தம் கேட்டு பூசாரி எட்டிப்பார்க்க, வஞ்சியம்மாள் கோயிலுக்குள் ஒரு புயலின் கதியில் நுழைவது தெரிந்தது. பின்னால் புரவியின் மேலிருந்து கீழே குதித்த வேங்கை ராஜன் உரக்கக் கத்தியபடியே உள்ளே நுழைந்தார்.

“உன்னையும் உன் புருஷனையும் என் மனைவிக்காகப் போனால் போகட்டும்னு விட்டது மகா தப்பாப்போச்சு. என் மச்சினி மலைராஜபுரம் சமஸ்தானத்து ரங்கநாயக்கிகாகச் சும்மா இருந்தேன். அவ இந்த சமஸ்தான சம்பந்தமே வேண்டாம்னு சபதம் எடுத்திருக்காளாம். நானும் சபதம் எடுத்திட்டேன். இனி சாகறவரை அனுபவிச்சுக்கிட்டே இருக்கணும்னு...”

பேசிக்கொண்டே வஞ்சியம்மாள் மேல் பாய்ந்தார்.

❖ ❖ ❖

அத்தியாயம் 25

மேலே பாய்ந்த வேங்கை ராஜனிடமிருந்து கணத்தில் நழுவிச் சந்நிதிக்குள் அடைக்கலம் புகுந்தாள் வஞ்சியம்மாள். பூசாரி, ரத்தம் செத்தவன்போல் நடப்பதை வேடிக்கை பார்க்க... போதை வேகத்தோடு வேங்கை ராஜன் சந்நிதிக்குள்ளும் நுழையத் தவறவில்லை!

"ராஜா! வேண்டாம் ராஜா..." பூசாரியின் குரல் காற்றில் தோய்ந்துபோனது.

வேங்கைப்பொன்னியின் பின்பக்கம் பதுங்கினவள் மேல் ஆவேசமாக விழுந்தார் வேங்கை ராஜன். குழந்தை நழுவி வேங்கைப் பொன்னியின் திருவடிகளில் விழுந்து அலறத் தொடங்கியது. பூசாரி வந்து தூக்கிக்கொண்டார்!

தூக்கினவர் மேல் வஞ்சியம்மாளின் கண்டாங்கிச் சேலை அவிழ்ந்து வந்து விழுந்தது!

"அம்மாாாா...!"

வஞ்சியம்மாளின் அவலக் குரல் சந்நிதிதானத்தையே துளைத்தது. தன் மேல் இயங்கும் வேங்கை ராஜனைத் தள்ளிவிட அந்தப் பலவீனமான தேகம் எவ்வளவோ முயன்றும் இயலாமல் போக...

பூசாரி தன் குடிசையை நோக்கிக் கைக்குழந்தையோடு ஓடத்தொடங்கினார்.

"எல்லோரும் வாங்க! வஞ்சியம்மாளை ராசா கெடுத்துக்கிட்டிருக்காரு... ஓடியாங்க! ஓடியாங்க!"

சாரை எறும்பாய்க் கூட்டம் சேர்ந்து கொண்டது. துவரை மிலாறைப் பரப்பிய பாதையில் யானை மிதி போட்டுக் கூட்டம் ஓடியது.

வட்டச்சுழலாய்ப் புழுதி வானம் ஏறியது.

எல்லோரும் அங்கு வந்து பார்த்தபோது வஞ்சியம்மாளைக் கோயில் மணி கட்டிய இரும்புச் சங்கிலி, கழுத்தை வளைத்து சுமந்து கொண்டிருந்தது.

வேங்கைப் பொன்னியின் மேல் சாத்தியிருந்த பச்சைப் பட்டில் தன் தேகம் மூடி, அதைச் சங்கிலியோடு பிணைத்துக்கொண்டு இடவலமாய் மணியையும் சப்திக்க விட்டபடி வஞ்சியம்மாள் ஆடிக்கொண்டிருந்தாள். 'டணங்! டணங்! டணங்!'

பூசாரி விதிர்த்துப் போனார். கைகளில் நுங்கு இதழ்களைப் பிளந்துகொண்டு அழும் குழந்தையைச் சவம் தொங்கும் மணிச்சங்கிலியின் கீழ் விட்டுவிட்டு அப்படியே மண்டியிட்டார்.

தாரைதாரையாகக் கூட்டம் கண்ணீர் விட்டது.

ஆனாலும் ஆவேசமாக ஒருவர்கூட வாய் திறக்கவில்லை.

பயம்...!

பயம் நெஞ்சை கவ்வி இறுக்கி அந்தக் கூட்டத்தையே ஆதிக்கம் செலுத்த, நண்டுவடாகனுக்கு எப்படியோ தகவல் எட்டவும், காவலுக்கு இருந்த போலீஸ் மேல் புலிபோல் பாய்ந்து வீழ்த்திவிட்டுத் தப்பி ஓடத் தொடங்கினான்.

கோயில் முன் 'திபுதிபு' என்று போலீஸ் வந்து சேர்ந்திருந்தது. 'வடாகன் எப்படியும் வருவான்... வளைத்துக்கொண்டு போகலாம்' என்று கழுகாய் அது பார்வையை விரட்டியது.

இறுதிவரை நண்டுவடாகன் வரவேயில்லை!

வஞ்சியம்மாளின் வெளுத்த தேகத்தைச் சிவந்த நெருப்பு சுவீகரித்து விழுங்கிய பிறகும் வரவில்லை.

"சதுரகிரி மலைக்குள்ளாற எங்கேயோ ஒளிஞ்சிருக்கானாம் ராஜா!" வேங்கைராஜன் எதிரே முழங்கிக் கொண்டிருந்தான் தாண்டவன்.

"அவனைப் பிடிச்சுத் தரலைன்னா துரை என்னைக் கேவலமா நினைப்பான் தாண்டவா!"

"பிடிச்சுடலாம்... ஆனா, அவன் இப்ப கொலைவெறி பிடிச்சு அலையறான். உங்க தலையை வாங்காம விடமாட்டானாம்."

வேங்கைராஜன் அதை கேட்டுப் பெரிதாகச் சிரித்தார்.

"யார் தலையை யாருடா வாங்கறது?"

"ராஜா... அவன் இப்ப மூர்க்கன். எதுக்கும் ஜாக்கிரதையா இருக்கணும்."

தாண்டவன் அப்படிச் சொல்லிக் கொண்டிருக்கும்போதே எங்கிருந்தோ ஒரு கட்டாரி வேங்கை ராஜாவை நோக்கிப் பாய்ந்து வர, அதைத் துல்லியமாகக் கவனித்தவர் சரக்கென்று நகர்ந்து தாண்டவனைப் பிடித்துத் தள்ள, பாய்ந்து வந்த கட்டாரி தாண்டவன் மார்பில் பாய... அவன் துடித்தபடி கீழே விழுந்தான்.

சகலத்துக்கும் காரணமாய் ஒரு தூண் மறைவில் நண்டுவடாகன்!

வேங்கை ராஜன் அலறத் தொடங்கினார்.

திபுதிபு...

பணியாட்கள் முண்டியடித்து வர, நண்டுவடாகன் திரைச் சீலைகளைக் கிழித்துகொண்டு சாளரம் மேல் ஓடி தப்பிவிட்டான்!

செய்திகேட்டுச் சிம்மராஜன் பாய்ந்து வந்தார். அரண்மனை நடுங்கும்படி கத்தினார்.

"அவனை நார் நாரா கிழிக்காம விடமாட்டேன்?"

"தம்பி... அவனைச் சும்மாவிடக் கூடாது!" என்றார் வேங்கை ராஜன் கோபத்தோடு. கறுவிக்கொண்டே தாண்டவனை நெருங்கினார்கள். சவமாகி விறைத்திருந்தான். பெருமூச்சில் அவனை வெறித்தார்கள்.

நண்டுவடாகன் தலையை வெட்டித் தனியா எடுத்து வருபவர்களுக்குப் பத்து ஏக்கரா நிலம் தருவதாக அறிவிக்கப்பட்டது.

செய்தி கேட்டு அரண்மனைக்குள் ரத்னாவதி புழுங்கத் தொடங்கினாள்.

'இனி எதிர்காலம் என்னாகும்?' என்கிற கேள்வி மேல் சோர்ந்துபோன சமயம் கார்வார் வந்து நின்றார்.

"ராணி அம்மா! சமஸ்தானம் போற போக்குக் கொஞ்சம்கூடச் சரியில்லை. பாவம், நண்டுவடாகன்! அவனைப் பாடாபடுத்தறாங்க. வஞ்சியம்மாள் வாழ்க்கையோடகூட விளையாடிட்டாங்க. அவ தெய்வப் பொண்ணு! இனி இந்தச் சமஸ்தானத்தைக் காப்பாத்த அந்த ஆண்டவன்தான் வரணும்."

விசும்பலோடு அதைக் கேட்ட ரத்னாவதி கார்வாரை ஏறிட்டாள்.

"நண்டுவடாகன் இப்ப எங்கே?"

"சதுரகிரி மலையில் ஒளிஞ்சிருக்கான். அவன் இருக்கற இடம் குழந்தைசாமிக்கு நல்லாத் தெரியும்னு பேசிக்கிறாங்க. அவன் நம்ம ராஜாக்களைப் பழி வாங்கப்போறது நிச்சயம்..."

யதார்த்தமாக அந்தப் பக்கம் வந்த சிம்மராஜன் அதைக் கேட்டு 'பலே' சொன்னார். நடுங்கிவிட்டார் கார்வார்.

"போய்க் குழந்தைச்சாமியை வரச்சொல்!" உத்தரவிட்டார்.

வந்தான் குழந்தைச்சாமி. அவன் எதிரே ஒரு தாமிரத் தட்டைத் தூக்கிப்போட்டார் சிம்மராஜன்.

"குழந்தைசாமி... அதுல என்ன உத்தரவுன்னு படி!"

"படிக்கத் தெரியாதே ராசா!"

கார்வார் கைக்குத் தட்டு வரவும் கார்வார் நடுங்கும் குரலில் படித்தார். குழந்தைச்சாமி அப்படியே அதைக் கேட்டு மிரண்டு போனான்.

"ஆமா உனக்கு நண்டுவடாகன் இருக்கற இடம் தெரியுமாமே?"

குழந்தைசாமியிடம் பதிலில்லை.

"உன் மௌனமே உனக்கு அவன் இருக்கற இடம் தெரியும்னு சொல்லுது. நீ ஒழுங்கா அவன் தலையை வெட்டி இந்தத் தட்டுல

வெச்சு எடுத்து ஊர்வலம் வரே. வந்தா அறிவிச்ச பரிசுக்கு மேல உனக்குத் தென்னை மரங்களையும் தந்து அதுக்கும் மேலே ஒரு பதவியையும் தரேன்..."

பதவி என்று சொல்லிவிட்டு ஒரு சிறிய இடைவெளியை சிம்மராஜன் விடவும், குழந்தைச்சாமி அவரை ஆவலாகப் பார்த்தான்.

"நீதான் இந்தச் சமஸ்தானத்துக்குப் புதுதிவான்!"

'திவான்' என்கிற அந்தச் சொல் குழந்தைச்சாமியை அப்படியே வானத்துக்குத் தூக்கியது.

"ராசா, நிஜமாவா?"

"நீ செய்துட்டு வந்து என் எதிரே நில். திவான் இல்லாத சமஸ்தானம் இது. நீதான் இனி திவான்!"

அடர்ந்த சதுரகிரி மலை, நரிகளின் ஊளைச் சத்தத்தில் மிரளத் தொடங்கிய மாலை வேளை...

மலைஜாதிப் பளிங்கர்கள் நடந்து நடந்து உருவாக்கிய ஒற்றையடிப் பாதை ஒன்றில் நடந்து கொண்டிருந்தான் குழந்தைசாமி.

கைவசம் பெரிய பித்தளைத் தூக்கு வாளி. அதில் மணக்கும் மீன்குழம்புச் சாப்பாடு.

ஒரு மரக்கிளையின் மேல் மல்லாந்திருந்த நண்டுவடாகன், குழந்தைச்சாமி வருவது பார்த்து ஒரு விழுதைப் பிடித்தபடி கீழே இறங்கினான்.

கண்களில் நீர் பனிக்க, குழந்தைச்சாமியை உற்றுப் பர்த்தான். குழந்தைச்சாமி அவனைக் கட்டிக்கொண்டன்.

"வடகா... வாய்ப்புண் இப்ப எப்படி இருக்கு?" என்று கேட்டான்.

நண்டுவடாகன் "இப்போ பரவாயில்லே..." என்று சைகை செய்ய,

“உனக்காக மீன் குழம்புச் சாதம் கொண்டு வந்திருக்கேன். உன்னை அந்த வெள்ளைக்காரப் பசங்களும், ராஜாக்களும் நாயா தேடி அலையறாங்கப்பா... ஜாக்கிரதை...!” என்றான்.

திடுமென்று சலசலப்பு! காட்டு நாய் ஒன்றின் குரைப்புச் சத்தம் வேறு. இருவரும் திடுக்கிட்டுத் திரும்பியபோது, விஷ்ணுசித்தன் கோவணம் அவிழ ஓடி வந்து கொண்டிருந்தான். வந்தவன் இருவர் மேலும் மோதி நின்றான்.

“எலே பொடிப்பயலே... நீ எங்கேடா இங்கே?”

“அண்ணனைப் பார்க்க ஆசையா இருந்திச்சு... அதான் உங்க பின்னாலேயே வந்தேன்...”

“பொச கெட்டவனே! பொல்லாத காடுடா இது, பொடிப்பய நீ இப்படியா வருவே?” அவனைத் திட்டிய குழந்தைச்சாமியைத் தடுத்து, விஷ்ணுசித்தனைத் தன் பக்கம் இழுத்து ஆறுதலாக அணைத்துக் கொண்டான் நண்டுவடாகன்.

மீன் குழம்புத் தூக்குவாளியையும் அவன் வசம் தந்து சாப்பிடச் சொல்ல, விஷ்ணுசித்தன் ஆவலாக அதைத் திறந்து சோற்று உருண்டைக்குள் கையைவிட்டு ருசிக்க ஆரம்பித்தான்.

நண்டுவடாகன் அதை ஆவலாக ரசித்த சமயம் அவன் முதுகுக்குப் பின்னால் குழந்தைச்சாமி ஒரு வளை கட்டாரியை மூர்க்கமாக ஓங்கி...

‘டொம்... டொம்...’ சட்டிப்பானை முரசு அபஸ்வரமாய்ச் சப்திக்க, கூட்டம் ஆவலாய்க் குடிசைகளுக்கு வெளியே வந்து நின்றது.

குறிப்பாக, பால்யத்திலேயே சந்நியாசிச் கோலத்துக்குள் விழுந்துவிட்ட வீரநாட்டார்!

“நண்டுவடாகனைக் கொன்னுட்டாங்களாம், குழந்தைசாமிதான் கொன்னானாம். இனி யாராச்சும் சமஸ்தானத்துக்கும் வெள்ளைக்காரங்களுக்கும் எதிரா கிளம்பினா, இதுதான் கதின்னு சொல்லி, அதோ...”

ஒருத்தி சுட்டிக்காட்டிய விரல் நுனிகள், தாமிரத்தட்டில் நண்டுவடாகன் தலையை மட்டும் காட்ட, "ஆத்தா வேங்கைப் பொன்னி..." என்று மற்றவள் அதைப் பார்த்து உடனேயே மயக்கம் போட்டுக் கீழே விழுந்தாள்.

குழந்தைச்சாமி கம்பீரமாகத் தலையைச் சுமந்தபடி வந்து கொண்டிருந்தான்.

"உச்சு... உச்சு..." கொட்டியவர்கள் அப்படியே உடைந்து போனார்கள். ஆவேசம் வந்து யாரையும் பொங்கி எழ வைக்கவில்லை.

பாண்டியக்கருப்பர் மட்டும் கொதித்துப் போனார்.

"ஐயோ! இந்தக் கிழவன் என்ன பண்ணுவேன்? நடக்கற கொடுமைகளைச் சகிக்க முடியலையே... ஒருத்தனுக்காவது ரோஷம் வரமாட்டாங்குதே... என்ன ஜனங்க இவங்க?" புலம்பிச் சலித்துக்கொண்டார்.

அரண்மனையிலோ குதூகலம் கொடிகட்டிப் பறந்து கொண்டிருந்தது.

குழந்தைச்சாமி கிரீடம் தரிக்காத ராஜாவாகக் கௌரவிக்கப்பட்டான்.

"நீதான் இனி இந்த சமஸ்தானத் திவான்!" சிம்மராஜன் சொன்னது போலவே செய்துவிட்டு மதுக்கிண்ணங்களை உயர்த்தினார்.

"ராஜா...!" குறுக்கிட்டார் கார்வார்.

"என்ன கார்வார்?"

"இன்னிக்கு வெள்ளையர் மாளிகையில் உங்களுக்கு விருந்து.... குடும்பத்தோட வரச்சொல்லி சாரட் அனுப்பியிருக்கார் துரை..."

"மத்தவங்கள்லாம் தயாராயிட்டாங்களா?"

"எல்லோரும் தயார்... நீங்கதான் பாக்கி..."

"எனக்கென்ன... இதோ ஒரு நொடியில் கிளம்பிடறேன்..."

சொன்னதுபோலவே பட்டுப் பளபளக்கக் கிளம்பினவர் எதிரே சோகமாக வந்து நின்றாள் ரத்னாவதி.

"என்ன அண்ணி?"

"விருந்துக்குப் போகவேண்டாம்! கோயிலுக்குப் போவோம். இன்னிக்கு உங்களுக்கு முப்பதாவது பிறந்த நாள்..."

"அட, எனக்குப் பிறந்தநாளா? அப்ப அண்ணனுக்கும் இன்னிக்குத்தானே பிறந்தநாள் எனக்கு மறந்தே போச்சே..."

"அவர் விருந்துக்குத்தான் போகணும் என்கிறார். நீங்க தான் இரட்டையர் ஆச்சே... கொஞ்சம் வந்து சொல்லுங்க... இன்னிக்காவது என் பேச்சைக் கேளுங்க..."

"கோவிலுக்கு நீங்க வேணும்னா கிளம்புங்க. எங்களுக்குத் துரையோட நட்பும், விருந்தும்தான் பெரிசு. அதுலயும் அந்த எமகாதகன் நண்டுவடாகனை ஒழிச்சுக் கட்டியிருக்கிற இந்த நாளை, குதூகலமா கொண்டாட விரும்பறோம்..."

ரத்னாவதி சோர்வாக தனியே கோயிலுக்கு கிளம்ப, மறுபுறம் ராஜாக்களையும் வாரிசுகள் இந்திர ராஜனையும் சந்திர ராஜனையும் சாரட் சுமந்துகொண்டு கிளம்பியது.

இடைவழியில் மரம் ஒன்று விழுந்து பாதையை மறித்துக்கொண்டு கிடக்கவும் சாரட்டைக் காட்டு வழிக்குள் விடச் சொன்னார் வேங்கைராஜன், சாரட் ஓட்டி சற்றுத் தயங்கினான்.

"வேண்டாம் ராஜா... காட்டுக்குள்ளாற மிருக பயம் அதிகமா இருக்கு..." என்றான்.

வேங்கைராஜன் சட்டை செய்யவில்லை. சாரட் காட்டு வழிக்குள் புகுந்தது. சிறிது தூரம்தான் சென்றிருக்கும்... நடுப்பாதையில் தீராத பசியோடு இரண்டு வேங்கைகள்!

வேங்கைப் பொன்னி சந்நிதியில் பூஜை அமர்க்களப்பட்டுக் கொண்டிருந்தது. வழக்கம்போல் சுற்றி வளைக்கும் நூறுகுடிக் கூட்டம் அவ்வளவாகக் காணோம்! பூசாரிகூடச் சோர்வாகத் தென்பட்டார்.

“ஏன் பூசாரி... எதுவும் பேசமாட்டேங்கறீங்க?” ரத்னாவதி கேட்டாள்.

“என்னத்தம்மா பேச... நடக்கற சம்பவங்கள் பேசற மாதிரியா இருக்கு?”

“நான் என்ன பண்ண... பெண்ணா பிறந்துட்டேனே?” ரத்னாவதி பெருமூச்சுவிட்ட சமயம் சிலர் ஓடி வந்தார்கள்.

“ராணிம்மா... ராணிம்மா... ராஜாக்களைப் புலி அடிச்சிடுச்சு!”

விதிர்த்துப் போய் அங்கிருந்து கிளம்பினாள் ரத்னாவதி. ஒரு கூட்டமே துப்பாக்கி ஏந்திச் சத்தம் போட்டுத் துணைக்கு வர, காட்டுப் பாதையில் சிம்மராஜனும் வேங்கைராஜனும் அலங்கோலமாகக் கிழிந்து கிடந்தனர். நல்லவேளை... இந்திராஜனிடமும், சந்திரராஜனிடமும் உயிர் இருந்தது.

“எல்லாம் வஞ்சியம்மாளோட வயித்தெரிச்சல்?” கூட்டத்தில் ஓர் உதட்டின் முணுமுணுப்பை அப்படியே சக்கென்று பிடித்துக்கொண்டாள் ரத்னாவதி.

அழக்கூடச் சக்தியற்றவளாக வானத்தை அண்ணாந்து பார்த்து விரக்தியாக வெறித்தாள்.

“ஓகோ... இப்படித்தான் கோட்டைப்புரம் சரிய ஆரம்பிச்சதா?”

அர்ச்சனாவின் கேள்விக்கு விஷ்ணுசித்தன் தலையாட்டினான்.

“ஆமா... வஞ்சியம்மாள் மகன் விருச்சிகமணி என்ன ஆனான்?”

“அவனை ஒரு வெறுப்போடவே எல்லோரும் வளர்த்தாங்க. பிறந்தப்பவே தாய் தந்தையை அநியாயமா விழுங்கினவன்கற அவப்பெயர் அவன் மேல ஒட்டிக்கிட்டேயிருந்திச்சு.

ஆனா, ராணி ரத்னாவதி அவனை அப்படி நினைக்கலை.

ராஜாக்கள் மரணம் ராணியைத் தலைகீழா மாத்திடுச்சு.

வஞ்சியம்மாள் உடுத்தியிருந்த புடவையையும், கருக மணியையும் மூங்கில் பெட்டியில் வேங்கைப் பொன்னி

சந்நிதியிலேயே வெச்சு வழிபட ஆரம்பிச்சாங்க. வஞ்சியம்மாளின் சாபம்தான் தான் தாலி அறுக்கக் காரணம்னு பயந்தாங்க. தன் சந்ததிகளாவது நல்லா இருக்கணும்னு நினைச்சாங்க. ஆனா, அந்த நினைப்புலயும் மண் விழுந்திடுச்சு!"

"எப்படி?"

❖❖❖

அத்தியாயம் 26

வளையாம்பிகையின் மரணச் செய்தி நூறுகுடிக் கூட்டத்துக் குடிசைகளின் பக்கம் நுழைந்து வலம்வந்து கொண்டிருக்க, அதைக் கேட்டு விதிர்க்க அங்கே ஆளரவமில்லை!

எல்லாரும் வேங்கைப் பொன்னியின் ஆலயத்தை ஒட்டிய மைதானத்தில் திருவிழா திளைப்பில் இருந்தார்கள்.

தள்ளாமை காரணமாக இரண்டொருவர் மட்டும் குடிசைகளில் கிடக்க, விஷ்ணுசித்தன் மட்டும் எதையுமே அறியாதபடி கதைப்போக்கில் இருந்தான்.

அவனிடம் காதைக் கொடுத்துவிட்டு எழுந்திருக்க மனமின்றி அர்ச்சனா இருக்க, அருகில் வடிவேலு ஒரு மரம்போல் கைகட்டி நின்று கொண்டிருந்தான்.

“ஒரு கட்டத்தில் விருச்சிகமணிக்கு வயசு பதினஞ்சு பதினாறு இருக்கறப்போ கொள்ளுத்தாத்தா பாண்டியக்கருப்பரும் பரலோகம் போய்ச் சேர்ந்துட்டாரு. அவன் படுமுரடனா வளர்ந்தான். தேளை வெறும் கையில் பிடிப்பான். நல்ல நாகத்தைச் சீண்டிப் பிடிப்பான். எவ்வளவு முரட்டு நாகத்தையும் வளைச்சுப் பிடிப்பான்!

அவனை எப்போ பார்த்தாலும் வித்தியாசமாத்தான் பார்க்கலாம். ஒண்ணு, கழுத்துல பாம்பு இருக்கும். இல்லை, கையில உடும்பு இருக்கும். அதுவுமில்ல... குள்ளநரியையாவது கத்தைக்கட்டி நாய்போல பிடிச்சிக்கிட்டிருப்பான்!

அவனைக் கண்டாலே எங்க பெண்டுகளுக்குச் சிம்ம சொப்பனம். ஆனா, அவனையும் ஒருத்தி காதலிச்சா!”

“ஆச்சரியமா இருக்கே... யாரு தாத்தா?”

"இப்போதைய பெரிய ராணி பாண்டியம்மாள்தான்!"

"மை காட்! நிஜமாவா? அப்ப ஏன் விருச்சிக மணியை அவங்க கட்டிக்கலை?"

"எல்லாத்துக்கும் காரணம் சண்டாளன் அந்தக் குழந்தைசாமிதாம்மா..."

"புரியும்படி சொல்லுங்க..."

"குதிரை லாயத்துல புல்லு பிடுங்கிப் போட்டுக்கிட்டிருந்த பய. நண்டுவடாகனைத் தீர்த்துக் கட்டினதுக்காகத் திவான் ஆயிட்டான்.

பதவி மோகம் கண்ணை மறைக்க, பரம்பரை ராஜாக்கள் மாதிரி நடந்துக்கிட்டாம்மா. என்னா கித்தாப்பு... என்னா பவிசு... ஆனா ராணி ரத்னாவதிகிட்ட மட்டும் படு நல்லவனா நடந்துக்கிட்டான். அந்த அம்மா மட்டும் இல்லைன்னா, இந்த சமஸ்தானம் என்னிக்கோ மண்மூடிப் போயிருக்கும்!"

"தாத்தா... ரத்னாவதி பற்றி விரிவா அப்புறம் பேசிக்கலாம். விருச்சிகமணி பற்றி, அவர் காதல் பற்றி..."

"சொல்றேம்மா... விரிவாவே சொல்றேன்...!"

சுத்தமாக மழையற்றுப் போய்க் கிணறு குளங்கள் எல்லாம் வறண்டு போய்விட்டிருந்தன. அப்போது வறட்சியின் அரக்க நாட்டியம் சமஸ்தானத்தையே துளைத்தெடுத்துக் கொண்டிருந்தது.

ஊற்று நீருக்காக மண்பானையோடு காட்டு வழியே நடந்து கொண்டிருந்தாள் பாண்டியம்மாள். இடையில் ஏக கருவேல மரங்கள் குறுக்கிட்டுக் காலைக் குத்த, கறுத்து வளைந்த ஒரு கிளையின் மேல் அகோரப் பசியோடு ஒரு சிறுத்தை! பாண்டியம்மாளை அது வெறித்த வெறிப்பில் உடம்பில் நரம்பில் அங்கங்கே கட்டி கட்டியாக முடிச்சுகள் விழுந்தன.

திடும்மென்று குதிரைக் கிளம்படிச் சத்தம்! தொலைவில் அரண்மனையின் வாரிசுகளும், ராஜாக்களுமான இந்திரராஜனும் சந்திரராஜனும் வந்து கொண்டிருந்தார்கள்.

"ராசா! காப்பாத்துங்க..." பாண்டியம்மாளின் குரல் அசுர கதியில் அவர்களை நோக்கிப் பாய, சிறுத்தையும் விருட்டென்று நிமிர்ந்து பாயத் தயாரானது.

இதற்குள் சந்திரராஜன் சிறுத்தையைப் பார்த்துவிட்டுத் துப்பாக்கியை எடுத்துச் சிறுத்தையை நோக்கிச் சுட்டார்.

சிறுத்தைக்குப் பதிலாக அது படுத்துக் கிடந்த கிளையைக் குண்டு துளைக்க, சிறுத்தை விட்டால் போதும் என்று ஓடத் தொடங்கியது.

நன்றியோடு ராஜாக்களைப் பார்த்துக் கைகூப்பினாள் பாண்டியம்மாள். சந்திரராஜன் பார்வை பாண்டியம்மாளைத் துளைத்தது. இந்திரராஜனும் இமைக்காமல் பார்க்க, பாண்டியம்மாள் மேனிமேல் வண்டால் நெருடுபவளாக உணர்ந்து தலைகுனிய,

"உன் பேர் என்ன?" சந்திரராஜன் கேட்டார்.

"பாண்டியம்மாள்..."

"வீரமான போர்தான். ஆமா புலிகிட்ட இருந்து காப்பாத்தியிருக்கோமே... எங்களுக்கு என்ன தருவே?"

"நாங்க உங்க அடிமை மக்கள்... எங்கிட்ட என்ன இருக்கு தர...?"

இடையிட்டார் இந்திரராஜன்.

"சந்திரா... திவான்கிட்ட சொல்லி ராஜப்பிரசாதத்துக்கு இவளை ஏற்பாடு பண்ணச் சொல்லணும். அப்ப தெரியும் இவகிட்ட என்ன இருக்குன்னு..." என்று பேசியபடி குதிரையின் தொடையில் தன் மிதியடிக் கால்களை இடற, அது அள்ளிக்கொண்டு ஓடியது.

பாண்டியம்மாள் விதிர்த்துவிட்டிருந்தாள். ராஜப்பிரசாதம் பற்றி அவளும் கேள்விப்பட்டிருக்கிறாள். போன தலைமுறையோடு அந்த வழக்கம் விடை பெற்றுக்கொண்டு போய்விட்டதாகக் கருதியவளுக்கு, திரும்ப அதற்கு உயிர் வரும்போல் தோன்றவே பிடறியில் நெருடியது.

விஷ்ணுசித்தன் கீற்று முடைந்து கொண்டிருக்கும் இடத்துக்கு விருச்சிகமணி வந்தான்.

தோள்பட்டை உடும்பு விஷ்ணுசித்தனை வெறித்துத் தனது இரட்டை நாக்கை நீட்டி ஒரு மிரட்டி மிரட்டியது.

"என்ன மணி... நரி, உடும்புன்னு உன் பரிவாரத்தோட கிளம்பிட்டியா?"

"என்ன செய்ய விஷ்ணு... என் மேல் அன்புகாட்ட இந்த ஜீவன்களுக்குத்தானே தெரிஞ்சிருக்கு..."

"ஏன் நான் இல்லையா?"

"ஏதோ உன் மாதிரி ஒரு சிலராலதான் நான் மனுஷனா இருக்கேன். என்னைப் பெத்தவ மட்டும் உயிரோட இருந்தா இந்தக் கதி எனக்கு வருமா?"

"எல்லாம் தலையெழுத்து... நாம மாத்தவா முடியும்? நான் நாளையில் இருந்து அரண்மனையில் வேலை பார்க்கப் போறேம்பா. மகாராணி அம்மா உத்தரவு போட்டிருக்காங்க."

"பார்த்து விஷ்ணு... ராஜாக்கள் ரெண்டு பேரும் துக்கிரின்னு கேள்விப்பட்டேன்."

"ஆனா, ராணி ரத்னாவதி இருக்க எனக்கென்னப்பா பயம்?"

"நல்லது... நான் கிளம்பறேன்."

"இப்படியா வேலைவெட்டி இல்லாம எவ்வளவு நாள் சுத்துவே?"

"முடிஞ்ச அளவு சுத்த வேண்டியதுதான்... முடியாதப்ப சாக வேண்டியதுதான்..."

"முட்டாள்... உன் அப்பா மாதிரி நீயும் வீரனா நடந்துக்கோ. நரிகிட்டேயும், தேள்கிட்டேயும் காட்டற உன் வீரத்தை அந்தத் திவான்கிட்ட காட்டு. அவன்கூட நரிதான். மகா கேடு கெட்ட மனுஷன், உன் அப்பாவைக் கொன்னு தலையைத் தட்டுல வெச்சு ஊர்வலமா வந்து திவான் பட்டம் வாங்கினவன்."

"ஆமா... உங்கம்மா தூக்கு மாட்டிக்கிட்டுச் செத்த கதை கேட்டா அஞ்சறிவு படைச்ச இந்த மிருகங்களே உருகி அழும்பா. நீ இப்படிப் பொறுப்பில்லாம இருக்கலாமா?"

விஷ்ணுசித்தன் பேசப் பேச விருச்சிகமணியிடம் இறுக்கம் கூடிக்கொண்டே போனது. கைவசம் பிடித்திருந்த நரிகளை அவிழ்த்துவிட்டான். அவை தலைதெறிக்க காட்டுப்புறம் ஓடின. உடும்பு மரம் ஏறிப் பாதுகாப்பாக மறைந்து கொண்டது.

மதர்த்த அவன் தோளில் ஒரு திமில். அடிபட்ட மாதிரி துடித்தது. பழி உணர்வு கண்ணின் பக்கம் ரத்தத்தை பெயிண்ட்டாய் அப்பிப் பூசியது.

திடும்மென்று ஒரு பெண்ணின் வீறிட்ட அலறல்!

“எங்கே இருந்து வருகிறது?” மளமளவென்று பக்கத்து மருத மரத்தின் மேல் ஏறியவன் பார்வையில் பாண்டியம்மாள் தட்டுப்பட்டாள். அவள் எதிரே முன்பே அவளை மிரட்டிவிட்டு ஓடிய சிறுத்தைப் புலி!

அந்தப் புலியின் கண்களில் அசாத்திய வெறி.

விருச்சிகமணி அப்படியே மரத்துக்கு மரம் குரங்குபோல் தாவி அதன் எதிரே போய் நின்றான். அது ஒற்றைக் காலைத் தூக்கித் தூக்கி ஒரு வினாடி நின்றுவிட்டு எகிறிப் பாய்ந்தது அவன்மேல்.

ஓர் அசாத்தியப் போராட்டத்தில் விருச்சிகமணி தன் உடம்புச் சதைகளை அது விழுங்கக் கொடுத்துவிடும். ஒரு கட்டத்தில், அங்கு ஓடிவந்த விஷ்ணுசித்தனின் அரிவாளைப் பிடுங்கி, அதனால் புலியின் முதுகில் ஒரு போடு போட்டாள் பாண்டியம்மாள்.

அடங்கிச் சுருண்டு பக்கமாகச் சரிந்தது அந்தச் சிறுத்தை. நிமிரமுடியாமல் நிமிர்ந்தவன் பாண்டியம்மாளை வெறிக்க, அவள் அந்த நிலையிலும் தலையைக் கவிழ்த்துக்கொண்டாள். இருவரில் யார் வீரம் மிகுந்தவர்கள்? விஷ்ணுசித்தன் குழம்பிப் போனான். அதன் பிறகு இருவர் சிநேகமும் காதலாக மாறும் அளவு கனிந்து செல்ல, ஒரு நல்ல நாளில் மாலை மாற்றிக்கொள்ள முடிவானது. சேதியை விஷ்ணுசித்தன், ரத்னாவதி காதில் மெள்ளச் சொல்ல... ரத்னாவதி முகத்தில் பிரகாசம்!

“வஞ்சியம்மாளின் பையனுக்குக் கல்யாணமா? பலே... இனியாவது அவன் பொறுப்பா இருந்தா சரி.”

“பொறுப்பு வர்றது இருக்கட்டும் மகாராணி. இந்த சமஸ்தானத்தால் பாதிக்கப்பட்டவன் அவன். பரிகாரமா நீங்க அவனுக்கு ஏதாவது செய்யணும்.”

“செய்வோம். முதல்ல கல்யாணம் நடக்கட்டும்... முதல் சீர் நம்ம அரண்மனையில இருந்து போகட்டும்.”

அதேபோல் முதல் சீர் மேளதாளங்களின் முழக்கத்தோடு, பட்டுத்துண்டு போர்த்தியபடி வெளிக் கிளம்பியது.

காட்டில் பாண்டியம்மாளைப் பார்த்த ராஜாக்களுக்கு அவள் நினைப்பாகவே இருந்தது. இப்போது பாண்டியம்மாளின் திருமணச் சேதி வந்தவுடன் உஷ்ணம் கூடியது. குழந்தைச்சாமி வரவழைக்கப்பட்டான்.

“யோவ் திவான்... இந்தக் கிழவிக்கு ஏன் இப்படிப் புத்தி போகுது? அந்தப் பாண்டியம்மாளின் கல்யாணத்துக்கு அரண்மனையில் இருந்து சீர் போகுது!”

“ஐயையோ... இதென்னங்க தலைகீழா? அவங்கதானே சீர்கொண்டு வருவாங்க!”

“இப்பவும் சொல்றேன்... அவங்கதான் சீர்கொண்டு வரணும். அதுமட்டுமில்ல... ராஜப்பிரசாதமும் எங்களுக்கு வேணும்.”

“ராஜப்பிரசாதமா?” திடுக்கிட்டான் குழந்தைச்சாமி. “பெரிய ராணிக்குத் தெரிஞ்சா என் தலையையே எடுத்துடுவாங்க...”

“கிடக்கறா அந்தக் கிழவி. காதும் காதும் வெச்ச மாதிரி முடி. எதுக்கு உனக்குத் திவான் பட்டம் கொடுத்திருக்கோம்?”

“முயற்சிக்கிறேங்க... ஆமா... உங்கள்லே யார் முதல்ல...?”

“அண்ணன் இந்திரராஜனே முதல்ல அனுபவிக்கட்டும். அண்ணிக்கோ, என் மனைவிக்கோ தெரிய வேண்டாம். நடந்த பிறகு தெரிஞ்சா கவலையில்ல.”

குழந்தைச்சாமி பதில் பேசாமல் திரும்பி நடந்தான். விஷயம் பண்டியம்மாளை எட்டியபோது நிலைகுலைந்து போனாள்.

“முடியாது... நான் இப்பவே ராணிகிட்ட போய் நியாயம் கேக்கிறேன்...” தனியாளாக் கிளம்பிவிட்டாள்!

பரந்த அரண்மனையில் புழுதி பறக்க நுழைந்தவளின் மேல் ஒரு கை விழுந்தது. திரும்பியபோது குழந்தைசாமி தெரிந்தான்.

“எங்கே போறே பாண்டியம்மாள்?”

“ராணியைப் பார்க்க!”

“எதுக்கு?”

“அதை உன்கிட்ட சொல்ல வேண்டியது அநாவசியம்.”

“இனிமே உன்கூடப் பேசறதும் எனக்கும் அநாவசியம்...” பேசிக்கொண்டே வாரிச் சுருட்டியபடி ஓர் அறைக்குள் அவளைத் தள்ள... உள்ளே சந்திரராஜன்!

யதார்த்தமாக அதைப் பார்த்துவிட்ட விஷ்ணுசித்தன் பதறியபடி ரத்னாவதியை நோக்கி ஓட, காய்ச்சலில் கிடந்த அந்த முதியவளின் தேகம் இதைக் கேட்டு மேலும் சூடாகியது.

தள்ளாடலோடு உடனே கிளம்பினாள். அறைக் கதவை அண்டி ஆவேசத்தோடு தட்டிக் கதறவும்.... மெள்ளக் கதவு திறந்தது! கதவுக்குப் பின்னால் பசியாறிய நிலையில் இந்திரராஜன்...

ஓர் அங்குல ஆடைகூட இல்லாமல் பாண்டியம்மாள்.

“எந்தத் தப்பு இங்கே நடக்கக் கூடாதுன்னு நினைச்சேனோ, அது நடந்துப்போச்சு... எந்தப் பேதம் இங்கே ஒழியணும்னு நினைச்சேனோ, அது ஒழியலை.... அப்பனோட ரத்தம் அப்படியே புள்ளைகளை ஆட்டிப் படைக்குது. இனியும் இதை வேடிக்கை பார்க்கக் கூடாது. இதுக்குத் தண்டனை கொடுத்தே தீரணும்...”

பக்கமாய் நின்ற விஷ்ணுசித்தனைப் பார்த்து, “உன் சிநேகிதன் சூரியத்தேவரை அழைத்து வா... நல்ல மூளைக்காரன்...” என்று உத்தரவிட்டாள்.

தேவர் வந்தார்.

"மகாராணிக்கு என்ன குழப்பம்?"

"என் பசங்க ரெண்டு பேரும் என் பேச்சைக் கேக்கறதில்ல தேவர். பழைய தப்பை அப்படியே பண்றாங்க. வஞ்சியம்மாளின் வயித்தெரிச்சல் என் புருஷனை கொன்னுச்சு. பாண்டியம்மாள் வேற வயிறெரிஞ்சா இன்னும் என்ன ஆகுமோ?"

தேவர் உடனேயே யோசிக்கத் தொடங்கினார், நெடுநேரத்துக்குப் பிறகு வாயைத் திறந்தார்.

"நீங்க என்ன முடிவெடுத்திருக்கீங்க?"

"பாண்டியம்மாள் இனி என் மருமகள். இந்த அரண்மனையோட முழு அதிகாரமும் அவளுக்குத்தான். இது நான் சீதனமா கொண்டுவந்த சொத்து. அவளுக்கும் இதுல பங்கு உண்டு..."

"பாண்டியம்மாள் மருமகளாகறது வேணும்னா உங்க இஷ்டப்படி நடக்கலாம். ஆனா, இந்த அரண்மனைச் சொத்தெல்லாம் சட்டப்படி ஆண் வாரிசுகளுக்குத்தான் போய்ச் சேரணும். அதை மாத்த யாராலும் முடியாது. பாட்டன் சொத்துப் பேரனுக்குப் போகணும்னு ஒரு தர்க்க நியாயமே இருக்கு.."

தக்க சமயத்தில் தேவர் சொன்ன சரியான கருத்தில் ஊசலாடிய ரத்னாவதி மெள்ள வாய் திறந்தாள்.

"சரி... முதல்ல பாண்டியம்மாளை இங்கே அழைத்துக்கிட்டு வாங்க. ஒரு பொண்ணு ஒருத்தனுக்குத்தான் முந்தி விரிக்கணும். யாருக்கு விரிக்கிறாளோ அவன் தான் அவளோட புருஷன்..."

"அப்ப அவளோட காதல்?"

"காதலைவிட கற்பு பெரிசு தேவர்..."

"இந்திரராஜர் ஒப்புக்குவாரா?"

"ஒப்புக்க வைக்கிறேன். மறுத்தா தூக்குல தொங்குவேன்..."

ரத்னாவதியின் அந்த இறுதி அஸ்திரம் நன்றாக வேலை செய்தது.

பாண்டியம்மாளின் கழுத்தில் வேண்டா வெறுப்பாக இந்திரராஜன் தாலி கட்ட, முதல் மனைவி குமுறலோடு அதை வேடிக்கை பார்க்க... சந்திரராஜன் கைகளைக் குத்திப் பிசைந்துகொள்ள... நூறுகுடிக் கூட்டம் முதல் தடவையாகக் கம்பீரமாகத் தலை நிமிர்த்தியது.

ஆனால், பாண்டியம்மாளால் முடியவில்லை.

கற்பின் நிமித்தம் கற்பழித்தவனுக்கு வாழ்க்கைப் பட்டாயிற்று! காதல் நிமித்தம் இனி விருச்சிகமணி என்ன செய்வான்?

"அப்புறம் என்ன ஆச்சு?" மல்லாந்தபடி கதை சொன்னவனிடம் இடைமறித்துக் கேட்டாள் அர்ச்சனா.

"ராஜாக்கள் போக்கு அதன் பிறகு மகா திமிரா மாறிடுச்சு. ரத்னாவதிக்கும் களைச்சுப்போச்சு. பாவம், அந்த மகாராணி வியாதியில விழுந்து என்னோட சேர்ந்து கவலைப்பட்டாங்க. இந்தச் சந்தர்பத்துலதான் பாண்டியம்மாள் கர்ப்பம் தரிச்சா! அதே சமயம் இளையராணிகள் இரண்டு பேரும்கூட கர்ப்பம் தரிச்சாங்க! ஏற்கனவே பெரியவர் இந்திரராஜனுக்கு ஒரு வாரிசு இரண்டு வயசுல இருந்தது."

விஷ்ணுசித்தன் இந்தக் கட்டத்தில் மிக விசும்பினான்.

"என்ன தாத்தா இப்படி அழறே?"

"மகா கொடுமையான விஷயமே இனிதாம்மா நடந்தது. ஓர் அடிமைப்பெண் இந்த சமஸ்தான ராணிகளுக்குச் சமமா வர்றதான்னு இளையராணிகள் ரத்னாவதிக்கு தெரியாம படுத்தின கொடுமை கொஞ்ச நஞ்சமில்ல... பாண்டியம்மாளோட வாரிசைக் கருவிலேயே கொல்லப் பார்த்தாங்க. பழுக்கக் காய்ச்சின பட்டரிவாளை எருக்கம் பாலோட நனைச்சு, படுத்துத் தூங்கிக்கிட்டிருந்த பாண்டியம்மாளின் கர்ப்ப வயித்து மேல ஒரே இழுப்பா இழுத்து..."

அத்தியாயம் 27

"மைகாட்..." அர்ச்சனா பதைத்துப் போய் விதிர்க்க, வடிவேலு அப்படியே உறைந்து போனான்.

"நல்ல வேளை... பாண்டியம்மாள் உயிர் பிழைச்சாங்க..."

"அவங்க மட்டுமா? அவங்க பெத்த பெண் குழந்தையும்தான்!"

"ரொம்ப ஆச்சரியாயிருக்கே!"

"அந்த குழந்தை பிழைச்சிருக்கவே வேண்டாம்மா...?"

"ஏன் தாத்தா அப்படிச் சொல்றே?"

"அது பிறந்த பிறகுதான் துயரங்களே ஆரம்பமாச்சு. இந்த சமஸ்தானக் கௌரவம் அந்தக் குழந்தையை ஓர் உயிராவே நினைக்கலை. அப்பா ஸ்தானத்து இந்திரராஜரே அதைக் குப்பை மாதிரி எடுத்து வீசியெறிஞ்சாரு!

பாண்டியம்மாளை, ரத்னாவதிக்குத் தெரியாம குதிரை லாயத்துல வெச்சி சோறு போட்டாங்க. தாய்ப்பால்கூட கொடுக்க விடாம அந்தக் குழந்தையைக் கொடுமையா கொன்னாங்க."

"அப்பல்லாம் இந்த தேவர் என்ன பண்ணினார்?"

"வேடிக்கைதான் பார்க்க முடிஞ்சது. அதுதான் அப்ப விவேகமாகூடப்பட்டது. இல்லேன்னா பாண்டியம்மாள் நிலைமை எங்க கூட்டத்துப் பெண்கள் ஒவ்வொருத்தருக்குமே நடந்திருக்கும்.

என்னையும் மெள்ளக் கழட்டிவிட்டாங்க. நானும் ஒரு கட்டத்துல..."

"ஒரு கட்டத்துல...?"

“நூத்தியெட்டுச் சவுக்கடியோட அரண்மனை உத்தியோகத்தை இழந்தேன்.”

“எதுக்கு சவுக்கடி?”

“பாண்டியம்மாள் தாகம்னு தவிச்ச தவிப்புக்குத் தண்ணி கொடுத்த பாவத்துக்கு... அந்தத் திவான் குழந்தைச்சாமியைப் பார்த்து முறைச்ச பாவத்துக்கு... எல்லாத்துக்கும் மேலா விருச்சிகமணியை சமஸ்தானத்துக்கு எதிரா தூண்டிவிட்ட குற்றத்துக்கு...”

“ஆமா... அப்புறம் விருச்சிகமணி என்ன ஆனார்?”

“சொல்றேன்... பாண்டியம்மாளுக்கும் அவனுக்கும் கள்ளத்தொடர்பு இருக்கறதா ராஜா இந்திரராஜர் பழி சொல்லிப் பார்த்தாரு. ரத்னாவதி நம்பலை. இந்த சமஸ்தானத்தோட பலகோடி மதிப்பு மிக்க நகைகளும் வைர வைடூரியங்களும் இருக்கிற ரகசிய ‘உண்டிக்குழி’ ரத்னாவதிக்குத்தான் தெரியும். ஆகையால், ரத்னாவதிகிட்ட வேண்டா வெறுப்பாகவாவது ஒழுங்கா நடந்துக்கிட்டாங்க.”

“அது என்ன உண்டிக்குழி?”

“வைர வைடூரியங்களோட கஜானா அறையைத்தான் உண்டிக்குழின்னு சொல்லுவோம். அன்னிக்கே அதுக்குப் பல கோடி மதிப்பு உண்டு. இன்னிக்குக் கேக்கவே வேண்டாம்...”

“இப்ப அதெல்லாம் யார்கிட்ட இருக்கு?”

“அரண்மனையிலதான் இருக்கு. ஆனா எங்க இருக்குங்கறது அந்தப் பாண்டியம்மாளுக்கேகூடத் தெரிஞ்சிருக்கோ இல்லியோ...!”

“என்ன தாத்தா இழுபறியா சொல்றே?”

“உள்ளதைச் சொல்றேம்மா... அரண்மனைச் சொத்தெல்லாம் வாரிசுகளுக்குத்தான் போய்ச் சேரமுடியும்னு தேவர் சொல்லிட்ட பிறகு ரத்னாவதி குழம்பிட்டாங்க.

இந்த தறுதலைகள்கிட்ட சொத்து போய்ச் சேர்ந்தா இன்னுமில்ல ஆடுவாங்கன்னு நினைச்சு சமஸ்தானத்துக்குச் சொந்தமான சகல

வைர வைடூரிய தங்கச் சொத்தையும் உண்டிக்குழியில வெச்சி மூடி அதை ஒரு ரகசியமாகவே வெச்சிருந்தாங்க."

"அதை யார்கிட்டேயும் சொல்லலையா?"

"எனக்குத் தெரிஞ்சு இல்ல..."

"சரி... இவ்வளவு கஷ்டப்பட்ட பாண்டியம்மாளுக்கு எப்படி இவ்வளவு மரியாதை மதிப்பு வந்தது?"

"அங்க தான் வஞ்சியம்மா சாபம் வேலை செய்திருக்கு."

"எப்படி?"

"ரத்னாவதியின் மூத்த மகனும், அரண்மனை ராஜாவும் பாண்டியம்மாள் புருஷனுமான இந்திரராஜருக்கு அன்னிக்கு முப்பது வயசு ஆரம்பம். வேட்டைக்குப் போகும்போது மரக்கிளை முறிஞ்சு மேல விழுந்து ராஜா அந்த இடத்திலேயே காலி. எல்லாரும் பதறிட்டோம். ராஜா பிணம் கிடந்த இடத்துல திடீர்னு ஒரு பெண்ணுக்குச் சாமி வந்துச்சு.

வந்தது வஞ்சியம்மாதான்!

'நான்தான் இவனைக் கொன்னேன். இனி எந்த ஒரு வாரிசையும் விட்டு வைக்கமாட்டேன். இவங்க அட்டகாசம் எல்லை மீறிப் போயிடுச்சுன்னு அந்தப் பெண் சாமி சொல்லுச்சு!'

ராணி ரத்னாவதியில் இருந்து மருமகள்வரை எல்லாரும் அது கால்ல விழுந்து கெஞ்சினாங்க."

"முப்பது வயசு வரைக்கும் ஒரு தப்பும் பண்ணாம ஒழுங்கா இருந்தா கருணை செய்வேன். எப்ப செய்வேன்னு எனக்கே தெரியாது. அதுவரை என் சேலையும், கருகமணியும் உள்ள பெட்டியை வணங்கி வாங்க. யாரும் அதைத் திறந்து பார்க்கக் கூடாது. இந்த சமஸ்தானத்துல பிறக்கற பெண்தான் திறந்து பார்க்கலாம். அதுல பரிகாரம் இருக்கு. நடுவுல யாராவது முறைக்கேடா நடந்தா அவங்க கதை முடிஞ்சு போயிடும். ஒரு பெண் சிசுவைக் கொன்ன பாவத்துக்காக இந்த சமஸ்தானத்துல

பெண்ணே பிறக்காது. அப்படிப் பிறந்தாலும் உயிரோடு இருக்காது. திறந்து பார்க்கற தகுதி உள்ள பெண்தான் உயிரோட இருக்கும். இனி இந்த சமஸ்தானத்துல அடிமைகளே இருக்கக் கூடாது. இருந்தா எனக்குப் பிடிக்காது. என்னை நம்பாம எதிர்க்கிறவன் யாரா இருந்தாலும் அழிப்பேன்'னு சொல்லிச்சு."

"இதுக்கப்புறமும் யாரும் பயப்படலையா?"

"சாமி பூதத்துக்குப் பயப்படற ராஜாக்களா அவங்க? அதுலயும் இளையவன் சந்திரராஜன் மகா மோசமானவன். அவன் தன்னை மாத்திக்கவேயில்லை. ஆனா என்ன ஆச்சரியம்! மிகச் சரியா அவனும் அவனோட முப்பதாவது பிறந்தநாள் அன்னிக்கு ஒரு சாரட்டுல போகும்போது குதிரை தறிகெட்டு ஓடினதால விபத்துக்குள்ளாகி இறந்தான்!"

"அப்புறம்?"

"அப்புறம்தான் வஞ்சியம்மா மேல பயம் வந்தது. பக்தி வந்தது. அரண்மனைக்கும் பணிவு வந்தது. ராணிகள் வாய் மூடினாங்க. பாண்டியம்மாளைக் கௌரவமா நடத்த ஆரம்பிச்சாங்க. அந்த ஓலைப்பெட்டியைப் பொக்கிஷமா நினைச்சுப் பாதுகாக்க ஆரம்பிச்சாங்க. அதை அரண்மனைக்கே எடுத்துக்கிட்டும் போயிட்டாங்க.

வீரநாட்டான்தான் இனி இது கோயில்ல இருக்க வேண்டாம்னு குறி சொன்னான்... வீரநாட்டானுக்கும் தனி மதிப்பு மரியாதை கூடிப்போச்சு!"

"ஒரு வாரிசு பேர்ல கூடவா வஞ்சியம்மாவுக்குக் கருணை பிறக்கலை?"

"பிறக்கும்படி யாரும் நடந்துக்கலையே! ஏதோ இந்தத் தலைமுறை தான் கொஞ்சம் எங்களை மதிக்குது. மத்தபடி இந்த விஸ்வநாத ரூபசேகர கோட்டைப்புரத்தார் அப்பாவேகூட கொஞ்சம் தெனாவெட்டான ஆள்தாம்மா.

இவங்களுக்கு முறைப்படி பெண்டாட்டி ஒருத்தின்னா முறையில்லாதவங்க வீதிக்கு ஒருத்தி. இதெல்லாம்

பாண்டியம்மாளுக்கே கூடத் தெரியாது. வஞ்சி மட்டும் எங்க குலத்துல பிறந்து அப்படி ஒரு சாவு அவளுக்கு வராம இருந்திருந்தா நாங்கள்லாம் மக்கிப்போன குப்பையைவிடக் கேவலமா போயிருப்போம் தாயி."

"எல்லாம் சரி, அந்தத் திவான் குழந்தைச்சாமி என்ன ஆனார்? விருச்சிகமணி என்ன ஆனார்?"

"தலையே இல்லாம ஒரு இடத்துல குழந்தைச்சாமி இறந்து கிடந்தான்! கடைசிவரை தலை கிடைக்கவேயில்லை. எல்லாம் விருச்சிகமணி வேலைன்னு பேசிக்கிட்டாங்க. ஆனா, என்னால நம்ப முடியலே. ஏன்னா விருச்சிகமணியும் அப்பனைப் போலவே சுதந்திரப் போராட்டத் தியாகியா தன்னை மாத்திக்கிட்டான். நேதாஜியோட தீவிரவாதத்துல அவனுக்குப் பற்றுதல் அதிகம். தீவிரவாதிகளை போலீஸ் பிடிச்சப்போ ஜெயிலுக்கும் போனான். ஜெயில்லேயே இறந்துட்டதா செய்தி வந்தது."

இதற்குமேல் அர்ச்சனாவுக்கும் கேட்கப் பிடிக்காமல் போனது. ஆசுவாசத்துடன் வடிவேலுவைப் பார்த்தாள்.

எங்கேயோ நரி ஒன்று ஊளையிடும் சத்தம். அது விருச்சிகமணியைப் பற்றி நினைக்க வைத்தது.

அவள் மனத்தில் அழுத்தமாக முடிச்சு விழுந்தது. சொல்லிக்கொண்டே வெளியே வந்தார்கள்.

"விருச்சிகமணி சாகலைன்னு நான் நினைக்கறேன் மேடம்" என்றான் வடிவேலு.

"எக்ஸாக்ட்லி!" என்றாள் அர்ச்சனா. கண்ணைக் கட்டும் இருட்டில் தொலைதூர அரண்மனை வெளிச்சம் இருட்டைப் பிசைந்து கொண்டிருந்தது. சுகம் ததும்பும் தென்றல். அரண்மனையில் வளையாம்பிகை இறந்துவிட்ட சோகத்தை யூகித்துக்கூடப் பார்க்க இயலாதவர்களாய் நடந்து கொண்டிருந்தார்கள்.

"சதிக்கான காரணம் தெளிவாவே தெரிஞ்சுப்போச்சு. யார் செய்யறாங்கறதுலதான் குழப்பம். நிச்சயம் ஒரு பெரிய கூட்டமே

இதைச் செய்துக்கிட்டிருக்கு. வெறும் பழி வாங்கற செயலா இல்லாம ஒரு வீரச்செயலாவே இதைச் செய்துக்கிட்டு வர்றாங்க."

இருவரும் பேசிக்கொண்டே அரண்மனைப் பாதையின் விசிறி வாழை வளைவை எட்ட, காதுகளை ஓர் இழவுச் சங்கின் சத்தம் நெக்கி வளைத்தது.

"யார் இறந்துபோனது?" வினாவுடன் அரண்மனைக்குள் நுழைந்தவளை வளையாம்பிகையின் விறைத்துப்போன சடலம்தான் முதலில் வரவேற்றது. முதுகெலும்பில் ஊசி சிலீரிட்ட மாதிரி வலித்தது. பக்கத்துப் பிரமாண்டத் தூணில் திகைப்போடு சரிந்தவளைத் தாண்டிக்கொண்டு ஒரு கூட்டம் திபுதிபுக்க நகர்ந்தது. அர்ச்சனா கால்மாட்டில், காத்திருந்த மாதிரி ஒரு காகிதப் பந்தும் விழுந்தது.

சோகமாக எடுத்து மறைவாக விரித்தவள் கண்களில் திராவகம் பரவியதுபோல் ஆனது.

"பெண்ணே... உன்னால் எல்லாமே கெட்டுவிட்டது. இப்போது மரண வளையத்தில் விசு! கோட்டைப்புரத்தில் உள்ளவரை இனி மகேஸ்வரனே வந்தாலும் காப்பாற்ற முடியாது. பாவம் இந்த இளைய மகாராஜா... ஒருவருக்கு ஏழு பேர் ரத்த சபதம் செய்துள்ளனர். ஒருவர் குறி தப்பலாம். ஆனால் அடுத்தவர் குறி தப்பாது. முதலாமவன் குறி இன்னும் சில நிமிடங்களில்! பெண்ணே இளையவரைப் பூக்களிடம் நெருங்க விடாதே. இந்தக் கடித எச்சரிக்கையை அசட்டை செய்யாதே. சமஸ்தானத்தை வெறுத்தாலும் இளையவரை என்னால் வெறுக்க முடியவில்லை."

இப்படிக்கு
'விசுவாசி'

கடிதத்தைச் சுருட்டியபடி நிமிர்ந்தவள் உடனேயே விசுவைத் தேடினாள். வளையாம்பிகையின் சடலத்தை ஒட்டித் தேவர் அருகே தென்பட்டான்.

'எங்கே வசந்தி?' விசுவைப் பார்த்த மறுவிநாடி வசந்தியைப் பற்றியும் நினைவு கீறியது. கிள்ளப்பட்ட மாதிரி விசுவை எட்டினாள்.

விசு, அர்ச்சனாவைப் பார்த்துவிட்டுத் தேவரைத் தள்ளிக்கொண்டு வந்தான்.

"விசு, என்ன ஆச்சு?" பதறினாள்.

"ஒண்ணும் புரியலை அர்ச்சனா. அண்ணிக்கு ஹார்ட் அட்டாக்கோன்னு சந்தேகமா இருக்கு. வசந்திக்கு ஏதாவது ஆயிடக்கூடாதேன்னு டென்ஷனாயிடிச்சு..."

"என்ன சொல்றீங்க?"

"வசந்திக்கும் ஷாக் அடிச்சிடுச்சு... ட்ரீட்மெண்ட்ல இருக்கா. அந்த ஓலைப்பெட்டியைத் திறந்து பார்த்ததற்கு பிறகுதான் இவ்வளவு கூத்தும்! எதிரி பிரமாதமா விளையாடறான். ஆனா, நீ போன காரியம் சக்ஸஸ்தானே?"

"காரண காரியம்தான் தெரிஞ்சது. ஆள் விஷயத்துல குழப்படிதான். ஆனா, இப்படி பிரச்சினை அதைவிட சீரியஸ்! உங்க உயிருக்கே ஆபத்து வந்தாச்சு விசு!" அர்ச்சனா கடிதத்தை விசுவிடம் நீட்ட, அதை வெறித்துப் பார்த்தபடி தேவர் வந்தார்.

"என்னம்மா விஷயம்?" என்றார்.

"ஐயா! இனி உங்ககிட்ட பூடகமா பேசறதுல பிரயோஜனமில்லை. இங்கே பயங்கர சதி நடந்துகிட்டு இருக்கு. வளையாம்பிகை சாவு இயற்கையானதில்லை... இதுல ஏதோ மர்மமிருக்கு..."

"உஸ்ஸ்..." தேவர் உதட்டில் கையை வைத்து அர்ச்சனாவை அடக்க, விசு கடிதத்தைப் படித்துவிட்டுத் திரும்பினான்.

"அவளை அடக்கறது அப்புறம்... தேவர்! நான் சொல்றேன் இங்கே சதி நடக்குது! யாரைச் சந்தேகப்படறதுன்னே தெரியலை. இந்த சமஸ்தான நலன்ல மகா பெரிய அக்கறை கொண்ட உங்களுக்கே இவ்வளவு நாளும் இது தெரியலேங்கறது ஆச்சரியமாகவும் நம்பமுடியாததாகவும் இருக்கு தேவர்..."

விசுவின் உணர்ச்சிகரமான பேச்சில் திக்குமுக்காடிப்போன தேவர், "மத்த விஷயத்தை உள்ள போய்ப் பேசுவோம்" என்றபடி ஓர் அறையை நோக்கி நடக்க ஆரம்பித்தார்.

அப்போது ஆளுயரக் கதம்ப மாலைக் கட்டோடு சிலர் நுழைந்திருந்தார்கள். விசுவை நெருங்கி, "இளைய மகாராஜா! இது சமஸ்தான முதல் மாலை... நந்தவனப் பூக்களைப் பறிச்சுக் கட்டி எடுத்து வந்திருக்கோம். அண்ணிக்கு உங்க கையால போடுங்க" என்று எதிரே நீட்டினார்கள்.

அதனுள்ளே சில இருவாட்சி மடல்களுக்குள் ஆங்காங்கே பூநாகங்கள் நெளிந்து கொண்டிருந்தன!

மாலையைத் தருபவன் எச்சரிக்கையாக நாரைப் பிடித்துக் கொண்டிருந்தான். விசு அதை வாங்கக் கைகளை நீட்டினான். அர்ச்சனா அதைக் கவனிப்பதற்குள் வாங்கியே விட்டான்!

❖ ❖ ❖

அத்தியாயம் 28

"விசு..." மாலையை வாங்கிக் கொண்டவனைப் பார்த்து அர்ச்சனா கடூரமாய் அழைத்தபடியே பாய்ந்து வந்து மாலையைத் தட்டிவிட, பூரானைப்போல சிலவும்... சாண்நீளப் பூ நாகங்களும் கீழே விழுந்த மாலையினின்றும் பிரிந்து தரை மீது நெளிந்தன.

"வாவ்..." வாய் பிளந்துவிட்டான் விசு.

கண்கள் செருக மயக்கமே வரும்போல் இருந்தது திவ்யமங்களத்துக்கு. பாண்டியம்மாளோ நண்டுக்கடி பட்ட மாதிரி துடித்து நிமிர்ந்தாள்.

மாலையைக் கொடுத்தவர்கள் விதிர்விதிர்த்து நடுங்க, "தில்லைநாயகம்" என்று தேவர் கடூரமாக அழைக்க, பாய்ந்து வந்தார் தில்லைநாயகம்.

"இந்த மாலையைக்கொண்டு வந்தவங்களைத் தனியா என் ரூமுக்குக் கூட்டிக்கிட்டு வா?" என்று சொல்லிவிட்டு அர்ச்சனா பக்கம் திரும்ப, அவள் விசுவை அணைத்துக் கொண்டிருந்தாள்.

"வாங்க உள்ள போய்ச் பேசுவோம்" என்று தேவர் முன் செல்ல, இருவரும் பின் செல்ல, பாண்டியம்மாள் அலறினாள்.

"தேவர்... என்ன இதெல்லாம்? என்ன நடக்குது இங்கே?"

"கொஞ்சம் பொறுங்க ராணிம்மா. அதை விசாரிக்கத்தான் போறேன்..."

அந்த விஸ்தாரமான அறைக்குள் மூவரும் நுழைந்து கதவைச் சாத்திக்கொண்டனர்.

"இப்ப சொல்லு. என்ன விஷயம்?" தேவர் துவக்கினார்.

"இங்கே நடக்கற எதுவும் இயல்பான விஷயம் இல்லே. நடக்கறதெல்லாம் கொலை. படுபாதகக் கொலைகள், பச்சைக் குழந்தையைக்கூட விட்டு வைக்காத இரக்கமில்லாத கொலைகள்...!" என்றாள் அர்ச்சனா.

"எதை வெச்சுச் சொல்றே?"

"எதை வெச்சு நீங்க இல்லேங்கறீங்க?"

"நேத்து வந்தவ நீ... ஆத்திரத்துல அறிவிழந்து எதையாவது பேசாதே!"

"யாரையுமே நம்ப முடியலை. நிலைமை அப்படி இருக்கு..." விசு இடையிட்டான்.

"தேவர், உண்மையைச் சொல்லுங்க... முப்பது வயசுன்னு இலக்கு நிர்ணயிச்சு எங்களைக் கொன்னுக்கிட்டு வர்றதுக்குக் காரணம் என்ன?"

"ஐயோ! இளைய மகாராஜா! என்னையா சந்தேகப்படறீங்க? புரியாம பேசறீங்களே! எனக்கு எதுவும் தெரியாது. திடுதிப்புன்னு இதெல்லாம் கொலைன்னா நாங்க எப்படி நம்ப...?"

"ஆமா கொலைதான். வளையாம்பிகை இறந்திருக்கறதுகூட கொலைதான். மூங்கில் பெட்டியைத் திறந்து பார்க்கப் போனவங்க எப்படி இறந்து போனாங்கன்னு கண்டுபிடிச்சாகணும்!" அர்ச்சனா.

"என்னது! மூங்கில் பெட்டியைத் திறந்து பார்க்கப் போனவங்களா? என்னம்மா சொல்றே?"

"ஆமாம் தேவர். அதைத் திறந்து பார்த்தாச்சு. அதுக்குள்ள என்ன இருக்குங்கறதும் தெரிஞ்சுப்போச்சு...!"

தேவர் அதைக் கேட்டு அப்படியே ஸ்தம்பித்துப் போனார்.

"என்ன இருக்கு அதுக்குள்ள?" ஆவலாகக் கேட்டார்.

"அது அப்புறம்... இப்ப ஆபத்து விசுவை நெருங்கிடுச்சு. பூமாலையில பூநாகங்கள் நெளிஞ்சதைப் பார்த்தீங்கள்ல? இந்தக் கோட்டைப்புரத்தோட கடைசி வாரிசு விசுதான். விசுவைத்

தீர்த்துக் கட்டிட்டா கோட்டைப்புரம் சமஸ்தானத்தையே ஒழிச்ச மாதிரிதான். விசுவைக் கண்ணிமை மாதிரி இப்ப நாம பாத்துக்கணும்...” அர்ச்சனாவின் தவிப்பான பேச்சைப் பிடித்துப் பின்னுக்குத் தள்ளியபடி முன் வந்தான் விசு.

“என் உயிர் போறதைப் பத்தி எனக்குக் கவலையில்லை. ஆனா, இதுக்கெல்லாம் காரணமான கொலைகாரனை நான் கண்டுபிடிக்காம விடமாட்டேன். நடக்கறதெல்லாம் சதிங்கறது உலகுக்குத் தெரிவிக்காம நான் சாகமாட்டேன்.”

“தேவர்... வளையாம்பிகையை அப்படியே புதைக்கக்கூடாது. பிரேதப் பரிசோதனை செய்யணும். அதுல நாங்க சொல்றது உண்மையா பொய்யான்னு தெரிஞ்சிடும். ஆமா, வசந்தி எப்படி இருக்கா விசு...?”

“வாங்க போய்ப் பார்ப்போம்...” மூவரும் அறையைக் கடந்து நடந்தார்கள். இன்னொரு அறைக்குள் ‘தப்பி விட்டேன்’ என்பதுபோல மூச்சோடு இருந்தாள் வசந்தி. பக்கமாய்ச் சில பெண்கள். படு பாதுகாப்பாகக் கார்வார் கருணாகரமூர்த்தி!

“என்ன கார்வார்... எப்படி இருக்கு இப்ப உடம்பு?”

“தப்பிச்சுக்கிட்டாங்க. டாக்டர் வந்து இப்பகூட ஊசி போட்டுட்டுப் போறாரு. சீக்கிரம் குணமாயிடுமாம்...”

“வசந்தி... வசந்தி” பக்கமாய்க் குனிந்து அவளை ஆதரவாக அணைத்தபடி அழைத்தாள் அர்ச்சனா.

மெள்ள விழி மலர்த்தினாள் வசந்தி. பார்வையில் அந்த நிலையிலும் மிகுந்த எதிர்பார்ப்பு.

“நீ கவலைப்படாதே! இனி ஒண்ணும் இல்லை. விஷயம் போலீஸ் வசம் போகப்போகுது. அவங்க் உள்ள வந்தாதான் சரிப்படும்!”

“போலீஸா? என்னம்மா சொல்றீங்க...” கார்வார் தயக்கமாகக் கேட்டார்.

“ஆமாம் மிஸ்டர் கருணாகரமூர்த்தி. இனிமே நீங்க பார்க்கப்போற காட்சிகள் ரொம்ப வித்தியாசமானவை. சாபம்னு

சொல்லித் தலைமுறை தலைமுறையா நடத்தின நாடகம் இப்ப அம்பலமாகப்போகுது."

"என்னது... சாபம்கறது நாடகமா?"

"ஆமா நின்னு பேச எனக்கு நேரமில்லை. நீங்க வசந்தியைப் பத்திரமா பாத்துக்குங்க... நாங்க வர்றோம்..." மூவரும் வெளியே வந்தார்கள். தேவரின் அறையை நோக்கி நடக்கத் தொடங்கினார்கள். அர்ச்சனா சகலத்தையும் விவரிக்கத் தொடங்கினாள்.

முதலில் போன்காலில் கேட்ட கிராஸ் டாக்கிலிருந்து கடைசியாய்க் கைவசம் வந்த விழுந்த காகிதப் பந்துக் கடிதம் வரை...

தேவர் நிலைகுலைந்து போயிருந்தார்.

"அம்மா! என்னால நம்பவும் முடியலை. நம்பாம இருக்கவும் முடியலை" என்றார் தேவர்.

"தேவர்! நானும் இப்படிக் குழம்பித்தான் தெரிஞ்சிருக்கேன்!"

"சரி... அந்த மாலையைக் கொண்டுக்கிட்டு வந்தவங்களை முதல்ல விசாரிப்போம்..."

"அவங்கதான் தப்பிச்சுட்டாங்களே... கூட்டத்தோட கூட்டமா எங்கே போனாங்கன்னே தெரியல!" பேய் முழி முழித்தபடி அங்கு வந்த தில்லைநாயகம் சொல்லி முடிக்குமுன்.

"கவலைப்படாதீங்க தேவர்! நான் கண்டுபிடிக்கிறேன். அன்று குதிரை லாயத்துல 'பெரிசு பெரிசு'ன்னு ஒரு நபரைக் குறிப்பிட்டுப் பேசிக்கிட்டிருந்தவங்கதான் இதைச் செஞ்சிருக்கணும். அவங்க ரெண்டு பேரையும் நான் பார்த்து வெச்சிருக்கேன். அவங்களைப் பிடிச்சா கொலைகாரன் பிடிபட்டுடுவான்!"

"அப்படியா... அப்படின்னா நான் நூறுகுடியான்களை வரிசைப்படுத்தறேன். நீ கண்டுபிடி!"

"வரிசைப்படுத்தற நேரமில்ல இது. அப்படிச் செய்தா சுதாரிச்சுடுவாங்க. நானே கூட்டத்துல வளைய வரேன். நீங்க தில்லைநாயகத்தை என்கூட அனுப்புங்க!"

அர்ச்சனா, தில்லைநாயகத்துடன் வெளியேற, அவசரமாக விசுவும் மூங்கில் பெட்டியிலிருந்த அந்த உயிலைப் படிப்பதற்காகத் தன் அறைக்குச் சென்றான்.

அரவம் மிகுந்த அரண்மனையின் கூட்டத்தில் அர்ச்சனா வளைய வந்து கொண்டிருந்தாள். ஊதுபத்தி வாசம் வளையவரும் வளையாம்பிகை சடலத்தைச் சுற்றியும், தர்பார் வளாகத்திலும்,தீவு தீவாய்த் தேங்கி நிற்கும் துக்கம் விசாரிக்க வந்த கூட்டத்தின் மத்தியிலும் வளைய வந்தாள். உடன் தில்லைநாயகம்.

அவள் மனத்தில் பதிந்த அந்த உருவங்கள் தென்படவே இல்லை. அவள் இதயத்தின் துடிப்பு கூடிக்கொண்டே போன சமயம், எதேச்சையாகத் தென்பட்டார் அந்தப் பத்திரிகையாளர். அர்ச்சனா முகத்தில் துளி உற்சாக மின்னல்!

"எப்ப வந்தீங்க?"

"சாயந்தரமே வந்துட்டேன்..."

"மிஸ்டர்! ஓர் உதவி பண்ணனும். ரொம்ப அவசரம்..."

"என்ன?"

அவர் காதோரமாக கிசுகிசுத்தாள். ஏனோ தில்லைநாயகத்துக்கு அது பிடிக்காமல் போனது. முகம் கசங்கிப்போனது.

ஒரு வழியாக அந்தப் பத்திரிகையாளர் நகர்ந்துகொள்ள, தில்லைநாயகம் வேண்டாவெறுப்பாக அர்ச்சனாவுடன் சேர்ந்துகொண்டு நடக்க... திபுதிபுவென்று ஒரு கூட்டம் உள்ளே நுழைந்தது.

நடுநாயகமாய் வீரநாட்டார். அந்தக் கூட்டத்தில் அர்ச்சனா தேடும் இரண்டு பேர்களில் ஒருவன் மீசையை நீவியபடி தெரிய...

"தில்லைநாயகம்! அதோ, நான் தேடிய ஆள்..." அர்ச்சனாவின் ஆள்காட்டி விரலில் அகப்பட்டவனை நோக்கித் தில்லைநாயகம் மெள்ளச் சென்று வளைக்க, ஏனோ அவன் பேய்முழி முழித்தான்.

துல்லியமான அதே விநாடிகளில்...

"சார், என்ன தேடறீங்க?"

"நான் பதுக்கிய அந்த உயிலைத்தான் வடிவேலு. மூங்கில் பெட்டிக்குள்ளே இருந்த அதைப் படிக்கப்போனபோது வசந்திக்கு ஷாக் அடிச்சிடுச்சு..." பேசிக்கொண்டே தேடிய விசுவின் கைவசம் காத்திருந்த மாதிரி அகப்பட்டது அந்தக் காதிதக்கற்றை! ஆர்வமாக விரித்தான். எழுத்தில் அந்தக் காலத்திய சொல்வாடை வீசும் தமிழ்.

"இந்த லிகிதத்தை வாசிப்பவர் ஆணாயிருப்பினும், பெண்ணாயிருப்பினும் அன்னவர்க்கு மகாராணி ரத்னாவதியின் ஆசி மிகுந்த வணக்கங்கள். பரிகாரம் காண வேண்டி இந்த மூங்கில் பெட்டி திறக்கப்பட்டிருந்தாலும் சரி. வேற காரணங்களுக்காக இது திறக்கப்பட்டிருந்தாலும் சரி... பரிகாரமோ, சாபமோ பொய் என்பதையும், கட்டுக்கதை என்பதையும் முதலில் உலகறியப் பிரஸ்தாபிக்கிறேன்.

இந்த சமஸ்தானக் கொலைகளைச் சாபம் என்று உண்மையில் நம்பி, பரிகாரத்துக்காக இந்த மூங்கில் பெட்டியைத் திறந்து பார்த்தவள் நான். 'திறந்து பார்ப்பவர் இறந்து போவர்' என்கிற ஷரத்தைப் பற்றிக்கூட நான் கவலைப்படவில்லை. கணவர், மைத்துனர், பின்னர் எனது இரண்டு பிள்ளைகள் என்று வரிசையாக நான்கு பேரைப் பறிகொடுத்துவிட்டதைவிடப் பெரிய இழப்பு எனக்கு என்ன வேண்டும்?

இனி எதிர்காலப் பரம்பரைகளாவது நன்றாக இருக்கட்டும். எனது பேரன்களாவது முப்பது வயதில் மரணிக்காமல் நன்றாக இருக்கட்டும் என்று பரிகாரத்துக்காக இந்த மூங்கில் பெட்டியைத் திறந்து பார்த்தேன். திறந்த பிறகே தெரிந்தது. சாபம், பரிகாரம் எல்லாம் பொய் என்பது.

வஞ்சியம்மாளின் மகன் விருச்சிகமணி ஓர் உக்கிர சாபம் எடுத்து என் இரு மகன்களையும் கொன்று அவர்களின்

கைவிரல்களை இந்தப் பெட்டியில் போட்டதோடு திவான் குழந்தைச்சாமியையும் கொன்று, அவர் தலையை வெட்டி இந்தப் பெட்டியில் போட்டு மூடியுள்ளான் என்று தெரிகிறது. உண்மை வெளியாகக் கூடாது என்று கருதி, இதைத் திறந்து பார்க்காமல் இருக்க வசதியாக, நான் சாபம் என்று நம்பியதையே சாக்காக்கி, 'பரிகாரம் பெட்டியில் உள்ளது. பெண் பிறந்துதான் திறந்து பார்க்க வேண்டும். ஆனால், பெண்ணும் பிறக்காது' என்பது போன்ற விஷயங்களை ஒரு நூறுகுடிக் கூட்டத்துக்குப் பெண் மூலம் அருள்வாக்குபோல சொல்லவும் வைத்திருக்க வேண்டும்.

அதை நம்பிய நான் ஒரு முட்டாள்.

இந்த உண்மையை உணர்ந்தும் உலகறியப் பிரஸ்தாபிக்க முடியாத நிலை என் நிலை. எந்த நிமிஷம் நான் ஓலைப் பெட்டியைத் திறந்து பார்த்தேனோ அந்த நிமிஷத்திலிருந்து இரண்டு பேர் என்னைக் கண்காணித்து தனியறையில் தள்ளிவிட்டனர். தேவரையோ வீரநாட்டாரையோ, மருமகள் பாண்டியம்மாளையோ, மற்ற மருமகள் இருவரையோ யாரையும் பார்த்துப் பேசக்கூட எனக்குச் சந்தர்ப்பமில்லை.

எப்போதும் என் வசமிருக்கும் உண்டிக்குழிச் சாவி ஒன்றையும் பறித்துக் கொண்டுவிட்டார்கள். அதில் இந்த சமஸ்தானாதிபதியின் அன்றாடம் அணிந்து திளைக்கும் தங்க, வைர நகைகள் மட்டுமே உள்ளன. இன்னொரு உண்டிக்குழிச் சாவிதான் மிக முக்கியமானது. அதில்தான் வைரக்கிரீடம், நாகமாணிக்கம் உள்ளிட்ட என் சீதனச் சொத்தும், இந்த சமஸ்தான உயிலும் சர்வமும் உள்ளன. விலை மதிப்புபோட இயலாத அந்தச் சாவியைக் கேட்டு இப்போது என்னைத் துன்புறுத்தி வருகிறார்கள்.

நான் பதுக்கப்பட்டிருக்கும் அறையிலிருந்து பூஜையறைக்குப் போய்வரச் சுரங்கப்பாதையை இன்றே

கண்டேன். உடனே எனக்குத் தெரிந்த உண்மைகளை இந்த லிகிதம் மூலம் எழுதுகிறேன். இதை எழுத தாளுக்கும், மைக்குச்சிக்கும் (பேனா) நான் தவித்த தவிப்பு அந்த வேங்கைப் பொன்னிக்கே தெரியும்.

என்னை மரணம் நெருங்கிக் கொண்டிருக்கிறது. என்ன ஆனாலும் நான் இரண்டாவது உண்டிக்குழிச் சாவியைச் சதிகாரர் வசம் தரப்போவதில்லை. அதை எங்கு ஒளித்து வைத்திருக்கிறேன் என்று சொல்லப்போவதுமில்லை. தெய்வம் இருப்பது சத்தியமென்றால், அந்த சாவி இந்தச் சதிகாரர்களை வென்று... சமஸ்தானத்தைக் காக்கும் என் வாரிசுகளிடம் போய்ச் சேரட்டும்.

இதன் பிறகு எனக்கு நேரிடும் மரணம்கூட இயற்கையானதல்ல, நான் ஆத்மஹத்தி (தற்கொலை) செய்து கொள்ளவோ அல்லது கொலை செய்யப்படவோ கூடும். இதை உணருவோர் இனியாகிலும் மனிதாபிமானத்தோடு பெண்களைத் தெய்வமாகக் கருதப் பிரார்த்திக்கிறேன். அடிமைத்தனம் ஜகமெங்கும் அழிபட்டுக் காற்றைப்போல் மனிதன் சுதந்திரம் பெற வாழ்த்துகிறேன். பெண்ணே பெருமை, பெண்ணே தெய்வம், பெண்ணே எல்லாம்... எல்லோருக்கும் சர்வமங்கள ஆசிகள்!

ரத்னாவதி

18.3.1932"

உயில் போன்ற அந்தத் தாளில் தென்பட்ட ரத்னாவதி கடிதம், விசுவை அப்படியே ஒரு புரட்டுப் புரட்டியது.

"நடப்பது சதின்னு ஊர்ஜிதமாகிப்போச்சு வடிவேலு. இதோ, என் கொள்ளுப் பாட்டியோட லெட்டர்... சதிகாரன் யாருன்னும் தெரிஞ்சிடுச்சி..."

"யார் சார்?"

"விருச்சிகமணி!"

"விஷ்ணுசித்தன் சொன்னதை வெச்சு அர்ச்சனாம்மா சொன்னதும் இவனைத்தான்..."

வடிவேலு சொல்லி வாய் மூடிய மறுவிநாடியே...

"விருச்சிமணி இறந்துபோய் ஐம்பது வருஷத்துக்கும் மேலாச்சு, கொலைகாரனா, சுதந்திரப்போராட்ட வீரனா ஜெயிலுக்குப்போன அவனைத் தூக்குல போட்டுச் சடலத்தை என்கிட்டே போலீஸ் ஒப்படைச்சிடுச்சு. பாண்டியம்மாள் ஆசைப்படி இறுதிச் சடங்கை நான்தான் செய்தேன்!" பதிலோடு தேவர் உள்ளே நுழைய, கூட அர்ச்சனா. விசு அவரை ஆச்சரியாமாக வெறிக்க, "இதுக்கெல்லாம் சூத்ரதாரி யாருன்னு இப்ப இவனை விசாரிச்சா தெரிஞ்சிடும்..." என்றபடி தில்லைநாயகம் கட்டியிழுத்து வந்த நூறுகுடிக் கூட்டத்தானை நெருங்கினாள் அர்ச்சனா.

அப்போது பாண்டியம்மாளும், திவ்யமங்களமும் அங்கு வந்து சேர, பிடிபட்டவனின் வாக்குமூலத்துக்கு எல்லோரும் காத்திருக்க... ஓசைப்படாமல் தூண் மறைவிலிருந்து ரிவால்வர் ஒன்று நீட்டப்பட்டது. விசுவின் நெற்றிப்பொட்டைக் குறியாகத் தேர்ந்தேடுத்து விசை அழுத்தப்பட அதுவும் தவறாமல் ஒலி, ஒளி வேகங்களை விஞ்சி... நெற்றிப் பொட்டைத் துளைத்து ரத்தத்தைக் குபுக்கிட வைக்க...

❖ ❖ ❖

அத்தியாயம் 29

ரத்தவிளாரியோடு கீழே சாய்ந்தார் தேவர்! துப்பாக்கி பிடித்தவனை யதார்த்தமாய்ப் பார்த்த விநாடியே மின்னல்போல் செயல்பட்டதன் எதிரொலியாய் விசுவின் தேகத்துக்கு முன்னே, தன் முன்னே தன் முகத்தைக்கொண்டு செல்ல, துப்பாக்கிக் குண்டு அவர் கபாலத்தைக் குடைந்து சிதறியது.

சப்தம் அரண்மனைச் சுவர்களில் அட்டகாசமாய் எதிரொலிக்க, ஒரு விநாடி விசு ஏதும் புரியாமல் சிலையாக நின்றான்.

சுட்டவன் ஓட ஆரம்பித்தான்.

பின்னங்கால் பிடறியில் இடறும் வேகம்!

எதிர்பாராமல் சரக்கென்று குறுக்கிட்ட போலீஸ் ஜீப்பின் பானட் மேல் மோதி பத்தடி உயரம் தூக்கி எறியப்பட்டுக் கீழே வந்து விழுந்தான்.

இதற்குள் வாசற்பக்கம் ஓடிவந்த அர்ச்சனா, “அரெஸ்ட் ஹிம் இன்ஸ்பெக்டர்” என்று அலறினாள்.

ஜீப்பைவிட்டு இறங்கின இன்ஸ்பெக்டர், வண்டியின் முன் மயங்கிய நிலையில் கிடந்தவனைத் தூக்கி வண்டியில் ஏற்ற உத்தரவிட்டார். தாவாங்கட்டையை வருடியபடி பின் புறமிருந்து இறங்கினார் பத்திரிகை நிருபர்.

ரத்த வெள்ளத்தில் கிடந்த தேவரைப் பரிதாபமாகக் குனிந்து பார்த்தாள் பாண்டியம்மாள்.

ஒரு சகோதரனைப் போன்றவர். ஒரு நல்ல நண்பனைப் போன்றவரைச் சவமாய்ப் பார்க்கும் திகைப்பில் பார்வையைக் கண்ணீர் மூடியது.

திவ்யமங்களம் வாய்விட்டு அலறினாள், "இங்கே என்ன நடக்குது? யாராவது விவரமா சொல்லக்கூடாதா?"

இன்ஸ்பெக்டருடன் அர்ச்சனா அங்கே வர, திவ்யமங்களத்தின் பார்வை அவளைப் பரிதாபமாகப் பார்த்தது.

"அத்தை! நடந்ததை, நடக்க போறதை, விவரமா நான் சொல்றேன். கொஞ்சம் பொறுமையா இருங்க. போலீஸ் சம்பிரதாயங்கள் நிறைய இருக்கு..." என்றாள். சிறிது நேரத்திலெல்லாம் அரண்மனை வாசலில் ஒரு க்ரைம் பிராஞ்ச் ஜீப்பும், ஃபாரன்சிக்வேனும் வந்து நிற்க அதிலிருந்து பரபரப்பாய்ப் பலரும் இறங்கினர்.

எல்லா சம்பிரதாயங்களும் முடிய, தேவரின் உடலும் வளையாம்பிகையின் சடலமும் வேனுக்குள் ஏற்றப்பட்டன.

மோப்பம் பிடித்து அங்கு வந்து சேர்ந்த பத்திரிகையாளர்கள் பேப்பரும் கையுமாகக் கிசுகிசுக்க, சிலர் அர்ச்சனாவையும் மற்றவர்களையும் தங்கள் காமிராவுக்குள் வாரிச் சுருட்ட நூறுகுடிக்கூட்டம் வாசல் பக்கம் அலை மோதியது. காக்கிச் சட்டைகள் கட்டுப்படுத்திக் கொண்டிருந்தன.

காட்டமான போலீஸ் சம்பிரதாயங்களில் கொலைகாரன் கசங்கிவிட்டிருந்தான். ரத்தம் வராதபடி அடிக்கப்பட்ட அடிகளில் அங்கங்கே கொழுக்கட்டையாய் வீக்கங்கள்!

பெரிய இடத்து விஷயமாதலால் எஸ்.பி. அளவில் உயர் அதிகாரிகள் அவனை வட்டம் கட்டி நின்று கொண்டிருந்தனர்.

வித்தியாசமான கோட்டைபுரத்து வீட்டைப் பற்றிக் கட்டுரை எழுதி முப்பது வயது மரணங்களை உலக அதிசயச் செய்தியாக்கிய பத்திரிகையாளர்கள், சதி என்பது தெரிந்ததும் அந்த க்ரைம் பிராஞ்ச் கட்டடத்தின் முன் சங்கமித்திருந்தார்கள்.

தன் பானட் முகப்பில் சமஸ்தான மஞ்சள் கொடியுடன் வந்து நின்றது அந்த வாக்ஸ்ஹால்.

கதவைத் திறந்துகொண்டு இறங்கி, பின் கதவைத் திறந்துவிட்டார் டிரைவர் மல்லையா.

பின்னாலிருந்து இறங்கியவர்கள் விசுவும், அர்ச்சனாவும்தான்!

இன்ஸ்பெக்டர் ஒருவர் ஓடிவந்து பந்தோபஸ்தாய் அவர்களை உள்ளே அழைத்துச் சென்றார்.

“என்னாச்சு இன்ஸ்பெக்டர்? எவ்வளவு தூரத்துல இருக்கு விசாரணை...? நடக்கும்போதே கேள்வி.”

“ரொம்ப அழுத்தக்காரனா இருக்கான் மேடம். எங்களோட அடி, உதைகள் அவனை ஒண்ணுமே செய்யலை. இதைவிடக் கொடுமையான சித்ரவதைகளை நாங்க சமஸ்தானத்துல பார்த்தவங்கன்னு சொல்றான். அவன் பேசறதைப் பார்த்தா பழிவாங்கற செயல்தான்னு பளிச்சுன்னு தெரியுது.”

“அதுதான் நல்லா தெரிஞ்சதாச்சே... வேற புதுசா எதாவது...”

“நிச்சயம் புதுசா சில விஷயங்கள் இருக்கு. நீங்க கேள்விப்பட்ட நண்டுவடாகன் வஞ்சியம்மாள் கதையைப் போலவே இங்கொண்ணும் இருக்கு! ஒண்ணைத் தொட்டா ஒன்பது வருது! எஸ்.பி. சாரே ஷாக் அடிச்ச மாதிரிதான் இருக்கார்...”

இதற்குள் கொலைகாரனைக் கட்டி வைத்திருக்கும் அறை வந்துவிட்டது. நாற்காலியில் அவன் பின்னங்கைகள் கட்டப்பட்ட நிலையில் துவண்டு சரிந்திருந்தான். உள்ளே நுழைந்த அர்ச்சனாவையும், விசுவையும் பிறாண்டியது அவன் நிலை!

“என்ன சார் இது...?”

“என்ன சார் இதுன்னா...? இப்படி அடிச்சுக் கேட்டே விஷயத்தைச் சொல்லமாட்டேங்கிறான். ‘வாக்குமூலமே தர முடியாது... அப்படியே தம்கட்டி மூச்சுவிடாம இருந்து செத்துப்போற மன உறுதி எனக்கு உண்டு’ன்னு பயமுறுத்தறான் மேடம்” என்றார் ஒரு எஸ்.ஐ.

அர்ச்சனா மெள்ள அவனை நெருங்கினாள். அவன் முன் மண்டியிட்டாள். பூ முகமாகத் தெரிந்த அர்ச்சனாவைப் பார்த்துக் கடூரமாக வெறித்தான்.

“உன்னை நான் முதன்முதல்ல பார்த்தப்பவே பயந்தேன். நான் பயந்ததுபோலவே ஆயிடுச்சு, உனக்கு இப்ப திருப்திதானே?” கடுரித்தான்.

“இப்பகூட உங்க பேர்ல எனக்கு வருத்தமில்லை. உங்க செயல்ல ஒரு தார்மீக நியாயம் இருக்குன்னு என் மனசு சொல்லுது. இதை நான் மனசாரச் சொல்றேன். விஷ்ணுசித்தன் சொன்ன, வஞ்சியம்மாள் நண்டுவடாகன் கதை கேட்டு இந்த சமஸ்தானத் திமிரைத் துல்லியமா உணர்ந்தவள் நான்.”

மெதுவாய்க் கிளியின் அலகு திறக்கும் அழகில் உதட்டை அசைத்து ஆத்மார்த்தமாகப் பதட்டமின்றி அவள் பேசியதை ஊன்றிப் பார்த்தான் அவன். மனத்தில் இனம்புரியாத சலனமேற்பட்டது.

மெள்ள வாய்திறந்தான்.

“நானும் பாதிக்கப்பட்டவன்தான்” என்றான் முதலில்.

“புரியலை...” இது அர்ச்சனா.

“வஞ்சியம்மாள், நண்டுவடாகன் விஷயம் எல்லாருக்கும் தெரியும். என் விஷயம் அப்படியல்ல...”

“அதுதான் என்ன?”

“அதைத் தெரிஞ்சு என்ன பண்ணப்போறே? தேவையில்லாம எனக்காகப் பரிதாபப்படுவே! யாருக்கு வேணும் உன் பரிதாபம்? நான் தூக்குல தொங்கப்போறது நிச்சயம். பேசாம அதுக்கு வேண்டியதை செய்துட்டுப் போய்க்கிட்டே இருங்க...”

“ஏன், எதுக்குக் கொலை செய்தேங்கற காரணங்கள் சட்டத்துக்கு ரொம்ப முக்கியம். அதைவிட எனக்கு அது ரொம்ப முக்கியம். எதிர்கால சமஸ்தானம் தப்பு பண்ணாம நல்லபடியா இருக்கணுமா வேண்டாமா? அதுக்காகவாவது சொல்லுங்க...”

அர்ச்சனாவின் வளைப்பில் தெரிந்த நியாயத்தில் துளி உள்ளே நுழைந்தவன் மெள்ள அழத்தொடங்கினான். அடி உதைக்கே

அழாதவன் கண்களில் பிரவாகமா? எல்லோருமே ஆச்சரியப்பட, அவன் பின்னோக்கிச் சென்றான். அவன் நினைவில் அவனது தாய், தந்தை, சகோதரி என்ற பாசவட்டம் ஓர் ஒளி வட்டமாய்ப் பின்னத் தொடங்கியது.

"அப்ப எனக்கு எட்டு வயதோ ஒன்பது வயதோ இருக்கும். இப்போதைய பெரியராணி பாண்டியம்மாளுக்கும் ராஜா இந்திரராஜருக்கும் கல்யாணம் ஆகியிருந்த சமயம்... தனது காதல் தோல்வியினால் விருச்சிகமணி கொதிச்சுப் போயிருந்த நேரம்...

என்னோட ஒரே அக்கா பூவாத்தாள் அன்னிக்குத்தான் வயசுக்கு வந்திருந்தா! அப்பல்லாம் வயசுக்கு வந்தா சமஸ்தானத்துக்கு முதல் தகவல் தந்து அவங்க தர்ற நூறு படி அரிசியிலதான் நாங்க 'பால் அப்பம்' செய்வோம். அதை எங்க உறவுக்காரங்களுக்குத் தந்து சேதியைச் சொல்வோம்.

அப்புறம் தாய்மாமனோ இல்ல முறைப்பையனோ வந்து பச்சை ஓலைபோட்டு நீராட்டுவாங்க. இதுதான் முறை!

அவன் அப்படியே அந்த நினைப்பில் விழுந்து அமுங்க, மேலெழும்பிச் சிதறத் தொடங்கியது அந்தச் சரித்திர அவலம்!"

"ஆத்தா வேங்கைப் பொன்னியைப் போய்க் கும்பிடணும். அதுக்கு முதல்ல மகாராணி ரத்னாவதியம்மாவைப் பார்த்து ஆசி வாங்கணும். ஆத்தாகாரிதான் அவளை அழைச்சிகிட்டுப் போகணும். என்ன?

ஊர்க்கூட்டமே திரண்டிருந்தது. பச்சை ஓலை போட மாமன் வந்திருந்தான். தாய்க்காரி பரவசத்தில் இருந்தாள்."

"ஒரே பொண்ணு... சீரும் சிறப்புமா காரியம் நடக்கணும் என்ன?" அதட்ட தொடங்கினார் தந்தை.

சம்பிரதாயங்கள் கோலாகலமாக நடந்தன. பூவாத்தாள் அடிக்கடி மாமனைப் பார்த்தாள். அவள் கண்களுக்கு ராஜகுமாரனைப்போல் தென்பட்டான். கண்களில் காதல் வழிய அவளைப் பார்த்தான்."

“பூவாத்தா எனக்குத்தானே... அக்கா?”

“அதான் பொறந்தப்பவே பண்ண முடிவாச்சே.”

“அப்ப இப்பவே நிச்சயம் பண்ணிடலாமே...”

“பெரியவங்ககிட்ட சொல்லு. சம்மதிச்சா எனக்குச் சந்தோஷம்தான்.”

அவன் தன் விருப்பத்தைப் பெரியவர்களிடம் எடுத்துச் சொல்ல, “ஒரு நேரத்துல ரெண்டு நல்லது நடக்கக்கூடாதா என்ன?” என்று கூட்டம் ஆமோதித்தது.

வீரநாட்டார் வந்தார் வாழ்த்தினார். பரிசத்துக்கு அச்சாரமாகப் பூவாத்தாளுக்கு மாமனை ரத்தப்பொட்டு வைக்கும்படி சொன்னார். செய்தான் அவன்.

வெளியே வானம் தனக்கும் சந்தோஷம் என்பதுபோல் மழையைக் கொட்டியது. உள்ளே கறிக்குழம்புடன் விருந்து தடபுடலாகத் தொடங்கியது. தனியறையில் பூவாத்தாளுக்கு அலங்காரமும் தொடங்கியது. க்ளாஸ்கோ மல்லின் புதுத்துணியில் தாவணியை முதன்முதலாகப் போட்டுப் பூவாத்தாளின் வயதின் வளர்ச்சிக்கு மீறிய மார்பை முதலில் மூடி உச்சியில் முத்தமிட்டாள் தாய்க்காரி.

தாழம் பூக்களை ஜடையில் வைத்துக் கட்டி, ஜடைபில்லை வைத்துத் திலகமெல்லாம் இட்டு அவளைத் தேவதையாக்கினர் சில பெண்கள்.

ராணியைப் பார்க்க எல்லோரும் கிளம்பினார்கள். சட்டிப்பானை முரசு சப்திக்க, தூபதீபம் காற்றிலாட, குனிந்த தலையோடு பூவாத்தாள் நடை எடுத்து வைத்தாள்! இடுப்பில் புதுத்துண்டோடு அவளின் தம்பி தன் தாயுடன் ஒட்டிக்கொண்டு நிற்க, பெண்டுகளாய்ச் சேர்ந்து அரண்மனையை நோக்கி நடக்கத் தொடங்கினர்.”

டொம்... டொம்...

டொம்... டொம்...

“பட்டுப்பொண்ணு வரா வழிவிடுங்க... இந்தச் சிட்டுப் பொண்ணை வாழ்த்திப் பூ கொடுங்க...” டொம்... டொம்...

கூட்டத்தவரின் நாட்டுப்பாடல் காற்றில் ஏறியது.

அரண்மனைச் சாளரம் வழியாக மதுக்கிண்ணமும் கையுமாக யதார்த்தமாக இதைப் பார்த்த இளைய மகாராஜா சந்திரராஜன் சொடக்குப் போட்டுக்கொண்டார்.

பக்கத்துப் பணியாளை அழைத்து, “என்ன சங்கதி?” என்று கேட்க, அவன் விவரத்தைச் சொன்னான்.

“கிழவிகிட்ட ஆசிவாங்க வர்றாங்களா?”

போதையின் ஏற்றத்தோடு கேள்வி கேட்டுக்கொண்டு “திவானைக் கூப்பிடு” என்றார். திவான் குழந்தைசாமி வரவும்,

“திவான்! அது யாரு?”

“பூப்போல அழகான குட்டி... அவதான் பூவாத்தா!”

“எல்லாம் சரி... கிழவி ஏதாவது சீர்பண்ணினா உன்னைத் தொலைச்சிடுவேன். வந்து கும்பிட்டுட்டுத் திரும்பிப் பாக்காம அவங்க கிளம்பிடணும் என்ன?”

திவானுக்கு லேசாய் இடறியது. இவர் பூவாத்தாளையும் அனுபவிக்க ஆசைப்படுவார் என்று பார்த்தால் சீருக்காகக் கவலைப்படுகிறாரே என்று லேசாய்க் கோபமும் வந்தது.

“ராஜா! வந்தவங்களை வெறும் அனுப்பக்கூடாது.”

“என்ன செய்யணும்?”

“குறைந்தபட்சம் உங்க பிரசாதமாவது...”

சந்திரராஜனுக்கு எடுத்துக் கொடுத்தான் குழந்தைசாமி.

“இப்பதான் வயசுக்கு வந்த பொண்ணு...” இழுத்தார் சந்திரராஜன்.

“அதனாலென்ன? ஒரு பொண்ணு வயசுக்கு வந்த அன்னிக்கே அவளுக்குப் பிரசாதம் வழங்கினா வழங்கினவங்களுக்கு ஆயுசு நூறு!”

“நிஜமாவா?”

“சத்தியமா!”

“அப்ப அனுப்பி வை.”

“புதுச்சரக்கு. முரண்டு பண்ணும்.”

“நான் முரட்டுக் குதிரையையே அடக்கற தேசிங்குன்னு உனக்குத் தெரியாது!”

அவர்கள் இதற்குள் அரண்மனைக்குள் நுழைந்துவிட்டார்கள். ராணி ரத்னாவதி அழைத்துவரச் சொன்னதாகப் பூவாத்தாளை திவான் குழந்தைச்சாமி தனியாக அழைக்க, நாங்களும் வருவோம் என்று அடம்பிடித்துத் தாயும் தம்பியும் ஒட்டிக்கொள்ள மூவருமாக நுழைந்த அறைக்குள் சந்திரராஜன் மட்டுமே இருந்தார்!

சிலரால் உடனடியாகக் கதவுகள் அடைக்கப்பட்டன.

தாய், தம்பியின் கைகள் கட்டப்பட்டு அவர்கள் மிரள மிரளத் தூணோடு சேர்த்துக் கட்டப்பட்டனர். அடுத்து நடக்கப்போவது புரிந்து பூவாத்தாள் ஓடிஓடி ஒளிந்தாள். சந்திரராஜனுக்கு அது மிகப்பிடித்துப் போனது. அறைக்குள்ளேயே துரத்து துரத்து என்று துரத்தி, புதிய அவள் தாவணியை உருவி எறிய, தாய்க்காரிக்கு அதைப் பார்க்கக் கண்களில் ரத்தம் வடிந்தது.

தம்பி சிலையாகிவிட்டிருந்தான். அழக்கூடத் தெரியாத விரக்தியில் கல்லாகிவிட்டிருந்தான். எதிரே பூவாத்தாள் ஓடி ஓடிக் களைத்துவிட்டு ஒரு கட்டத்தில் அதே பழத்தட்டில் இருந்த கத்தியைக் கையில் எடுத்துக்கொண்டாள்.

“கிட்ட வராதே... கிட்ட வராதே...” அலறினாள்.

ஒரு கணம் அதைப் பார்த்து அதிர்ந்து நின்ற சந்திரராஜன் மறுகணம் ஏதோ சமிக்ஞை செய்ய, பின்னால் இருந்த திவான் குழந்தைச்சாமி பாய்ந்து வந்து அவளின் கைகளைப் பற்றிக்கொண்டான். கத்தி பிடுங்கி எறியப்பட்டது. மற்ற காவலாளிகள் அவளைப் பலவந்தமாக நிர்வாணப்படுத்தி

தரையில் தள்ளிப் பிடித்துக்கொள்ள, தூணில் கட்டப்பட்ட தாய் அலற... தம்பி பயந்து நடுங்க... அன்றலர்ந்த பூவாத்தாளைக் கசக்கி நுகரத் தொடங்கினார் சந்திரராஜன்.

எல்லோருமே சில நிமிடங்களில் முடிந்து போக, எழுந்து தன்னைச் சீர்செய்து கொண்டது அந்த மனித மிருகம். தரையில் கிடந்த தாவணியைப் பூவாத்தாளின் மீது வீசினான், குழந்தைசாமி. மூவரையும் அந்த அறையிலிருந்து வெளியேற்ற மற்றவர்கள் கவனம் திரும்பிய அந்த ஒரு நொடிப்பொழுதில் கீழே கிடந்த கத்தியை எடுத்து அதை இரு கைகளாலும் பற்றியபடி ஆழமாகத் தன் இதயப்பகுதியில் செலுத்தி அலறியபடி தரையில் சுருண்டு விழுந்து துடிதுடித்த பூவாத்தாளின் உயிர் பறவை உடனேயே ஒரு விமானம்போல மேலேறியது. தாய்க்காரி அதைப் பார்த்து வீறிட்டு அலறினாள். சுயநினைவே அவளுக்கு அற்றுப்போனது. பைத்தியம்போல தொடர்ந்து அலறத் தொடங்கினாள் அவள்.

உடனேயே அவர்களின் கட்டுகள் அவிழ்த்து விடப்பட்டன.

“ஏய்... கிழவிகிட்ட போய் நியாயம் கேட்கறேன், அநியாயம் கேட்கறேன்னு ஏதாவது பண்ணுனீங்க... தொலைச்சுப்புடுவேன். சனியனோட உடலை எடுத்துக்கிட்டு இடத்தைக் காலி பண்ணுங்க. என்ன தைரியம் இருந்தா ஒரு ராஜாவையே எதிர்க்கக் கத்தி எடுப்பா இவ?”

வெறுப்போடு சவத்தை உதைத்த சந்திரராஜனை உறைந்து போய்ப் பார்த்தான் பூவாத்தாளின் தம்பி.

❖❖❖

அத்தியாயம் 30

பூவாத்தாளின் ரத்தம் பாம்புபோல் நெளிந்து அவள் தம்பியின் காலை எட்டி சிலீரிட வைத்தது! சந்திரராஜன் பதட்டமின்றி வெளியேற ஆரம்பித்தார்.

"பாவி மகளே... ராஜப்பிரசாதம் கெடைச்சதுக்கு சந்தோஷப்படாம இப்படிப் பரலோகம் போய்ச் சேர்ந்துட்டியே!" என்றபடி குழந்தைச்சாமி கைதட்டினான்.

இரண்டு பேர் ஓடி வந்தனர்.

"உடம்பைத் தூக்கிக்கிட்டுப் போய் வீட்டுல போட்டுட்டு வாங்க. இவ சாவைப் பத்தி யாராவது பிரஸ்தாபிச்சா என்கிட்ட வாங்க... அவங்க நாக்கை அறுத்துட்டு மறுவேலை பார்ப்போம். இது ராஜா உத்தரவு!"

அவர்கள் அவ்வாறே செய்ய ஆயத்தமாயினர். பூவாத்தாளின் தம்பி தன் தாயை அழைத்துக்கொண்டு பின்தொடர்ந்தான். விசும்பலில் மார்புக்கூடு படபடக்க கண்களில் அருவிப் பிரவாகமாய் நீர்!

ஆசி வாங்கப்போனவள் ரத்தவிளாரியாகத் திரும்பி வந்ததைப் பார்த்து அவள் தந்தை பேச்சு மூச்சற்றுப் போனார். கல்யாணவீடு சாவு வீடாக மாறியது.

"என்னடா ஆச்சு?" கேட்டார். மகன் நடந்தவற்றைத் தனக்குத் தெரிந்த விதத்தில் விவரிக்க, தந்தையின் விழிகளில் செம்மை கொப்பளிக்கத் தொடங்கியது.

"எலேய்! ஐந்தாறு தலைமுறையா இந்த சமஸ்தானத்துக்கு உழைச்சதுக்கு கைமேல் பலன் கிடைச்சிடுச்சு... பல சமயம் இவங்க

அப்பா, சித்தப்பா கொடுமைகளுக்குத் துணை போயிருக்கேன். அதுக்கான தண்டனையை இப்ப அனுபவிக்கறேன். இனியும் சும்ம இருக்கக்கூடாதுடா... இருந்தா நம்மனைப்போல மட ஜென்மம் இந்தத் தேசத்துலயே இருக்க முடியாது. ஏதாவது பண்ணனும். நல்லவங்களாகவே நடிச்சு அவங்க கழுத்தை அறுக்கணும்" அவர் பற்களை நறநறத்துச் சபதமெடுத்த சமயம், கூரை வீட்டின் வாசற்பக்கம் 'அரோகரா' சத்தம் கேட்டது.

எட்டிப் பார்த்தபோது கந்த சஷ்டிக்காகத் திருச்செந்தூர் நோக்கிப் பாதயாத்திரையாகச் சிலர் கிளம்பியிருப்பது தெரிந்தது.

"இன்னிக்கு நாலாநாள் செந்தூர்ல சூரசம்ஹாரம்! இங்கேயும் இந்த துஷ்டர்களை நான் சம்ஹாரம் பண்றேன்!"

அவர் துண்டை உதறித் தோளில்போட்ட சமயம் இரண்டு பேர் உள்ளே நுழைந்தனர். மெள்ளத் துக்கம் விசாரித்தனர். ஒருவன் உடம்பில் வரிவரியாய்த் தழும்பு.

"அண்ணே, இதுக்கு விமோசனமே இல்லையா? இவங்க சர்வாதிகார திமிருக்கு என் உடம்பு இப்படித் தழும்பாகி மட்டும்தான் போச்சு. பூவாத்தாளோ கூழாவே ஆயிட்டாளேண்ணே...!"

அவர் அவனை வெறித்துப் பார்த்தார். பயம் என்கிற வார்த்தையை ஜெயித்து சுதந்திரமாகப் பேசிய அவன் தோளில் கை வைத்தார்.

"இந்த நூறுகுடி அடிமைக் கூட்டத்துல இப்பதான்டா ஒரு சுய சிந்தனையாளனைப் பார்க்கறேன். கவலைப்படாதே! என் பூவாத்தாள் எனக்குள்ள பெரிய சக்தியா கொழுந்துவிட்டு எரிய ஆரம்பிச்சுட்டா. உங்க கூட்டத்தோட பலமும் என் புத்தியும் இருந்தாபோதும். இந்தக் கோட்டைப்புரம் சரியப்போறது சத்தியம்!"

அவர் புத்தசாலித்தனம் உடனேயே வேலை செய்ய ஆரம்பித்தது. இந்திரராஜன் தனது முப்பதாவது பிறந்த நாளில் வேட்டைக்குச் செல்ல எல்லா ஏற்பாடுகளையும் செய்தார். செல்ல வேண்டிய வழி, காட்டில் தங்க வசதி முதலியவற்றையும் மேற்பார்வையிட்டார் அரண்மனை ஊழியராக.

கூடவே தன் ஆட்களுடன் ரகசியத் திட்டம் ஒன்றைத் தீட்டினார். அதன்படி வெட்டி முறிக்கப்பட்டிருந்த அந்தக் கருமருது மரக்கிளை விழுதுகளால் இழுத்துக் கட்டப்பட்டு ஒரு முடிச்சில் கீழே விழத்தயாராக இருந்தது.

அதன் அடியிலே புதர் மறைவில் துப்பாக்கி சகிதம் இந்திரராஜன். மான்களை ராஜா இருக்கும் பக்கம் விரட்ட, மற்றவர்கள் காட்டுக்குள் செல்ல, இந்திரராஜன் தனியே காத்திருக்கும் சமயம் பார்த்து சற்றுத் தொலைவிலிருந்து பாய்ந்து வந்த பிச்சுவாக்கத்தி அந்த முடிச்சை வெட்ட, அவர் தலைமேல் சரியாக விழுந்தது அந்த மரக்கிளை.

அலறலோடு உயிர்விட்டார் இந்திரராஜன்.

கத்தியை எறிந்து அந்த அற்புதக் காட்சியைப் பார்த்துக் கொண்டிருந்த பூவாத்தாளின் தந்தை, அரண்மனை நோக்கி ஓடினார்.

அப்போது அவர் கண்ட காட்சி...

குதிரைமேல் திமிராக உலா போய்க் கொண்டிருந்த திவான் குழந்தைச்சாமியை வெறித்த பார்வையோடு, வலது கையில் வீச்சரிவாளோடு மடக்கினான் விருச்சிகமணி.

பயத்தில் குழந்தைச்சாமியின் கன்னத்து சதை மோர்சிங் வாசிக்க, இருண்டு அங்குலத்துக்குக் கீழான கழுத்துப் பரப்பை கண்ணிமைக்கும் நேரத்தில் கத்தரித்து எடுத்தது விருச்சிகமணியின் வீச்சரிவாள்.

முண்டத்தை அங்கேயே விட்டுவிட்டு கையில் தலையோடு நடக்க ஆரம்பித்தான். தன் தந்தையின் தலையைத் தட்டில் வைத்துப் புதைத்த இடம் வரை வந்தவன், அங்கேயே தோண்டி பதிலுக்குத் திவானின் கழுத்தைப் புதைக்க நினைத்தான். சில விநாடிகளிலேயே மனம் மாறி அந்த இடத்தைத் தோண்டி, இத்துப் போகாத திண்மையான தட்டை மட்டும் வெளியே எடுத்து, வெட்டப்பட்ட குழந்தைச்சாமியின் தலையை அதில் வைத்துக்கொண்டு நடக்க ஆரம்பித்தான்.

வேங்கைப் பொன்னி ஆலயம் வரை நடந்தவன், அந்தச் சந்நிதி எதிரே ஒரு பிரசாதத் தட்டை பிடித்துக் கொண்டிருப்பதுபோல் போய் நின்றான். முகத்தில் பெருமிதம் பொங்கி வழிந்தது.

சந்நிதிக்கு முன்னாலே அந்த மூங்கில் பெட்டி!

ஆளரவமில்லாத சந்நிதியில் ஒரு பூஜைப் பொருளாய் இருந்த அந்தப் பெட்டியை நெருங்கித் திறந்தான்.

பளபளத்தது அந்தப் புடவை. அதைப் பார்த்த மாத்திரத்தில் விருச்சிகமணியின் விழிகளிலும் பளபளப்பு!

பக்கத்தில் காய்ந்த மாலை சரங்கள்! அவற்றை எடுத்துப் புடவையின் மேல் மெத்து என்று போட்டு அதன் மேல் குழந்தைச்சாமியின் தலையை வைத்து மூடினான். கையில் இருந்த தட்டைத் தரையில் வீசியெறிந்தவன் காட்டுப்பக்கம் தன் நடையைக் கட்டினான்.

இதையெல்லாம் ஒளிந்திருந்து பார்த்த பூவாத்தாளின் தந்தை, இதைப் பற்றியெல்லாம் யாரிடமும் எதுவும் சொல்லாமல் இந்திரராஜன் இறந்த செய்தியை மட்டும் அரண்மனைக்குக்கொண்டு சென்றார்.

மரக்கிளை மூடிய இந்திரராஜனின் சடலத்தைச் சுற்றி சமஸ்தானமே திரண்டிருந்தது. தள்ளாமையிலும் அங்கு வந்திருந்தாள் ரத்னாவதி. பாண்டியம்மாளைப் புறக்கணித்துவிட்டு மற்ற ராணிகளோடு சந்திரராஜன் வந்திருந்தார்.

'இந்திரராஜனின் மரணம் இயற்கையானது. சாபத்தின் விளைவு' என்று மற்றவர்களை நம்பவைக்க பல விஷயங்களைக் கவனிக்க வேண்டியிருந்தது பூவாத்தாளின் தந்தைக்கு. முக்கியமாக, அந்த சமயத்தில் குழந்தைச்சாமி கொல்லப்பட்டதும் தெரிய வந்தால் இரண்டையும் இணைத்துப் பார்ப்பார்கள். அதனால் சந்தேகம் வரும். அதைத் தவிர்ப்பதற்காக குழந்தைசாமியின் தலையில்லா முண்டத்தை நன்றாக மறைத்து வைக்க ஏற்பாடு செய்தார். ரத்தக்கறையுடன் கோயில் வாசலில் கிடந்த அந்தத் தட்டை

யார் கண்ணிலும் படாதவண்ணம் குதிரைலாயத்தில் மறைத்து வைத்தார். ஓலைப்பெட்டியை யாராவது திறந்தால் குட்டு வெளிப்பட்டுவிடுமே என்று, 'சாபம்... சாபம்' என்று சாமியாடச் செய்த பெண் மூலம் அந்த ஓலைப் பெட்டியை யாரும் திறக்கக்கூடாது என்று கட்டளையிட வைத்தார்.

அதன்படியே நூறுகுடிக் கூட்டத்துப் பெண் ஒருத்தி சாமி வந்து ஆடிய ஆட்டமும் பேசிய பேச்சும் நடந்தது.

அவள் பேசப் பேச மிரண்டு போனாள் ரத்னாவதி.

'தாயே... தப்புதான் தாயே! தப்புதான்... நடந்தது நடந்ததா இருக்கட்டும். இனி நடப்பதாவது நல்லதா இருக்கட்டும். நான் மன்னிப்பு கேட்டுக்கறேன். என் சந்ததியை வாழவை...' ரத்னாவதி தன் மருமகள்களுடன் மண்டியிட்டுக் கேவினாள்.

சாமியாடிய அந்தப் பெண் மயங்கி விழ, ரத்னாவதி சிலிர்த்து நிமிர்ந்தாள். அந்தச் சமயம் பார்த்து வீரநாட்டார் வந்து சேர்ந்தார். சாமி வந்த விஷயம் அவரிடம் தெரிவிக்கப்பட்டது. அவர் மனசுக்குள் பூச்சி நெளிந்தது.

'சாமி வந்த பெண்ணுக்கு மவுசு கூடிவிடுமோ? தன் மதிப்பு தாழ்ந்து போய்விடுமோ?' மனத்தின் கேள்விகள். அதுவரை சின்னச்சின்ன சித்து வேலைகளைச் செய்து கூட்டத்தில் ஒரு தலைவன்போல் உள்ள தன்னுடைய நிலை இனி தாழ்ந்து போகுமோ என்ற பயத்துடன் சிலிர்த்தவர் உடனேயே சுதாரித்தார்.

"எல்லாத்தையும் நானும் எதிர்ப்பார்த்தேன். ஆத்தா நேத்தே என் கனவுல வந்து சகலத்தையும் சொல்லிட்டுப் போயிட்டா. அந்த மூங்கில் பெட்டியை இனி பவித்திரமா வணங்கி வாங்க. எல்லாம் நல்லபடியா நடக்கும்." என்று தன் பங்குக்குப் பேச, கூட்டத்திலிருந்த பூவாத்தாளின் தந்தைக்குள் மெள்ள குளிர் மூச்சு வெளிக் கிளம்பியது.

'அப்பாடா... இந்த வீரநாட்டான் காரியத்தைக் கெடுத்துப் புடுவான்னு நினைச்சேன். இவனை நிஜ சாமியார்னு நானும்

நெனைச்சதுதான் எவ்வளவு தப்பு? நிஜசாமியார்னா இது நம்ம வேலைன்னு சொல்லியிருக்கணும்... எப்படியோ எல்லாம் நல்லபடியா நடந்தா சரி.'

அவர் தனக்குள் முணுமுணுத்துக்கொண்டு நிமிர்ந்தார். இந்திரராஜனின் உடல் அங்கிருந்து அகற்றப்பட்டது. ரத்னாவதி அழுத விழியும், தொழுத கையுமாகப் பின்தொடர்ந்தாள்.

நான்கு நாட்களுக்குப் பிறகே அழுகிய நிலையில் குழந்தைச்சாமியின் உடல் கண்டுபிடிக்கப்பட்டது.

இதெல்லாம் நடந்த ஒரு மாதத்துக்குள் இந்திரராஜனின் இரண்டாவது குழந்தையான தெய்வநாயகி, முதல் ஆண்டு நிறைவுக்கு முன் அம்மை கண்டு குளிர்ந்து போனாள். இயற்கையாக நடந்த இந்தச் சம்பவம் வஞ்சியம்மா சாபத்துக்கு மேலும் வலு சேர்த்தது. 'பெண் குழந்தை பிறக்காது, பிறந்தாலும் உயிருடன் இருக்காது' என்று எல்லோருமே நம்பத் தொடங்கினர். அரண்மனையில் இருந்துகொண்டே இந்த மூடநம்பிக்கைக்குத் தூபம்போட்டுக் கொண்டிருந்தார் பூவாத்தாளின் தந்தை.

இந்தச் சம்பவத்துக்குப் பிறகு நிலைமை மெள்ள மாறியது. பாண்டியம்மாளுக்கும் மரியாதையும் மதிப்பும் கூடியது. ஆனால், இளையவர் சந்திரராஜன் அவ்வளவாக மாற முடியவில்லை. ரத்தத் திமிர் மூளையின் கட்டை மீறி செயல்பட்டது.

முன்பெல்லாம் தனக்குத் துணை நின்ற திவானும் இப்போது இல்லை. முண்டமாய்க் கடைசி வரை தலைகூடக் கிடைக்காத நிலையில் கொல்லப்பட்டிருந்தான்.

கொலை செய்தவன் விருச்சிகமணி என்பதும் தெரிந்தேவிட்டிருந்தது.

அந்த விருச்சிகமணிகூட இப்போது எப்படியோ போலீஸில் அகப்பட்டு சிறையில்!

தான் தப்பு செய்தால் தட்டிக் கேட்க ஒரு நாய்கூட கிடையாது என்ற தைரியத்தோடு மேலும் பல கொடுமைகளைச் செய்யத் தொடங்கினார் சந்திரராஜன்.

தான் முடுக்கிவிட்ட மூடநம்பிக்கைக்கு மேலும் சக்தியும் பலமும் கூட்ட சந்திரராஜனின் முப்பதாவது பிறந்த நாள் வரை அவரைக் கொல்லாமல் காத்திருந்தார், பூவாத்தாளின் தந்தை.

அன்று காலையிலேயே நன்றாகக் குடித்திருந்தார் சந்திரராஜன், பிறந்த நாள் பரிசாக அவருக்கு ஒரு கன்னியை ஏற்பாடு செய்திருப்பதாகவும் அவர் தனியாக காட்டு வீட்டுக்கு வந்தால் அந்த கன்னியைச் சுகமாகச் சுவைக்க முடியும் என்றும் திட்டமிட்டுத் தகவல் கொடுக்கப்பட்டது. காமவெறி தலைக்கேற, தானே சாரட்டை ஓட்டிக்கொண்டு விரைந்தார் சந்திரராஜன். சாரட்டின் ஒரு பக்க அச்சாணி கழற்றப்பட்டு ஒரு குச்சி செருகப்பட்டிருந்தது. வேகமாக ஓடிய வண்டியின் பாரம் தாங்காமல் மளுக்கென்று அந்தக் குச்சி ஒடிந்தது. அவ்வளவுதான், சக்கரம் கழன்று தனியாக ஓட, குதிரைகள் தறிகெட்டுத் திரும்ப, வண்டி குடை சாய்ந்தது. சந்திரராஜன் கீழே உருண்டு விழுந்து மயங்க, அவர் தலைமீது ஒரு பெருங்கல் போடப்பட்டது. துடிதுடித்து அவர் செத்தபோதுதான் பூவாத்தாளின் தந்தைக்கு நிம்மதி பிறந்தது.

ரத்னாவதி துடித்துப் போனாள். பேரக்குழந்தைகளைக் கட்டிக்கொண்டு அழுதாள். மனத்தில் ஒரு கட்டத்தில் அந்த மூங்கில் பெட்டியைத் திறந்து பார்த்துவிடும் முடிவுக்கே வந்துவிட்டாள்.

“உயிர் போய்விடுமே...? போகட்டுமே... வாழ்ந்தென்ன கண்டோம்?”

போய் திறந்தே பார்த்துவிட்டாள். பூவாத்தாளின் தந்தையின் கீழ் அரண்மனையில் வேலை செய்யும் இருவர் முகமூடி தரித்து ரத்னாவதியை வளைத்துக்கொண்டும் விட்டனர்! ஒரு தனி அறைக்குள் அவளைப் போட்டுத் தள்ளிவிட்டு, “மூச்சு விடக்கூடாது” என்றனர்.

“அடப்பாவிகளா! நடக்கிறதெல்லாம் சதியா?” பதறினாள் அவள். அவர்கள் அவளை உள்ளே அடைத்துவிட்டு

வெளியேறினார்கள். பிறகு தினமும் ஒருமுறை வந்து, "உண்டிக் குழி சாவியைக் கொடு" என்று நச்சரிக்க ஆரம்பித்தனர்.

"அது உங்களுக்குக் கிடைக்காது. அது என் வாரிசுகளுக்குத்தான் போய் சேரணும். அவங்களுக்குத்தான் போய் சேரும்."

எவ்வளவு வற்புறுத்தினாலும் அந்தக் கிழவி ரத்னாவதியிடமிருந்து உண்மை வெளிவராது என்று முடிவான பிறகு இனியும் அவளை உயிருடன் வைத்திருப்பது ஆபத்து என்று ஒரு நாள் ரத்னாவதியின் கழுத்தை நெரித்துக் கொன்றனர்.

விழிகள் வெறிக்க, நாக்கு வெளித்தள்ள உயிரை விட்டவளைக் கயிற்றில் மாட்டித் தூக்கில் தொங்கியதாக ஆக்கிவிட்டு முகமூடியைக் களைந்தபடி வெளியே வந்து, "பெரியராணி துக்கம் தாங்காம தற்கொலை செய்துக்கிட்டாங்க" என்று பெரிதாக அலற, அரண்மனையே கிடுகிடுத்துப் போனது.

"சாகறதுக்கு முந்தி ஏதாவது சொன்னாங்களா?" தேவர் வந்து பதறியபடி கேட்டார்.

"சொல்ல என்ன இருக்கு தேவர்?"

"என்ன இருக்கா பெரியராணிகிட்டதானே இருக்கு அந்த உண்டிக்குழி சாவி. இந்த சமஸ்தான உயிலும் அதுலதானே இருக்கு. இதை அவங்களே என்கிட்ட சொல்லியிருக்காங்க, பலகோடி மதிப்பு அதுக்கு..."

"அவங்களை விடவா கோடிகள் பெரிசு? அவங்களே போய்ட்டாங்களே தேவர்" பாண்டியம்மாள் விசும்பினாள்.

"இனி நீங்கதான் எல்லாம், மத்த மருமக்களும் சோர்ந்து போயிட்டாங்க, இந்த வாரிசுகளையாவது பார்த்து வளர்க்கணும். சாபத்துலேருந்து காப்பாத்தணும்."

பாண்டியம்மாள் ஆமோதிப்பதாய் தலையை அசைத்தாள்.

அந்த சாவியைத் தேடும் வேலையைப் பாண்டியம்மாள் கைவிட்ட போதிலும், பூவாத்தாளின் தகப்பன் கைவிடவில்லை.

பழிவாங்கும் படலமும் முற்றுப் பெறவில்லை. அவரது மரணத்துக்குப் பிறகு திட்டமிட்டபடி அவரது மகனின் கைக்குப்போனது.

❖❖❖

அத்தியாயம் 31

பழிவாங்கும் செயல் தன் கைக்கு வந்த விதத்தைச் சொல்லிவிட்டு சகஜநிலைக்குத் திரும்பினவனை அர்ச்சனா வெறித்துப் பார்த்தாள். சூழ்ந்திருந்த போலீஸ் மனங்களில் உழுது போட்டதுபோல் ஒரு கிளர்ச்சி.

களைப்பின்றி அவனே சொல்லத் தொடங்கினான்.

"என் அப்பா மரணத்துக்குப் பிறகு வம்சாவழியா அவர் பார்த்த அதே வேலை சமஸ்தானத்துல எனக்குக் கொடுக்கப்பட்டது. நானும் என் அப்பாவைப்போலவே பழிவாங்கும் படலத்துக்கும் உண்டிகுழிச் சாவியைத் தேடும் முயற்சிக்கும் சபதமெடுத்தேன்.

இந்திரராஜனின் மகனான ராமநாத ரூபசேகர ராஜா திவ்யமங்களத்தை மணந்தார். அவருக்கு கஜேந்திரனும் விசுவும் இரண்டே பிள்ளைகள் பிறந்தன. சந்திரராஜனின் மகனான இளவரசர் ரங்கநாத ரூபசேகரர் திருமணமே செய்து கொள்ளவில்லை. விசுவுக்கு ஒரு வயது இருக்கும்போது ராமநாத ரூபசேகர ராஜாவை அவரது முப்பதாவது வயசுல விஷம் வெச்சுக் கொன்னு மாரடைப்புனு நம்ப வெச்சோம். விருச்சிகமணி செய்ததுபோல, செத்தவங்க உடலுறுப்பை அந்த மூங்கில் பெட்டியில் போடற சபதமெடுத்தேன் நான். அதன்படி உடல் புதைக்கப்பட்ட பிறகு ரகசியமாகத் தோண்டி அவருடைய சுண்டு விரலை வெட்டி எடுத்து வந்து மூங்கில் பெட்டியிலே போட பெட்டியைத் திறந்தோம்."

உள்ளே புடவையின் மடிப்புலே ராணி ரத்னாவதியோட கடிதம் இருந்தது. ஆனா, அது விருச்சிகமணியை முழு குற்றவாளியா சொல்லியிருந்தது.

பின்னால் பிரச்சனை வந்து இதெல்லாம் சதிச்செயல்னு தெரியவந்தா இந்தக் கடிதம் விருச்சிகமணியைத்தான் குற்றவாளியா காட்டும். எங்களையல்ல! அதனாலேயே அதை நாங்கள் அழிக்கலை. அந்தப் பெட்டியை கண்காணிக்கற... பொறுப்பை நானே வெச்சிருந்தேன்.

அதுக்கப்புறம் விசுவின் சித்தப்பாவான இளவரசர் ரங்கநாத ரூபசேகர ராஜாவையும், விசு அண்ணன் கஜேந்திரனையும் சாபம்கற போர்வையில் கொன்னது நானும் என் கட்டளைப்படி என் ஆட்களும்தான்.

இவங்க அவ்வளவு பேரும் திமிருபிடிச்சு அலைஞ்சவங்கதான். வெளிய தெரியாம மற்ற பெண்களைப் பெண்டாள நினைச்சவங்க. அதனால இவங்க மேல இரக்கம் பிறக்கலை.

ஆனா, இளைய மகாராஜா விசு எப்பவுமே எங்க அன்புக்கு பாத்திரமானவர். எங்க இளைஞர்கள் அவரைக் கொல்றதை ஆட்சேபிச்சாங்க. இவர் ஒருவரையாவது மன்னிப்போம்னாங்க. இங்கேதான் இந்த அர்ச்சனா குறுக்கே புகுந்தா! எங்கே விஷயங்களைக் குடை குடைன்னு குடைஞ்சா. இந்தப் பெண் எங்களுக்கொரு பெரிய தலைவலி! இவளையும் முதல்ல தீர்த்துக்கட்ட நினைத்தோம். ஆனா, பத்திரிகையாளர் பார்வையும் சந்தேகங்களும் முதல்முறையா எங்களைப் பாதிச்சது.

ஆகையால், இந்தப் புதிய தலைமுறைக்கும் இது சாபம்தாங்கறதை ஊர்ஜிதப்படுத்த வேண்டிய அவசியம் எனக்கு ஏற்பட்டது.

அர்ச்சனாவின் சந்தேகத்துக்கு மூலகாரணம் நானும் பாம்புப் பிடாரனும் பேசினதை டெலிபோன் ரிஸீவர் வழியாக கேட்டதுதான்.

"அப்ப விசுவோட அண்ணன் கஜேந்திரனைப் பாம்பைவிட்டுக் கொலை செய்யத் தூண்டினது நீதானே?"

"ஆமாம்... மாடன் நண்பன் சிலோன் ரௌடி ராஜநாயகம்தான் அதுக்கு உதவி செய்தான். அவனையும் உயிரோட விட்டு

வைக்கலை. பழக்கப்படுத்தின் ஒரு காளை மாடு அவனைத் தீர்த்துக் கட்டிடுச்சு. எங்கேயும் தடயங்களே இல்லாம துளியும் சந்தேகம் வராத மாதிரிதான் எல்லாக் கொலைகளையும் செய்திருக்கோம். இல்லேன்னா இத்தனை காலம் குப்பை கொட்டியிருக்க முடியாது. இந்தக் கொலையில எதிர்பாராத விதமா நூறுகுடிக் கூட்டத்து இருசன் மாட்டிக்கிட்டான். எங்கே கொலைப் பழி அவன் மேல விழுந்துடுமோன்னு பயந்தேன். நல்லவேளை, இளையமகாராஜா ஜாமீன்ல எடுக்க உத்தரவிட்டார்.

என் முயற்சிகள் நல்ல பலன் தந்தது. நடக்கறது சாபம்தாங்கற நம்பிக்கை வலுப்பட்டது. அர்ச்சனாவே பெரிசா குழம்பினா. இந்தக் கட்டத்துலதான் எப்படியோ எங்க திட்டத்தைத் தெரிஞ்சுக்கிட்ட பாண்டிக்குட்டி நாங்க வளையாம்பிகையின் குழந்தையை இடம் மாற்றப் போற விஷயத்தை அர்ச்சனாவிடம் சொல்லிவிட்டுச் செத்தான்.

அது தெரிஞ்சதும் குழந்தையை இடம் மாத்தற அந்த முயற்சியைக் கடைசி நிமிஷத்துல தவிர்த்தேன். குழந்தையைக்கூட கொல்லாம கொஞ்ச நாள் வெச்சிருக்க நினைச்சேன்.

இதனால் அர்ச்சனாவுக்குள்ளயும் சதியெல்லாம் இல்லை... இது சாபம் தாங்கற எண்ணம் மேலோங்கும்; அல்பாயுசுல சாகப்போற விசுவைவிட்டுப் பிரிஞ்சு போயிடுவானு நினைச்சேன். ஆனா..."

'என்ன ஆனா?' டி.எஸ்.பி கன்னத்தில் கைவைத்தபடி கடூரமாய்க் கேட்க, அவன் தொடர்ந்தான்.

"சாபவிமோசனம் கிடைச்சிட்டதா நினைச்ச விசுவும், அர்ச்சனாவும் சந்தோஷப்பட்டாங்க. தேவரும் அவங்க காதலுக்குப் பக்கபலமா நின்னு பேசினார். எனக்கு ஷாக்! குழந்தையைக் கொல்றதுக்குள்ள இவங்க கல்யாணமே நடந்துட்டா எங்க திட்டம் பாழாகிவிடும். இந்த அர்ச்சனா இந்த சமஸ்தான மருமகளா வரவே கூடாது. வந்தா நாங்க நிச்சயம் பழைய செல்வாக்கோட நடமாட முடியாது. ஆகையால் சூட்டோட

சூடா குழந்தையைத் தீர்த்துக் கட்டிட்டோம். விசு சாபத்துக்குப் பலியாகியே தீரணும்கற நிலையை உண்டாக்கிட்டோம். அர்ச்சனா வெளியேறியே தீரணும்கற நிலையை உண்டாக்கிட்டோம். அர்ச்சனா வெளியேறியே தீருவானு நினைச்சோம். நடக்கலை! இதுக்கப்புறம்தான் பெரிய திருப்பமே ஏற்பட்டது."

சப் இன்ஸ்பெக்டர் கோபத்தோடு, "அது என்ன திருப்பம்?" என்று கேட்டார்.

"எங்க ஏற்பாட்டின்படி நூறுகுடிக் கூட்டத்துப் பெண் ஒருத்தியின் சாமியாட்டத்துக்கு ஒரு பதில் சாமியாட்டம் இளைய ராணி வளையாம்பிகை மூலமாவே வரும்னு நாங்க எதிர்பார்க்கலே. அது விசுவுக்கும், அர்ச்சனாவுக்கும் உள்ள காதலுக்குப் பச்சைக் கொடி காட்டினதையும் என்னால தாங்கிக்க மடியலே. இதுதான் அந்தப் புதுத்திருப்பம். இவங்க எப்படியோ ஒண்ணா சேர்ந்து வைரத்தை வைரத்தால் அறுத்துட்டாங்க.

என்னால இதைத் தாங்கிக்க முடியாம போனப்பதான் மூங்கில் பெட்டியையும் இவங்க திறந்து பார்த்துட்டாங்க. ஆனா, இதை நான் எதிர்பார்த்துக்கிட்டே இருந்தேன்.

இனி நிதானமாக செயல்பட்டா ஆபத்துன்னுதான் வேகமானேன். எங்கே சதிங்கறது தெரிஞ்சு போயிடுமோங்கற பயத்துல விசு, வசந்தி, வளையாம்பிகை மூணுபேருக்கும் குறிவெச்சேன்.

பாண்டியம்மாளுக்கு நல்ல விபூதியும் வளையாம்பிகைக்கு சயனம் கலந்த விபூதியையும் கொடுக்கப்பட்டது! மூங்கில் பெட்டியைக் காவல் காக்கறவங்களுக்கு போக்குக்காட்ட விசு மாடிக்குப் போனவுடனே, சுவிட்ச் போட்டா ஷாக் அடிக்க ஏற்பாடு விசுவோட அறையில் செய்யப்பட்டது! இளைய மகாராஜா யூஸ் பண்ற சென்ட் ஸ்ப்ரேயர்ல கடுமையான பாய்சன் கலக்கப்பட்டது! மூங்கில் பெட்டி, சதை எலும்புத் துண்டு துர்நாற்றத்தை தவிர்க்க எப்படியும் அறைக்குள்ளேயே அவர்கள் அந்த சென்ட்டை யூஸ் பண்ணுவாங்கன்னு யூகிச்சேன். ஏனோ அது ஒண்ணு மட்டும் நடக்கலை.

வளையாம்பிகை மட்டும் மரணிக்க, வசந்தி தப்பிட்டா! அப்பக்கூட என் நம்பிக்கை சாகலை. வசந்தியை அழிக்கக் காத்திருந்தேன். வெளியே என் ஆட்கள் விசுவுக்குக் குறி வெச்சாங்க. அதுல ஒரு குறிதான் பூநாகம் நெளியும் பூமாலை! கடைசிக் குறிதான் துப்பாக்கி!

ஒண்ணு தப்பினாலும் இன்னொன்னுக்கு விசு பதில் சொல்லியே தீரணும்கிற நிலை.

விசுவும், வசந்தியும் இறந்துட்டா, 'மூங்கில் பெட்டியைத் திறந்து பார்த்தாங்க... அதனாலதான் இறந்துட்டாங்கன்'னு பழியை ரொம்ப சுலபமா சாபத்து மேல ஏத்தியிருப்பேன். நம்பலேன்னாலும் ரத்னாவதியோட கடிதம் விருச்சிகமணியைத்தான் குற்றவாளியா காட்டும், எங்களை அல்ல!

ஆனா என் கணிப்பு தப்பா போச்சு.

என் கூட்டத்து ஆளே அர்ச்சனாவை எச்சரிக்கை பண்ணி பூநாகத்துகிட்டேருந்து விசுவை காப்பாத்திட்டான். துப்பாக்கி உபயோகப்படுத்த வேண்டிய என் ஆளை அர்ச்சனா அடையாளம் கண்டுபிடிச்சு விசாரணைக்கு கொண்டு போயிட்டா. எல்லா திட்டங்களும் தோல்வி கண்ட கோபத்துல நானே துப்பாக்கி எடுத்துச் சுட்டேன். அதிலிருந்தும் விசுவை தேவர் காப்பாத்திட்டார். நானும் மாட்டிக்கும்படியா ஆயிடுச்சு.

பரவாயில்லை! ஒரு வீரசபதத்தை முடிஞ்சவரை நிறைவேத்தின நிம்மதி எனக்கு இருக்கு.

எதுக்கும் ஒரு முடிவு உண்டு.

இந்த சமஸ்தான ராஜாக்களோட திமிருக்கு ஒரு முடிவு வந்த மாதிரி, அந்த முடிவுக்கு ஒரு முடிவு இப்ப வந்திருக்கு.

யாரும் யாரையும் அடிமைப்படுத்தாதீங்க. மனதர்களை மனிதர்களா நடத்துங்க!" வாக்குமூலத்துக்கு நடுவே ஒரு பொதுவான செய்தியையும் வைத்துவிட்டுக் களைத்துச் சரிந்தான் அவன்.

அடுத்த கட்ட சம்பிரதாயத்துக்கு போலீஸ் தன்னை ஆயத்தப்படுத்திக் கொண்டது. அவனோடு கூட அவனது விசுவாசிகளையும் கைது செய்தது.

அரண்மனையில் பாண்டியம்மாளும், திவ்யமங்களமும் நடந்து முடிந்தவற்றை இன்னமும் நம்பியிராத பாவனையில் இருந்தார்கள்.

நம்மைச் சுற்றித்தான் எவ்வளவெல்லாம் நடந்திருக்கிறது.

அதில்தான் எத்தனை அழுத்தம்! சாமர்த்தியம்!

சகலத்தையும் உடைத்து விசுவையும் மீட்டு நிறுத்தியிருக்கும் அர்ச்சனா அவர்கள் பார்வையில் ஒரு தெய்வப் பெண்ணாகவே தெரிந்தாள்.

அப்பாவி நூறுகுடிக் கூட்டம் மிரண்டு போயிருந்தது.

வீரநாட்டார்கூடத் தனக்கும் தெரியாமல் தான் பல தவறுகளுக்குத் துணை போன வருத்தத்தில் இருந்தார். எப்போதும் அவரைச் சுற்றி நிற்கும் கூட்டம் கலைந்து போயிருந்தது.

விடிந்துவிட்டது... நெடுநாட்களுக்குப் பிறகு மனபாரமின்றி, என்றைக்குமில்லாதபடி அயர்ந்து உறங்கிவிட்டிருந்த விசுவின் காதுகளை அர்ச்சனா திருகத் தொடங்கினாள்.

அலறிப்புடைத்தபடி எழுந்தான் அவன்.

தேவதைப்போல் குளித்து முடித்து, பூவும் பொட்டுமாகத் தென்பட்டாள் அர்ச்சனா.

"அப்புறமா நல்லா தூங்கலாம். இன்னிக்கு நாம வேங்கைப் பொன்னி கோயிலுக்குப் போகணும் மறந்துப்போச்சா?"

உதட்டை கலாநயத்தோடு சுழித்தபடி கேட்டாள் அவள்.

"உத்தரவு யுவர் ஆனர்!" என்றபடி அவன் தயாராகத் தொடங்கினான்.

அரண்மனை மையத்தில் எல்லோரும் காத்திருந்தார்கள்.

ராணி ரத்னாவதியின் கடிதத்தைக் கண்ணாடி அணிந்தபடி கஷ்டப்பட்டுப் படித்துக் கொண்டிருந்த பாண்டியம்மாள் அருகில் ஏதோ நிழல் உருவம் மாதிரி தெரிய நிமிர்ந்து பார்த்தாள்.

அர்ச்சனாவும், விசுவும்!

"எங்கேம்மா கிளம்பிட்டீங்க ரெண்டு பேரும்...?"

"கோயிலுக்கு..."

"அர்ச்சனா எனக்கு ஓர் ஆசை..."

"சொல்லுங்க..."

"எல்லாம் நல்லபடியா முடிஞ்சு இப்போ கோயிலுக்குப் போறே... நீ தப்பா நினைக்கலேன்னா வஞ்சியம்மாளின் பட்டுப் புடவையை உடுத்திக்கிட்டு கோயிலுக்கு போம்மா..."

"அவ்வளவுதானே... இதோ வந்துட்டேன்..." உற்சாகமாக உள்ளே ஓடினாள்.

அர்ச்சனா அந்தப் புடவையை எடுத்தபோது லேசாக துர்வாடை! அவசரமாக அதன் மீது ஜாஸ்மின் ஸ்ப்ரே பரவ விட்டாள்! ஒரு நூற்றாண்டு கண்ட புடவை அது. அதிசயமாக அது கிழியாமல் இருந்தது. அங்கங்கே ரத்தத் திப்பிகள் மட்டும் இருப்பதைப் பார்த்து முகம் சுளித்தாள் அர்ச்சனா.

அறைக்கதவை மூடிவிட்டு புடவையைக் கட்டத் தொடங்கினாள். புடைவையைக் கையால் கொசுவியபோது கையை ஏதோ நெருடியது. கொசுவத்தை வயிற்றில் செருகும்போது உறுத்தியது மாதிரி இருந்தது. தடவிப் பார்த்தபோது உள்ளங்கைச் சுருக்கென்று ஏதோ குத்தியது. உற்றுக் கவனித்தபோது...

புடைவையின் ஜரிகையோடு ஜரிகையாக வைத்துத் தைக்கக் கட்டப்பட்ட சிறிய சாவி அர்ச்சனாவின் கண்களில் பட, அவள் முகத்தில் வியப்பு.... பிறகு மலர்ச்சி!

புடவையைக் கட்டி முடித்து அவசரமாக வெளியே ஓடி வந்தாள்.

அரண்மனை மையத்தில் எல்லோரும் காத்திருந்தார்கள்.

கூட்டத்தில் வீரநாட்டார் இருந்தார்.

கண்களை இடுக்கியபடி அர்ச்சனாவைப் பார்த்தவர் அதிசயித்துப் போனார்.

"வஞ்சியம்மாவே திரும்ப பொறந்து வந்துட்ட மாதிரி இருக்கு!"

விசேஷமாக அழைத்து வரப்பட்டிருந்த அர்ச்சனாவின் தந்தை காசிநாத் அர்ச்சனாவை அந்தக் கோலத்தில் பார்த்து மெய் சிலிர்த்துப் போனார்.

"அத்தை... உண்டிக்குழி சாவி கிடைச்சிடுச்சு..." என்று அர்ச்சனா உற்சாகக் குரல் கொடுத்து, அதைப் பாண்டியம்மாள் எதிரே நீட்டினாள்.

அதையும் அதில் தென்பட்ட நட்சத்திரப் பொறியையும் பார்த்து பாண்டியம்மாள் திகைத்துப் போனாள்.

ஐங்கோண நட்சத்திரப் பொறி! அப்படி ஓர் ஐங்கோண நட்சத்திரப் பொறி அரண்மனையின் சயன அறையின் மையச் சுவரில் இருப்பது உடனே ஞாபகத்துக்கு வந்தது. பாண்டியம்மாள் விசுவோடு அங்கு ஓடினாள்.

"விசு! இந்த நட்சத்திர சின்னத்தை இடி!"

இடித்தான் விசு... பின்னால் பூட்டப்பட்ட ஒரு கதவு. கையிலிருந்த சாவிகொண்டு அதைத் திறந்தபோது கீழே ஒரு சுரங்கப் பாதைபோல் தெரிந்தது.

இறங்கி நடக்க, நடக்க, கால்களைத் தூசும் தும்பும் வழவழக்க... பாதையின் முடிவில் ஆளுயரத் தேக்கு மரப்பெட்டி. மிகுந்த சிரமத்தோடு அதைத் திறக்க, கர்ணகடூரமாய்ச் சப்தித்தது அந்த பெட்டி. திறந்த பெட்டிக்குள்...

நீலப்பட்டுத் துணி மேல் கிடக்கும் வைரங்கள் ஒளியைக் காட்டி ஜொலித்தன!

கூடவே பாளம் பாளமாய்த் தங்கம்!

விசு ஓடிப்போய் எடுத்து வந்திருந்த டார்ச் லைட்டின் வெளிச்சம் மேலும் பல புதுப்புது ஆபரணங்களைக் காட்ட பேச்சுமூச்சற்று எல்லாரும் அங்கேயே பிரமிக்க...

அறைக்கு வெளியே வந்தான் விசு. அர்ச்சனாவை அழைத்து இழுத்து அணைத்துக் கொண்டான். கண்டாங்கிக்குள் பவித்திரமாய்த் தென்பட்ட அவள் அவன் பிடியில் திணறினாள்.

"விசு... யாராவது பார்க்கப் போறாங்க!" முனகினாள்.

உடனேயே விலகினான். விழிகளில் நீர்த்திரை!

"ஏய்! என்ன...யா... இது இந்த நேரத்துல அழுதுக்கிட்டு?"

தாவாக்கட்டையைத் தாங்கியபடி கேட்டாள்.

"அர்ச்சனா.... இப்ப கிடைச்ச இந்தச் செல்வங்களையெல்லாம்விட பெரிய செல்வம் நீதான்! உன்னாலதான் நான் பிழைச்சேன். இந்த சமஸ்தானம் பிழைச்சது! ஆணுக்கு நிகரா அதுக்கும் மேலா நீ காட்டின துணிச்சலுக்கும் விவேகத்துக்கும் நான் எப்படி நன்றி சொல்வேன்? பாரதியோட பாட்டுக்கே நீதான் அர்த்தமோ?"

விவரிப்பில் புகுந்துவிட்டவனைப் பதிலுக்கு வெறித்தாள் அவள்.

"இந்த செல்வத்தையெல்லாம் என் முன்னோர்கள் செய்த கொடுமைகளுக்குப் பிராயச்சித்தமாக நூறுகுடிக் கூட்டத்துக்கு... அவர்கள் முன்னேற்றத்துக்கு உபயோகிக்கப் போறேன் அர்ச்சனா... எனக்கு நீ மட்டும் போதும். வேறு எதுவும் வேண்டாம்..."

நெஞ்சில் தளும்பும் காதல் அவள் கண்களிலும் கசியத் தொடங்கியது.

மீண்டும் இருவரும் கட்டிக் கொண்டார்கள்.

நமக்கெதற்கு வம்பு என்பதுபோல் காற்றுக்கூட இடையில் நுழைய முயற்சிக்காமல் விலகிக்கொண்டது.

கோர்ட் கூண்டில் நிறுத்தப்பட்டிருக்கும் கொலையாளியைப் பார்த்துச் சட்ட சம்பிரதாயத்துக்காக பப்ளிக் பிராஸிக்யூடர்

கேள்விகளைக் கேட்க ஆயத்தமாக... பிதுங்கி விழியும் கூட்டத்துக்கு நடுவில் அவனும் பதிலுக்குத் தயாராக... கம்பீரமான நீதிபதி சகலத்தையும் கவனிக்கத் தொடங்க...

“உங்கள் பெயர்?” இதுதான் பிராஸிக்யூட்டரின் முதல் கேள்வி.

வறண்ட தன் உதட்டைத் திறந்து ஈனசுரத்தில் அவன் தன் பெயரைச் சொன்னான்:

“கார்வார் சிவக்கொழுந்துவின் மகனான கார்வார் கருணாகரமூர்த்தி!”

முற்றும்

www.ingramcontent.com/pod-product-compliance
Lightning Source LLC
LaVergne TN
LVHW090303051026
849518LV00005B/1637
* 9 7 8 9 3 5 6 9 5 6 3 6 0 *